बेधुंद

'फाईव्ह स्टार्स' असे बेधुंद ग्रुप म्हणजेच कॉलेज लाईफ

अविनाश हंबीरराव लोंढे

मेहता पब्लिशिंग हाऊस

Please contact us at **Mehta Publishing House,** Pune 411030.
Email : production@mehtapublishinghouse.com
Website : www.mehtapublishinghouse.com

- *या पुस्तकातील लेखकाची मते, घटना, वर्णने ही त्या लेखकाची असून, त्याच्याशी प्रकाशक सहमत असतीलच असे नाही.*

BEDHUND by AVINASH HAMBIRRAO LONDHE

बेधुंद : अविनाश हंबीरराव लोंढे / कादंबरी

Email : author@mehtapublishinghouse.com

प्रकाशक : सुनील अनिल मेहता, मेहता पब्लिशिंग हाऊस,
१९४१, सदाशिव पेठ, माडीवाले कॉलनी, पुणे - ४११०३०.

मुद्रक : रेप्रो प्रेस इंडिया लि., मराठे उद्योग भवन, अप्पासाहेब मराठे मार्ग,
प्रभादेवी, मुंबई - ४०००२५.

मुखपृष्ठ : सतीश भावसार

प्रथमावृत्ती : जुलै, २०१८

किंमत : ₹ २५०

P Book ISBN 9789353170257
E Book ISBN 9789353170264
E Books available on : play.google.com/store/books
www.amazon.in
https://books.apple.com

१

फायनल इयर - शेवटच्या परीक्षेनंतर - जून, २००६

आयुष्य हे कधीकधी 'वेडं' करणार असतं. दुपारी खूप झोपायचा प्रयत्न करूनही जयाला झोप आली नाही. डोळे फक्त झाकलेले, पण मनात लाखो विचारांचं वादळ! 'चक्री वादळा'त अडकल्याप्रमाणे त्याचं मन कितीतरी वेळा अगणित विचारांमध्ये भिरभिरत होतं अन् एखाद्या विवश 'पाचोटा'ला जसं वारं फिरवून कुठंही फेकून देतं, अगदी तसं त्याचं मन कुठल्यातरी विचारात अडकलं अन् घड्याळाच्या गजराच्या आवाजाबरोबर जागं झालं. डोळे उघडताच हर्षलाचे बोलके काळेभोर डोळे त्याला सतावू लागले. ठरल्याप्रमाणे त्यानं आज तिला भेटायचं वचन दिलं होतं. त्यानं बेडवर पडलेला टॉवेल उचलला अन् बाहेर बाल्कनीत आला.

आयुष्याची महत्त्वाची चार वर्षं- वाळू जशी हातातून निसटून जाते, तशी त्याच्या हातातून निसटून गेली होती- पुन्हा कधी परत न येण्यासाठी! शेवटच्या वर्षाच्या, शेवटच्या सेमिस्टरची शेवटची परीक्षा संपली होती. निकालाची पर्वा नव्हती त्याला! सेकंड क्लासवर त्यानं समाधान मानलं होतं. पर्वा होती ती हर्षलाची! तीन वर्षांचं प्रेमप्रकरण, जिवाला जीव देणाऱ्या मित्रांपासून दूर जाण्याचं मनात काहूर! त्यानं आपलं तोंड, हात-पाय धुतले. काहीतरी चुकल्यासारखा तो स्वतःला आरशात बघत होता. ५-१० मिनिटं झाल्यानंतर तो भानावर आला अन् आपल्या रूमनंबर २०२कडे गेला. रूममध्ये एक टेबल, एक खुर्ची, एक बेड, कोपऱ्यात क्रिकेटची एक बॅट, बॅडमिंटनची एक रॅकेट अन् २ डंबेल्स पडलेले होते. टेबलवर विद्यापीठ स्पोर्ट्स कॉम्पिटिशनमध्ये त्याला मिळालेली ५-१० स्मृतिचिन्हं ठेवलेली होती. कँपस इंटरव्ह्यू होऊन ५० पैकी २८ जणांना नोकरी लागली होती. त्यांतही तो नव्हता. आयुष्य हे चित्रपटासारखं नसतं! कॉलेजमध्ये कितीही मस्ती केली, तरी 'हॅप्पी एंडिंग!' भिंतीवर त्यांची नजर गेली- जिवाभावाच्या ५ मित्रांचा फोटो..., मागच्या वर्षी एकत्र काढलेला फोटो!

अक्ष्या, सुऱ्या, अण्णा, समीर अन् तो! अक्ष्याला IIM मध्ये M.B.A. साठी CAT पास करून ॲडमिशन जवळ जवळ मिळाली होती, सुऱ्या त्याच्यासारखाच हॉस्टेलवर होता, अण्णा MPSCची मुख्य परीक्षा पास झाला होता अन् पुण्याला मुलाखतीची तयारी करण्यासाठी 'चाणक्य मंडळ'मध्ये गेला होता. समीर एका

नावाजलेल्या इन्स्टिट्यूटमध्ये दिल्लीला मास्टर्स करण्यासाठी जाणार होता. UPSC करण्याची त्याच्या स्वप्नांची पहिली पायरी, अन् इथं तो एकटा फोटोकडे बघत..! काय असेल माझं भविष्य? खेळात आपण बॅचमध्ये पहिले, पण स्पोर्ट्सच्या या ट्रॉफीज घेऊन कुठं कुठं जाऊ?

टेबलवरचा नोकिया ६६०० वाजायला लागला, 'शोनू' नाव मोबाईलवर झळकायला लागलं! 'हमें तो अपनोंने लूटा, गैरो में कहा दम था'ची रिंगटोन वाजायला लागली. त्यानं फोन उचलला.

"हां शोनू , बोल.." धडधडणाऱ्या हृदयानं त्यानं उत्तर दिलं.

"शोनू नको ना बोलू, मला कसंस होत..." हर्षला पलीकडून बोलली. तिच्या आवाजात पुढील येणारा कायमचा विरह जाणवत होता.

"बरं." तो आपल्या कसदार छातीकडे बघत बोलला.

"येतोयस ना... भेटायला..? आज मी घरी जाणार आहे."

"हो. १५ मिनिटं.. येतोच.. आवरतोय," तो आपला एक हात केसांवरून फिरवत बोलला.

"ये लवकर," तिनं फोन कट केला.

आपल्या पिळदार शरीराकडे बघत, तिनं गिफ्ट दिलेला टी शर्ट त्यानं घातला. सहा फूट उंची, ७४ किलोचं वजन, अगदी बॉलिवूड हीरोला टक्कर देईल असं त्याचं व्यक्तिमत्त्व! जीन्स पँट घालताना हर्षलाच्या भावाबरोबर झालेल्या भांडणात लागलेल्या गुडघ्यावरच्या जखमेवर त्याचं लक्ष गेलं! त्याचे डोळे अचानक पाण्यानं भरले. मनातील विचारांचा पाझर डोळ्यातून होऊ लागला! त्याची रूम दुसऱ्या मजल्यावर होती. हळूहळू अंतर कापत तो दुसऱ्या लॉबीत असणाऱ्या सुऱ्याच्या रूमकडे गेला अन् दरवाजा वाजवला.

सुऱ्यानं दरवाजा उघडला. लुकडासुकडा, ५ फूट ५ इंच... त्यानं बनियन घातली होती अन् कमरेला टॉवेल लपेटला होता. टेबलवर MPSCच्या पुस्तकांचा ढीग लागला होता, त्यांतील एक तो वाचत होता.

"का रं, कुठं चाललाय?" सुऱ्यान विचारलं

"हर्षलाला शेवटचं भेटायला"

"झक मार येडझव्या, एवढं झालं तरी तुझी मस्ती काय जात नाही!" - सुऱ्यानं निराशेचा सूर लावला

"लXX ६ वाजता जाऊ वाडीत गणपतीच्या मंदिराकडे, मी डायरेक्ट मंदिराकडे जाईन; तू ये... अन् मग सरळ GD वर. आज एकदम एकटं वाटतं आहे यार." तो सुऱ्याला थोड्या रागातच बोलला.

"बर जा. झक मार ! अन् विसरू नको आज अक्ष्या, अण्णा अन् समीर येणारेत." - सुऱ्यानंही त्याला तेवढ्याच रागात उत्तर दिलं.

"हो माहीतेय!"

तो तिथून खाली आला अन् मुलींच्या वसतिगृहाकडे चालू लागला. चालताना याच रस्त्यावर हर्षलाबरोबर केलेली मस्ती अन् मित्रांबरोबरचे कधीही न पुसले जाणारे क्षण एखाद्या मूव्हीच्या फ्लॅशबॅक सीनप्रमाणे डोळ्यांसमोरून सरकू लागले. सहजच त्याची नजर कॉलेजच्या इमारतीकडे गेली. या वर्षीच्या gathering मध्ये त्यानं बनवलेला लोगो इमारतीवर चमकत होता. बघता बघता तो मुलींच्या वसतिगृहासमोर आला. एरवी त्याला बघितलं की 'हर्षला' असा आवाज करून त्याला चिडवणारा मुलींचा आवाज आज एकदम शांत होता. बहुतेक कुणी नसावं हॉस्टेलमध्ये अन् ज्या असतील त्यांना आता ओरडणं म्हणजे 'जले पे नमक' असं वाटत असेल. मुलींच्या वसतिगृहाशेजारील असलेल्या बालोद्यानात तो गेला. आज उद्यानातील फुललेली फुलं त्याच्याकडे बघून हसत होती.

त्याची नजर समोर बसलेल्या त्याच्या परीकडे– सुंदर हर्षलाकडे गेली. तिचे काळेभोर मोठे डोळे, सरळ नाक, लाली लावल्यानं अजूनच लाल झालेले तिचे सुंदर ओठ, अन् तिची परफेक्ट 'फिगर!' आज वारा तिच्या केसांशी त्यानं खेळायचे 'खेळ' खेळत होता. जयाला तिच्याकडे बघून हलकं वाटलं. हर्षलानं त्याच्याकडे पाहिलं. पाहताच तिचे डोळे थोडेसे भरले. तो सरळ काहीही न बोलता तिच्या शेजारी जाऊन बसला. आज जवळ असूनही जीवघेणा दुरावा होता. एखाद्यावर जीव ओवाळून टाकावा... स्वतःपेक्षाही जास्त प्रेम करावं. जीवघेण्या क्लृप्त्या करून तिला आपलंसं करणं अन् तिचं आपल्या आयुष्यातून निघून जाणं- कायमचं...हो कायमचं... यासारखं दुसरं दुःख कोणतं असेल तर फक्त नरकातच!!!

त्यानं केविलवाण्या अन् साशंक नजरेनं तिच्याकडे बघितलं. तिच्या डोळ्यांतील कितीतरी वेदना त्याच्या मनाला सतावत होत्या! तिनं आपले वाऱ्यावर उडणारे कलर केलेले केस सावरत त्याच्याकडे बघितलं. नकळत त्याचा हात तिच्या गोऱ्या, नाजूक बोटांवर गेला, अन् विजेचा झटका लागावा तसा तिनं तो हात झिडकारला! हर्षलानं त्याचा हात झटकला. आपले डोळ्यावर आलेले केस बाजूला करत ती बोलली - "नको ना जयंत, प्लीज!"

जसा हर्षलानं त्याचा हात झटकला, तसं जयंतचं मनही त्याला झटके देऊ लागलं, अन् त्या झटक्यानं त्याला ६-७ महिन्यांपूर्वीची त्याच्या आयुष्याला कलाटणी देणारी घटना आठवली. अन् तो काही क्षणांसाठी स्तब्ध झाला.

/२

साधारण सहा-सात महिन्यांपूर्वी

जवळपास एक वर्ष चोरून सुरू असलेलं त्याचं अन् हर्षलाचं प्रेमप्रकरण आता ‘जगजाहीर’ झालं होतं. काही गोष्टी कितीही लपवायचा प्रयत्न केला, तरी लपत नाहीत! विशेषतः नैसर्गिक गोष्टी- अन् प्रेम पण एक नैसर्गिक गोष्ट आहे.

प्रत्येक प्रेमात एक नायक अन् एक खलनायक असतो! खलनायक जर दुसरा असेल तर फारसा फरक नाही पडत; पण जर तो ‘तिच्या’ घरातला असेल, तर मात्र ‘ना घर का ना घाट का!’

हर्षलाचा मोठा भाऊ ‘हर्षलला’ याच कॉलेजमधून पासआउट होऊन जवळजवळ ३ वर्ष झाली होती. तरीही त्याचे काही १-२ मित्र MPSC करण्यासाठी कॅम्पसमध्ये होते. कारण हा कॅम्पस MPSC करण्यासाठी पूरक होता. आजही महाराष्ट्रातील ५० टक्क्यांपेक्षा जास्त प्रशासकीय अधिकारी याच विद्यापीठातले निघतील! MPSC म्हणजे ‘वारी’ किंवा ‘वनवास’ अशी साधारण इथल्या विद्यार्थ्यांची व्याख्या होती! काही जणांना विठ्ठल पहिल्या वारीत पावतो, तर काही जणांना तो कधी पावेल, हे ‘वारकऱ्याला’ माहीत नसते! झालं तर ‘सोनं’ नाहीतर ‘दगड’ अशीही दुसरी व्याख्या इथं MPSC ची होती. ठरावीक वेळानं येणाऱ्या ‘MPSC घोटाळ्याच्या’ बातम्यांना इथली पोरं भाव जरी देत नसली, तरी थोडीशी डिस्टर्ब नक्की होत असत. काहीही झालं अन् कितीही ‘घासली’ तरी ‘माथ्यावर स्टार्स’ नसतील, तर काही होणं शक्य नाही, अशी बऱ्याच विद्यार्थ्यांची मानसिकता झाली होती.

हर्षल अधूनमधून विद्यापीठात येत असे, त्याच्या बहिणीला भेटायला, अन् त्याच्या मित्रांनाही भेटायला! हेही समजलं होतं की तिसऱ्या प्रयत्नांत तो मुख्य परीक्षा पास झाला होता, फक्त एक मुलाखत अन् PSI! PSI क्लास ३चे पद - पण समाजात सन्मान (किंवा भीती) अन् पैसा (मग तो काळा असो वा पांढरा) बरोबर येणार होता. हर्षल देशमुखचं टोपण नाव HD असं होतं. सगळे त्याला HD म्हणायचे. जयंत जेव्हा प्रथम वर्षाला होता, तेव्हा HD पासआऊट झाला होता; पण त्याच्या दादागिरीचे किस्से ऐकून अजूनही सर्वांची ‘फाटत’ असे. कुणी सहसा त्याच्याबरोबर बोलायचं नाही. ५ फूट १० इंच उंची अन् वजन जवळजवळ ८५ किलो, तरीही स्पोर्ट्समध्ये तो फिट होता! असाही एक किस्सा ऐकण्यात होता, की

HD जेव्हा फर्स्ट इयरला होता, तेव्हा त्याचं फायनल इयरच्या एका मुलाशी भांडण झालं होतं अन् HDनं त्या फायनल इयरच्या त्याच्या सिनिअरला मैदानावर सगळ्यांसमोर लोळवलं होतं. या विद्यापीठात अशी घटना म्हणजे दुर्मिळ असे. जयंतचं दुर्दैव हे होतं, की हर्षला HDची बहीण होती.

त्या दिवशी जयंत खूप घाबरलेला अन् बरोबरच रागावलेला होता. मैदानावरून सरळ तो रूममध्ये आला. अण्णा लायब्ररीमध्ये अभ्यास करत होता. अक्ष्या, सुऱ्या अन् अण्णा तिघं जण समीरच्या रूममध्ये 'तीन पत्ती' खेळत बसले होते. तेवढ्यात जयंत जरासा चिडलेला अन् रागात रूममध्ये आला. त्याचा टी शर्ट मानेवर थोडासा चुरगळलेला होता. जयंत कबड्डी खेळत असल्यानं कुणाचं लक्ष गेलं नाही.

''का बे, काय झालं? एवढा का चिडलायस?'' सुऱ्यानं तीन पत्ती खेळता खेळता मान वर करून जयंतला विचारलं.

''राडा होणार आहे भावा! अन् या वेळी असा तसा राडा नाही, तर एकेकांची अशी फाडणार आहे, की साला पुन्हा शिवता आली नाही पाहिजे!'' जयानं रागाच्या भरात आपला सदरा काढून बेडवर आपटला. ''आज GD वर जाऊ, आज पिण्याचा मूड आहे!'' जया बोलला.

''जाऊ की'' - समीर अन् अक्ष्या एकदम त्याला बोलले.

''अबे XXX, पण झालं काय?'' सुऱ्यानं जयाला विचारलं.

''HD शी भिडलो मी आज, बाल्कनीमध्ये.'' जयानं केसांवरून हात फिरवून थोडंसं निराशेनं उत्तर दिलं!

''काय...?'' - सुऱ्याचं तोंड एक-दोन मिनिटांसाठी उघडं राहिलं अन् समीर अन् अक्ष्यानं हातातील पत्ते फेकून दिले. त्यांच्या धडधडणाऱ्या छातीचा आवाजही ते आत्ता ऐकू शकत होते, कारण आत्ता आपल्या सगळ्यांची 'वाट' लागणार आहे, हे त्यांना कळलं होतं. जयाला HD मारणार अन् आपण मध्ये पडणार अन् पडल्यावर धुलाई सगळ्यांची!

''आयला काय याड लागलाय का तुला? अबे पंगा घे पण 'यचड्या'शी? सुऱ्या हातातील पत्ते फेकत जवळ जवळ ओरडला.

''सुऱ्या, हे होणारच होतं आज ना उद्या.'' अक्ष्या थोडंसं शांत राहण्याचा प्रयत्न करत बोलला.

''XXX होणार होतं हे? तुझं काय साल्या तू जाशील IIMमध्ये! अन् समीर आपला क्लास टॉपर जाईल दिल्लीला! इथं मी अन् जया 'उपटतो' एकमेकांची अन् त्यात हे 'लफडं!'' - सुऱ्याच्या तोंडावरचा ताबा भीतीमुळे सुटला होता.

''अबे XXX एवढा का विस्कटलाय?'' - जया सुऱ्यावर ओरडला.

अन् दोन मिनिटे रूममध्ये शांतता पसरली. तीन पत्तीचे पत्ते जमिनीवर होते.

अक्ष्या छताकडे बघत कोणत्यातरी विचारात बुडला. सुऱ्या रूममधून इकडून तिकडे फेऱ्या मारू लागला! जयानं क्रिकेटचा बॉल हातात घेतला, अन् भिंतीवर मारून झेलू लागला. समीर शांतपणे जयाकडे बघत होता!

"पण झालं काय?" समीरनं जयाला विचारलं, अन् रूममधली शांतता भंग केली.

"एचड्या'नं अन् त्याच्या दोन-तीन मित्रांनी मला बाल्कनीत घेरलं! साल्यानं हर्षलालाही काल कानफाडीत वाजवली! तिनं मला दिलेली सगळी 'ग्रीटिंग कार्ड्स' त्याच्या हातात आली आहेत! अन् आमची प्रायव्हेट लेटर्स पण! माझी रूम त्यानं मी ट्रेनिंगला असताना फोडली होती! कपाटातील तिची ग्रीटिंग्स अन् आमची लव्ह लेटर्स त्यानं चोरली! माझा शर्ट पकडून मला बोलला की - "पुन्हा जर का हर्षलाला बोलला किंवा भेटला तर तुकडे करेन!" पण मी काय घाबरण्यातला नाही, मीही त्याचा शर्ट पकडला. मध्ये रेक्टर आले, म्हणून आज तो वाचला." - जयानं आपलं मन मोकळं केलं.

"काय? तो वाचला?" सुऱ्या कुत्सितपणे नकारदर्शक मान हलवत हसला.

"मग काय!" जया रागानं सुऱ्याकडे बघत बोलला.

"एवढी फाटते, तर तू नको मध्ये पडूस." जया सुऱ्यावर ओरडला.

"पण तुझी रूम मागच्या आठवड्यात त्यानं फोडली, तर मग तू आम्हाला का नाही सांगितलं?" - अक्ष्यानं आपली मान छताकडे ठेवतच जयाला विचारलं.

"अन्, सांगितलं जरी असतं, तर काय उपटलं असतं तू?" जयानं अक्ष्याकडे न बघता उत्तर दिलं. अक्ष्यानं फक्त मान हलवली.

"बघू काय होईल ते, काहीही करून हे मिटवायला पाहिजे यार!" समीर शांतपणे बोलला.

अन् पुन्हा एकदा रूममध्ये शांतता!

"अण्णा कुठाय?" जयानं विचारलं.

"तो लायब्ररीमध्ये" - समीर बोलला, "चल बस; तीन पत्ती खेळू." समीरनं मूड बदलण्याचा प्रयत्न केला.

"नाही यार, आज मूड नाही."- जया बोलला.

"च्या मारी! त्या हर्षलानं तुला फार मागून पुढून ठोकलं आहे, प्रेम करावं तर ह्या अक्ष्यासारखं- याची 'आईटम' जेव्हा याला बोलली, की तू आयुष्यात काहीही करू शकणार नाहीस, अन् तिला ब्रेकअप करायचंय, तेव्हा कसा देवदास झाला होता हा दिवसरात्र! बारमध्ये अन् ढाब्यावर नव्हता, तर लायब्ररीमध्ये पडून होता. चार महिने साला दाढीही केली नव्हती यानं! तेव्हाच केली जेव्हा CATचा रिझल्ट आला. प्रेमात पडलं तर पडावं अक्ष्यासारखं- अन् तू साला- हर्षला.. हर्षला..

हर्षला - '' सुऱ्यानं आपलं ज्ञान पाजळलं.

“सुऱ्या, तू माझी आत्ता मारू नकोस.'' अक्ष्यानं मध्येच सुऱ्याचं वाक्य तोडलं.

पुन्हा एकदा शांतता! बाहेर थोडासा गारवा असूनही मनात कसलीतरी आग होती सर्वांच्या!

“हो ते खरंय सुऱ्या, पण तुमचं काय?'' समीरनं मध्येच सुऱ्याला विचारलं.

“आम्हाला तर M.Sc.च्या पोरींमध्ये रस आहे, आपल्या क्लासमधल्या अन् जुनिअर्समध्ये काहीही इंटरेस्ट नाही. 'बडी सोच रखो यार', एखादी MPSC पास झालेली पोरगी पटवणं म्हणजे carrier set, direct नवरा एखाद्या कलेक्टरचा! ऑनलाईन उगीच नसतो मी भावा...!'' सुऱ्या हसत हसत बोलला.

अन् समीर अन् सुऱ्या हसायला लागले. अक्ष्या फक्त गालातल्या गालात हसला. जया मात्र शांत होता. काहीही झालं, तरी समीर थोडासा मूड बदलण्यात यशस्वी झाला.

संध्याकाळचे सहा वाजले होते. वातावरण अगदी मस्त होतं. हॉस्टेलवर पोरांचा आवाज येत होता. कुठे गाणी सुरू होती. परीक्षा जवळ आल्यानं जवळजवळ अर्धं हॉस्टेल लायब्ररीमध्ये घासत होतं. चौघंही GD - गुरू नानक ढाब्यावर जायला तयार झाले. गुरू नानक ढाबा पंजाबी ढाबा होता, विद्यापीठापासून ४ किलोमीटर अंतरावर!

“पण जया, तिचा भाऊ MPSC मुख्य परीक्षा पास झालाय, असं ऐकलंय यार!'' सुऱ्यानं भीती व्यक्त केली.

“हं..'' समीरनं मान हलवली.

“किस्सा वाढवू नको जया, जिथं आहे तिथंच थांब.'' अक्ष्या जयाला बोलला.

“आत्ता जे होईल ते होईल- आर नाहीतर पार- जगलो तर हर्षलासोबत नाहीतर मरण परवडलं. जर त्यानं माझं carrier बरबाद केलं, तर त्याचं carrier मी बरबाद करेन!'' जया आपले दोन्ही हात केसांवरून फिरवत, थोडंसं वर बघत बोलला.

३

जया, अक्ष्या, सुऱ्या अन् समीर हॉस्टेलच्या बाहेर आले, कधीकधी मनात खूप विचारांचं थैमान असलं, की बोलायला काही शब्द उरत नाहीत... मनाच्या तळात अंधाराशिवाय काहीच दिसत नाही! हॉस्टेलच्या समोर असलेल्या डांबरी रस्त्यावर ते पोहोचले. कॉलेजच्या जीवनात संध्याकाळसुद्धा अगदी सकाळसारखीच असते, ताजीतवानी! रस्त्याच्या शेजारी असणाऱ्या बेंचवर काही जण मोबाईलवर रिंगटोन वाजवत येणारीजाणारी 'हिरवळ' बघत बसले होते, काही मुली लायब्ररीतून हॉस्टेलवर चालल्या होत्या. सुऱ्याही हिरवळ निरखत होता. जया, अक्ष्या अन् समीर सरळ बघत चालले होते.

"जया, तुझी आयटम" सुऱ्या जयाला खुणवत हळूच पुटपुटला.

जयानं हर्षलाकडे बघितलं. तिच्या आवडत्या काळ्या रंगाचा पंजाबी ड्रेस तिनं घातला होता. तिचं गोरं रूप काळ्या ड्रेसवर अजूनच खुललं होतं. हर्षलाची अन् जयाची नजरानजर झाली. तिचे डोळे दिवसभर लायब्ररीत बसल्यानं दमलेले होते. दोघांच्याही ओठांवर चिमूटसंही स्मित नव्हतं. जयानं खिशातून मोबाईल काढला अन् तिला कॉल केला. HDच्या भीतीमुळे त्यांना सर्वांसमोर बोलणं जमत नसे!

"हाय शोनू, कुठं चालला आहेस?" हर्षला चालत चालत फोनवर बोलू लागली. इतक्या वेळेत ती जयापासून काही अंतरावर दूर गेली होती.

"GD"- जयानं सरळ उत्तर दिलं.

"मला खूप भीती वाटत आहे जयंत, हे सगळं आपल्याबरोबरच का होतंय?" हर्षलाची भीती तिच्या आवाजातून स्पष्ट जाणवत होती.

"काही नाही रे शोनू, होईल सगळं नीट, तू जास्त विचार नको करूस-" जयानं तितकंच शांत राहून उत्तर दिलं. मनात मात्र विचारांचं वादळ!

"मला नाही वाटत की काही ठीक होईल, तुझी एकही गोष्ट माझ्या भावाला आवडत नाही. मला बोलला, की काय तू त्या बेवड्याच्या नादी लागली आहेस?" - हर्षला शांत आवाजात त्याला बोलली.

"हो काय? मी बेवडा अन् तो काय धुतलेल्या तांदळासारखा? येडझवेपणा नुसता!" - जयानं थोडं हसत हर्षलाला उत्तर दिलं.

"जयंत भाषा...! हहह... अन् ऐक जयंत, जास्त पिऊ नकोस. तुझे मित्र पण ना एकेक नमुने आहेत, मला खूप काळजी वाटते रे तुझी. मला नाही ना सोडून जाणार कधी?'' हर्षला

"ना रे शोनू- जियेंगे साथ में, मरेंगे साथ में -'' जयंतनं पायासमोर आलेला दगड बुटानं फुटबॉलसारखा मारला.

"तुला काय फिल्मी डायलॉग सुचतायेत? मला काही करमत नाहीये इथं! ऐक ना, मी हॉस्टेलवर पोहोचलेय, कॉल कर मला, लव्ह यू ! उम्हं ! पुन्हा एकदा सेकंड इअरला जावंसं वाटतंय. शोनू, काल मी पूर्ण दिवसभर आपण नाशिकला गेलो होतो ना, तो दिवस आठवत बसले होते. कॉल कर मला, ठेवतेय आत्ता!''

"हो, लव्ह यू ! चल बाय'' अन् जयंतनं फोन कट केला.

'पुन्हा एकदा सेकंड इअरमध्ये जावंसं वाटतंय शोनू... पुन्हा एकदा सेकंड इअरमध्ये जावंसं वाटतंय शोनू...' हर्षलाचं हे वाक्य त्याच्या मनात पुन्हा पुन्हा वाजून स्पंदन करायला लागलं.

ऑक्टोबर २००४

हर्षलाला कॉलेजला येऊन दीड वर्ष झालं होतं, अन् जयाचं अन् तिचं प्रेम बहरू लागलं होतं. अक्ष्या अन् त्याच्या राणीच्या मदतीनं! अक्ष्या जयापेक्षा जरा जास्त फास्ट होता. त्याच्या मैत्रिणीचं नाव राणी होतं. जेव्हा जयानं हर्षलाला पाहिलं, तेव्हा तिच्या प्रेमात तो पाहताक्षणीच पडला. त्याला अक्ष्यानं अन् राणीनं मदत केली. HDमुळे एक मोठं गुपित होतं. मोबाइल अन् gtalk मुळे हर्षला अन् जयाचं भागत होतं. I Love you बोलून सहा महिने झाले तरी, अजून एकदाही ते दोघं एकमेकांना भेटले नव्हते. जे बोलणं व्हायचं ते मोबाइलवर. मोबाइलवर त्यांनी कितीतरी रात्री भासी प्रणय करून रंगवल्या होत्या, तरी प्रत्यक्षात मात्र स्पर्शही केला नव्हता. त्या दिवशी अक्ष्यानं अन् राणीनं त्यांची भेट घडवून आणली. प्रसंग होता राणीच्या मोठ्या भावाचं लग्न! हर्षलाला तिच्या मैत्रिणीच्या भावाच्या लग्नाला जायची परवानगी मिळाली होती. अर्थातच जया अन् अक्ष्याही जाणार होते.

हर्षला एक दिवस आधीच राणीच्या घरी नाशिकला गेली होती. अक्ष्याचा एक मित्र नाशिकला राहत असे. जया अन् अक्ष्या त्याच्याकडे राहिले होते. उद्याचं प्लॅनिंग पक्कं होतं. अक्ष्याच्या मित्राची बाईक अन् पूर्ण दिवस हर्षलाबरोबर- लग्नाचं तर कारण होतं. इथं दोघांना ओळखणारं कुणी नव्हतं. जिथं आपल्याला कोणी ओळखत नाही तिथंच खरं स्वातंत्र्य अन् स्वैराचार!

सकाळी सकाळी हर्षला उठली. राणी अगोदरच उठून, आवरून तिच्या भावाच्या लग्नाच्या तयारीला लागली होती. हर्षला आंघोळ करून आरशासमोर

आली. आपलं सौंदर्य आरशात बघून तिची तिलाच लाज वाटली. आज काय होणार या विचारानं तिची छाती धडधडू लागली. स्वतःचं सौंदर्य आरशात बघणं हा तिचा आवडता छंद होता. तिच्या शरीरावरची रेखीव वळणं कुणालाही आकर्षित करत असत. का कुणास ठाऊक; तिच्या ओठांतून स्मितहास्य फुलत होतं. आज इतक्या दिवसांनी ज्याला जीव लावला, त्याला प्रत्यक्षात भेटायची वेळ आली होती, तेवढ्यात तिचा फोन वाजला.

''हॅल्लो शोनू'' हर्षलानं आपली मान झटकून केस आवरून उत्तर दिलं.

''हॅल्लो, कधी निघतेयस?'' जयंतनं विचारलं.

''अजन १ तासात पोहोचेन रेल्वे स्टेशनसमोर'' - हर्षलानं उत्तर दिलं.

''बरं; रेल्वे स्टेशनसमोर आल्यावर समोर एक कॅफे आहे, मी तिथं असेन,'' - जयंत.

''बरं, येते...'' अन् तिनं फोन ठेवला.

अक्ष्यानं त्याच्या मित्राच्या पल्सरचा जुगाड करून ठेवला होता. दोघंही रेल्वे स्टेशनसमोर होते, कॉफी हॉऊसमध्ये दोघंही गेले.

''यार अक्ष्या, कससं होत आहे! इतक्या दिवसांनी हर्षलाला स्पर्श करेन मी. - मला खरं नाही वाटत.''

''एवढा नर्व्हस कशाला होतोस?'' - अक्ष्या कॉफी पीत बोलला.

''माहीत नाही यार- तुझं साल्या सगळं चांगलं चाललंय राणीबरोबर'' - जया

''नाही रे, राणी फक्त मैत्रीण आहे,'' अन् दोघंही एकाच वेळी हसले. ''बरं, अन् तिला कुठेही, कुठल्याही हॉटेलमध्ये घेऊन नको जाऊस, उगीच काही लफडा नको करूस!'' - अक्ष्यानं कॉफीचा एक सिप घेतला.

''हं..., बरं - तसं काही नाही ठरवलं आईघाल्या..!, तू 'एमिनेम' अन् 'विज खलिफा'ची गाणी ऐकून येडा झालायस.''

''हाहाहा - तू तरी मला काही सांगू नकोस, - चल मी जातो आता.''

जया एकटाच बसला होता. मनात कितीतरी विचार येत होते. कशी असेल हर्षला जवळून? जशी फोनवर बोलते, तशीच बोलत असेल का? मी हात लावल्यावर ती काही बोलेल का? जशी दुरून दिसते तशीच जवळूनही दिसत असेल का? उम्याच्या रूमला गेलो, तर ती मला चुकीचं समजेल का? एक ना लाखो विचार! एक एक मिनिट एक एक तासासारखं वाटू लागलं... काही केल्या घड्याळाचे काटे पुढे सरकत नव्हते. अजून अर्धा तास होता, तिला येण्यासाठी! कॉफीचं बिल देऊन तो समोरच्या मेडिकल स्टोरमध्ये आला.

मेडिकलमध्ये कोणी नाही हे बघून तो दुकानात गेला. वेळ पडल्यास लागणारी 'सामग्री' घेऊन तो कॉफी शॉपमध्ये पुन्हा आला. अजून थोडा वेळ असल्यानं बॅगेत

असलेलं 'आय डेअर' पुस्तक वाचायला सुरुवात केली, अन् अजून एक कॉफी मागितली.

काही वेळानं त्याचा फोन वाजला. हर्षला कॉफीशॉपच्या समोर होती. त्याच्या मनात धडधड सुरू झाली. तिचं सौंदर्य त्याला तिच्याकडे बघतच राहायला मजबूर करायला लागलं. तिनं निळी जीन्स अन् गुलाबी शर्ट घातला होता. त्यानं पुस्तक बॅगेत ठेवलं अन् तो समोर पार्क केलेल्या पल्सर २२०कडे गेला.

"एवढा उशीर? काय मेकअप करत होतीस का?" त्यानं हर्षलाला चिडवलं.

"गप रे! नव्हते करत मेकअप - मला गरज नाही मेकअप करायची हं..." हर्षलानं आपल्या तोंडावर बांधलेला रुमाल काढत उत्तर दिलं!

दोघांनाही एक दुसऱ्यांना जोराची मिठी मारावीशी वाटत होती; पण खरं आयुष्य DDLJ सारखं नसतं.

"कसाहेस?" तिनं बाईकवर बसत विचारलं.

"रात्रभर झोप नाही आली मला- सारखा तुझाच विचार होता. यार तुझ्या भावाचे मित्र आपल्या कॅम्पसमध्ये नसते, तर काय मज्जा आली असती ना!" - जयंत बाईक सुरू करत बोलला.

"गप रे! तू इकडून तिकडे सारखा माझ्या भावावर का जातो? मला आज काही आठवायचं नाहीय." - हर्षलानं तोंडावर रुमाल बांधला.

जयंत फक्त हसला.

"खर सांगू का? मलाही रात्रभर झोप नाही आली, मी आज खूप खूश आहे... हॅप्पी!" हर्षलाचा आनंद साऱ्या गगनात नाचत होता.

दोघांनीही निळ्या रंगाच्या जीन्स घातल्या होत्या. बाईकवर बसल्याने दोघांच्या मांड्या एकमेकांना बिलगल्या, अन् मनात कितीतरी धडधड... जयंत थोडासा मागे सरकला, तिनं ते समजून तीही जयंतच्या थोडेसे जवळ आली. तिच्या छातीचा स्पर्श जयंतच्या पाठीला झाला- तशी त्याच्या शरीरातून वीज वाहू लागली. दिवस एकदम ताजातवाना, कुणीतरी मस्त संगीत वाजवत आहे, अन् सारं जग त्यावर नाचत आहे, असा त्याला भास झाला. तिनं हळूच एक हात जयंतच्या कमरेवर लपेटला.

"कुठं जातोय आपण?" तिनं जयंतला विचारलं

"एक बाग आहे इथे चांगली जवळच- तू ब्रेकफास्ट केला?" जयंत.

"हो- राणी असं कसं जाऊ देईल?" हर्षला.

"आपण जे काही 'ते' फोनवर बोलतो ते तू राणीला नाही ना सांगत?" जयंत हसत बोलला.

"नाही रे, आम्ही मुली काही तुमच्यासारख्या नसतो," - हर्षलानं आवाजाला थोडंसं वळवत उत्तर दिलं. "खरं सांगू का जयंत, मला कळत नाही की मी वाईट

मुलगी आहे का? बाबा गेल्यापासून मला पहिल्यांदाच तुला भेटल्यापासून मी 'जगतेय' असं वाटतंय रे! मी जेव्हा तुझ्याबरोबर बोलत असते, तेव्हा मी - 'मी असते.' सगळेच असं बोलत असतील का रे, जे आपण फोनवर बोलतो, करतो तसे? की फक्त आपणच चुकीचं काही करतोय?'' - हर्षलानं आपलं मन मोकळं केलं.

''श्या! काय त्यात, करत असतील सगळेच किंवा नसतीलही; आपल्याला काय त्याचं? त्यांचं आयुष्य वेगळं, आपलं वेगळं!' जयंतनं उत्तर दिलं.

''मला नाही ना कधी सोडून जाणार तू? मी तुझ्याशिवाय नाही रे जगू शकत-'' हर्षलानं त्याच्या कमरेवरचा तिचा हात अजूनच घट्ट केला.

''नाही रे शोन्या, कधीच नाही.'' जयंतनं तेवढंच घट्ट उत्तर दिलं.

दोघांनाही असं वाटत होतं, की आज त्यांचा पुनर्जन्म झालाय. आज ज्या तऱ्हेनं जयंत ही दुनिया बघत होता, तसं कधीही त्यानं अनुभवलं नव्हतं. त्यानं बाईक बागेच्या बाहेर पार्क केली, अन् दोघं आत गेले. दोघांचे हात एकमेकांत गुंफलेले होते. थोडीशी गर्दी होती बागेत, त्यामुळे ५-१० मिनिटं ते असेच भटकत राहिले.

''आपण करतोय ते बरोबर करतोय का रे?'' हर्षलानं त्याच्याकडे बघत विचारलं.

''तुला काय वाटतं?'' जयंत.

''मला माहीत नाही, आय मीन जर आईला कळलं, की मी तुझ्याबरोबर अशी इथे फिरतेय, तर तिला काय वाटेल?'' हर्षला.

''हं..., बघ परत जायचं असेल तर जाऊ, तसंही लग्न दुपारी ३ला आहे, मदत कर राणीला तिकडे.'' जयंत इकडेतिकडे बघत थोडंसं हसत बोलला.

''जा रे, असं का बोलतोस.'' हर्षला थोडीशी नाराज होत बोलली.

''हे बघ हर्षला, मी तुझ्यावर प्रेम करतो, अन् तुझ्याबरोबरच मला पुढचं आयुष्य घालवायचंय; सारी दुनिया जरी आड आली, तरी मी तुला सोडणार नाही.'' त्यानं तिच्याकडे बघत उत्तर दिलं.

अन् दोघांचे डोळे एकमेकांना भिडले! बागेच्या कोपऱ्यात त्यांना झाडाआड थोडासा आडोसा मिळाला. दोघांचे श्वास एकमेकांत वाहू लागले. जयंतनं हर्षलाला अजूनच जवळ खेचलं, दोघांची शरीरं एकमेकांना बिलगली. त्यानं आपले ओठ तिच्या सुंदर लाल ओठांवर टेकवले, तिनं तिचे ओठ सोडवले अन् ती त्याला बोलली - 'इथं नको ना जयंत' पण जयंत ऐकायला तयार नव्हता. एक हात तिच्या पाठीमागून तिच्या कमरेखाली फिरू लागला. हर्षलाचा विरोध तिच्या प्रेमापुढे हरला, तिचे हात त्याच्या केसांतून फिरू लागले... स्वर्ग कुठे असेल तर तो इथंच. पहिलं चुंबन हे कितीतरी विशिष्ट असतं! आयुष्यभर जे काही क्षण आपण कधीच विसरत

नाही, त्यांतील एक म्हणजे पहिलं चुंबन! दोघंही एकमेकांत बुडालेले होते, जणू या जगात त्या दोघांशिवाय कुणीच नाही!

"ये भोसडीच्या.. काय चाललंय काय इथं?, नोटीस वाचली नाही का, काय लिहिलीय इथे -'बागेत अश्लील चाळे केल्यास पोकळ बांबूचे फटके देण्यात येतील. कायदेशीर कारवाई केली जाईल.." या मोठ्या आवाजाने त्यांचा एकाकीपणा दुरावला.

झटका लागावा तशी दचकून, घाबरून हर्षला जयंतपासून दूर झाली. समोरचा गार्ड पाहून तिच्या डोळ्यांतून पाणी वाहू लागलं. ती भीतीनं थरथरू लागली, जयंतचीही छाती धडधडू लागली.

त्यानं हर्षलाला एक मिठी मारली अन् बोलला - "काही घाबरू नकोस शोनू, मी आहे ना."

पस्तिशीच्या आसपास असलेल्या राकट चेहऱ्याच्या सिक्युरिटी गार्डकडे त्यानं पाहिलं.

"काय, कळत नाही का? कुठले आहात तुम्ही? पोलीस स्टेशन इथंच जवळ आहे, चला बरोबर. तिकडे आई-बाप काम करून मेहनत करून तुम्हाला शिकायला पैसे पाठवतात, अन् तुम्ही असले धंदे उघड्यावर करता? लाज नाही का वाटत तुम्हाला?"

हर्षला आत्ता जास्तच रडू लागली. पोलीस... भाऊ... आई... घरचे... जयंत... कॉलेज... असं चक्र तिच्या डोळ्यांसमोर फिरू लागलं!

क्षणाचाही विलंब न लावता जयंतनं हर्षलाचा हात पकडला - "शोनू घाबरू नकोस! नीट ऐक, आत्ता तू इथून लगेच जा - अन् जिथे आपण सकाळी भेटलो तिथे जा! लगेच नीघ! गेट तुझ्या पाठीमागेच आहे, मी येईन तिथे. माझी काळजी नको करू- जा लगेच.." - जयंत तिच्या कानात बोलला. तिच्या डोळ्यांतील भीती जयंतनं ओळखली होती.

तशी हर्षला तिथून काही व्हायच्या आत गेटकडे निघून गेली.

जयंतनं हर्षलाकडे बघितलं. ती बाहेर थांबलेल्या रिक्षात बसली, अन् क्षणात निघून गेली.

"काय रे..! काय करत होतास? चल पोलिसाकडे.! उघड्यावर असले चाळे करणं गुन्हा आहे, माहीत आहे ना," गार्ड रागानं ओरडत बोलला.

जयंतनं इकडे तिकडे बघितलं - "कोण? काय करतंय इथं? मी एकटा काय चाळे करणार काका? चाळे करायला पोरगी लागते पोराबरोबर. चला, पोलीसकडे जायचंय ना तुला?" जयंतही त्याच्याच आवाजात त्याच्यावर ओरडला!

जयंतचा 'गेम' गार्डच्या लक्षात आला! त्यानं हर्षलाला आधीच पाठवून दिलं

होतं. या एकट्याला पोलिसात नेऊन तरी जाऊन काय करणार?

"चल ऑफिसमध्ये, अन् आवाज कमी कर... फोडून काढेन." - गार्ड ओरडला.

"सुरुवात तू केली...! ऐक, ऑफीसमध्ये नेऊन तुला काय मिळणार न मला काय मिळणार?" त्यानं खिशातून ५०० ची नोट काढून गार्डच्या हातावर ठेवली.

"जाऊ का मग आता?" - त्यानं गार्डच्या डोळ्यांत सरळ बघून विचारलं.

गार्ड काहीच बोलला नाही अन् जयंत त्याच्या समोरून निघून गेला! तो त्याच्याकडे बघतच राहिला!

जयंत घाईघाईनं बाहेर आला अन बाईक सुरू केली. हर्षलाची काळजी त्याला सतावत होती. १५-२० मिनिटांत तो हर्षलाकडे पोहोचला, तेवढ्यात हर्षलाचे २०-२५ मिस्ड कॉल्स आले होते. हर्षलानं त्याला पहिलं, अन् तिच्या चेहऱ्यावरची काळजी उडून गेली. कपाळाला हात लावत ती त्याच्या बाईकवर बसली!

"काय झालं तिथे?" - तिनं भीतीनं त्याला विचारलं.

"काही नाही, पैसे दिले त्याला, ५०० रुपये अन् आलो. ह्यांना पैशाशिवाय काही पडलं नाही. गार्ड नसता ना तो, तर तिथेच मारला असता त्याला." त्यानं रागात तिला सांगितलं.

"जाऊ दे ना, चूक आपली होती; पण बरं झालं त्यानं पोलिसात नेलं नाही." हर्षला.

"कसले पोलीस! पैसे कमवायचे धंदे हे!" - जयंत

अन् थोडा वेळ दोघंही शांत झाले.

सकाळचं वातावरण अन् आताचं वातावरण यात जमीन-आकाशाचा फरक होता. आता कुणी संगीत वाजवत नव्हतं अन् सारी दुनिया नाचतही नव्हती.

"जाऊ दे, काळजी नको करू तू." त्यानं तिचा हात हातात घेतला. हर्षला त्याला बिलगून बसली होती.

काही वेळानं ते उम्याच्या रूमवर आले. त्यानं दरवाजा उघडला, अन् दोघं आत आले, दरवाजा बंद करताच तिनं त्याला मिठी मारली. त्यानं तिला कुशीत घेतलं. क्षणातच त्यांचे ओठ एकमेकांवर टेकले. दोघांच्या श्वासांचा वेग वाढला, त्याचा हात तिच्या टी-शर्टमध्ये फिरू लागला. तिच्या गरम श्वासांची आग त्याला पेटवू लागली. त्यानं तिला उचलून सोफ्यावर टेकवलं. हर्षलाचे डोळे झाकलेले होते. तिनं डोळे उघडले अन् नकारार्थी मान हलवली. तिचे डोळे भरलेले होते.

"का गं शोनू? काय झालं?" त्यानं हळूच तिला विचारलं.

हृदय अनोळख्या गतीनं धावत होतं. मनात अनोळखी विचार होते.

तिनं त्याच्याकडे बघितलं अन् ती काहीच बोलली नाही. तिची काळ्या रंगाची

अंतर्वस्त्रं पाहून त्याला सुखद आनंद झाला. त्याचाही आवडता रंग काळा होता, हे हर्षलाला माहीत होतं. सुंदरतेची जोड असेल, तर प्रणयाचा आनंद कितीतरी पटींनी वाढतो.

"हे काय, जया मी प्रेम करते तुझ्यावर. मला तू प्युअर हवाय, असा कव्हर घालून नव्हे, हे क्षण मला आयुष्यभर आठवायचेत, ही काय फक्त वासना नाही, टाईमपास नाही! मला तुझ्याशी एकरूप व्हायचंय... मला माझ्यात तुला अनुभवायचंय." हर्षला तिचा एक डोळा झाकत बोलली. कधीकधी तिला त्याला 'जया' म्हणाला आवडायचं.

"हं... अन्, तू प्रेग्नंट झालीस तर????" - त्यानं तिला विचारलं.

"वेड्या, नाही होणार! बारावीला Biology होत माझं -" तिनं त्याला तिच्यावर ओढलं. घाबरत घाबरत ते दोघं अडखळत, धडपडत प्रणयात वाहू लागले. कितीतरी चुंबनांचा वर्षाव तिच्या अन् त्याच्या शरीरावर होत होता, अन् तीही त्याला तेवढ्याच गतीनं प्रतिसाद देत होती.

काही वेळानं दोघांचे श्वास नेहमीच्या गतीनं वाहू लागले. तो हर्षलाकडे बघतच होता. हर्षलानं त्याला घट्ट मिठी मारली. जेव्हा दोन व्यक्ती एकमेकांत गुंततात, तेव्हा त्यांची मनंही अजूनच एकमेकांत गुंततात!

त्यानं हर्षलाकडे पाहिलं. तिच्या डोळ्यांत अश्रूंबरोबर 'वात्सल्य' वाहत होतं. तिचा गोरा चेहरा लाल झाला होता. तिला मंदिरात ठेवून तिची पूजा करावीशी वाटली त्याला! तिच्या चेहऱ्यावरचा असा भाव त्यानं आधी कधीच बघितला नव्हता.

हर्षला रडू लागली. तिनं त्याला अजून मिठी मारली अन् बोलली - "मला नाही ना रे सोडून जाणार कधी?"

४

ऑक्टोबर २००५

चौघंही विद्यापीठाच्या मुख्य गेटसमोर बाहेर आले. रस्त्यावर मिळेल त्या गाडीची वाट बघत उभे राहिले. गेटच्या बाहेर वडापाव, मिसळ, भेळ, चहा इ.चे गाडे लागले होते. चहाचे गाडे सहसा रात्रभर चालू असत. बऱ्याच विद्यार्थ्यांची वर्दळ होता. परीक्षेची वेळ असल्यानं काही हुशार विद्यार्थी हातामध्ये नोट्स घेऊन खाता -खाता वाचत होते. समीरनंही हातामध्ये 'नोट्स' आणल्या होत्या; तोही टॉपर्सपैकी एक होता. काही वेळाने एक वाळूचा ट्रक उभा राहिला अन् ते सगळे मागे बसले. जया अक्ष्याच्या मांडीवर डोके ठेवून वाळूवर पडला. त्याच्या हातावरील 'ब्लेड'ने कोरलेले 'H' हे अक्षर बघून अक्ष्याला जयाशी काय बोलावे हे कळत नव्हते.

"यार जया, समज की हर्षला आपल्या विद्यापीठात आली नसती तर?"

"तर काय.... ह्याने दुसरीला हर्षला बनवले असते. हाहा..." समीरने हसत उत्तर दिले.

"तू मार माझी...पण यार आज गेटवर 'पहिल्या वर्षाची' पोरं बघितली; अन् आपले ते दिवस आठवले!"

मे २००२

बारावी झाल्यावर स्वप्नातलं कॉलेजचं आयुष्य सुरू होतं. स्वप्न अगदी साधंसुधं असतं. एक सुंदर... देखणी... चारचौघांत उठून दिसणारी, 'मैत्रीण' असावी अन् तिच्याबरोबर सगळ्या कॅम्पसमध्ये सर्वांसमोर छाती फुगवून फिरावं. पण 'स्वप्नात' अन् 'अस्तित्वात' अंतर असतं ते 'वेदनेचं!' त्या १८-१९व्या वयात याची कल्पना खूप कमी असते, याच वयात फक्त आपणच या अख्ख्या जगाचे राजे आहोत, अशीही एक गोड अंधश्रद्धा असते. अन् त्यात बॉलिवूडने अजूनच स्वप्नात भर पाडलेली असते.

'अक्ष्या' आपली सामानाची पेटी घेऊन विद्यापीठातून हॉस्टेलकडे चालत होता. रस्त्याच्या दुतर्फा असलेली झाडे त्याच्या मनाला खुलवत होती. कोणत्यातरी स्वप्नांनी त्याचं मन भरलं होतं.

"फर्स्ट इयर का?" - पलीकडून चालणाऱ्या काही मुलांचा आवाज त्याला

ऐकू आला.

"हो, अन् तुम्ही?" अक्ष्याने विचारले.

"मेसमध्ये आल्यावर कळेल" - त्यांनी हसत उत्तर दिले.

ते 'मेसमध्ये आल्यावर कळेल' - असे का बोलले, हा विचार करत अक्ष्या हॉस्टेलवर पोहोचला. हॉस्टेलमध्ये पहिल्या दिवशी सगळे अनोळखी चेहरे बाल्कनीत एकमेकांची ओळख करून घेण्यासाठी जमा झाले होते. कुणी हसत बडबड करत 'नॉनव्हेज' जोक्स अन् 'शेरोशायरी' सांगत होता, तर कुणी गंभीर चेहऱ्याने ते ऐकत होता... तर कुणी हसत होता!

रॅगिंग हे प्रकरण कायदेशीर बंद झालं असलं, तरी या विद्यापीठात चालूच होतं. त्या वेळी जया, अक्ष्या, सुऱ्या, अण्णा हे एकमेकांना ओळखत नव्हते. प्रथम वर्षातील मुलांसाठी एक विशेष 'हेअर कट' होता. साधारण ५ सेंटिमीटरपेक्षा जास्त केस नकोत- माहीत नाही कधीपासून हा नियम अस्तित्वात होता! बाल्कनीत नवीन चेहरे पाहून अक्ष्या पुरता गडबडलेला होता. तो त्याच्या रूममध्ये आला.

महाराष्ट्रात जिल्ह्याप्रमाणे माणसांचे प्रकार! रूम्सची विभागणीही बारावीत मिळालेल्या मार्क्सने झाली होती. शिक्षणपद्धतीत मार्क्स ही 'जात' आहे. ज्याला जास्त मार्क्स, तो पहिल्यांदा रूम निवडेल अन् रूमपार्टनरही...मार्क्सच्या उतरत्या क्रमाने!

"मी सुजीत, सातारा- तुझा रूममेट." सुजीतनं अक्ष्याला रूममध्ये येताना पाहिलं अन् हात पुढे करून अक्ष्याला स्मितहास्य केलं.

"मी अक्षय, सोलापूर"- अक्ष्यानं मान हलवत आपलं सामान खाली ठेवत उत्तर दिलं.

"तू कधी आलास इथं? मला चार-पाच दिवस उशीर झाला. कॉलेज सुरू झालं का प्रॉपर?" अक्ष्या.

"८-९ दिवस झाले मी आलो. घरी बोअर वाटू लागलं, म्हणून आलो लवकर- तर तेव्हापासून वाट लागली आहे. १-२ दिवसांपासून सुरू झालीत काही लेक्चर्स, पण अजूनही सगळी पोरं नाही आलीत!"

"म्हणजे? वाट...? कशी काय वाट लागली?" - अक्ष्या.

"अरे इथं 'रॅगिंग' खूप भयाण आहे. हे बघ माझे केस, तूही उद्या कट करून ये." सुजीत डोक्यावरून हात फिरवत अक्ष्याशी बोलला.

अक्ष्या त्याच्याकडे बघत गालातल्या गालात हसला - "पण या 'हेअर स्टाईल'च नाव काय?"

"काय माहीत यार ! बाहेर गेटवर 'सलूनमध्ये जा अन् त्यांना सांग 'फर्स्ट

इअरचा' कट मारा, ते मारतील. बहुतेक सिनिअर्सना आपल्या क्लासमधल्या पोरी 'पटवायच्या' असतील म्हणून सगळ्या फर्स्ट इअरला हा अवतार करायला सांगत असतील!'' - सुजीत थोडंसं वैतागत बोलला.

''हाहा... पण 'रॅगिंग'? आजपर्यंत पेपरमध्ये वाचलं होतं. बंद झालंय ना ते कायदेशीर?''

''कसलं बंद; चालू आहे इथं! पण बरंय की 'रॅगिंग' फक्त मेसमध्ये होतं. बाकी कॉलेजमध्ये नाही! रेक्टर सहसा मेसमध्ये येत नाहीत, म्हणून मेसमध्ये! अन् कुणी सिनिअर समोर आला, की त्यांना विश कर... सर म्हण त्यांना, चुकूनही अरे-तुरे करू नकोस!'' –सुजीत.

''हं... पण 'रॅगिंग' म्हणजे नक्की काय करतात?'' अक्ष्याच्या मनात धडधड अन् उत्सुकता बरोबर संतुलित होती.

''कळेल तुला, संध्याकाळी मेसमध्ये गेल्यावर, चल मी बाहेर जातोय भेटू नंतर'' - अन् सुजीत बाहेर गेला.

अक्ष्यानं मान हलवली अन् कोण कोण इथं सोलापूरचे आहेत हे शोधायला / ओळख घ्यायला रूमच्या बाहेर आला, तसा त्याला एक सुखद धक्का बसला. त्यानं समीरला पाहिलं. दोघंही बारावीत एकाच कॉलेजमध्ये होते. ....या अनोळखी जगात एक जबरदस्त विसावा मिळाला! फरक एवढाच की समीर ९०% पेक्षा जास्त मार्क्स घेऊन आल्यानं हॉस्टेलमध्ये त्याची 'लॉबी' दुसरी होती. दोघांना एकमेकांना बघताच बरं वाटलं. माणसाचं मन हे इतकं विचित्र आहे, की आपला जिल्हा सोडला, की तो आपोआपच आपल्या जिल्ह्यातील लोक शोधायला सुरुवात करतो, अन् जर का ती नाही सापडली, तर आपल्या जातीतील लोकांना भेटलं, की त्यांना बरं वाटतं, आपलंसं वाटतं! समाजव्यवस्था! दुसरं काय?

धकधक करत शेवटचे संध्याकाळचे सात वाजले. हॉस्टेलवरती खालच्या फ्लोअरला सेकंड इअर अन् वरच्या फ्लोअरला सगळे First year राहत असत. तिसऱ्या अन् चौथ्या वर्षाचे विद्यार्थी थोडे दूर असलेल्या हॉस्टेलमध्ये राहत असत! हॉस्टेलमध्ये राहणं अनिवार्य होतं. सगळे नवीन विद्यार्थी एका रांगेत खाली TV हॉलमध्ये आले. सगळ्यांचे केस कापलेले! सगळ्यांनी फॉर्मल ड्रेस, shirting घातलेलं - जणू सगळे एखाद्या मुलाखतीला जात आहेत. TV हॉलमध्ये शिवाजी महाराजांच्या राज्याभिषेकाचा एक मोठा फोटो होता. पहिले बूट 'TV हॉल'च्या बाहेर काढायचे! सगळ्यांनी एकेक करून रांगेत त्यांच्या फोटोला पाच वेळा मुजरा करायचा. मग पाच पावले मागे जायचे अन् मग मागे वळून बूट घालून, मान खाली घालून मेसमध्ये जायचे! मेसमध्येही अजून एक राजेंसारखाच फोटो... मग सारखीच पद्धत मुजरा घालण्याची! फोटोखाली काही सिनिअर्स जेवत असताना- ते शिवाजी

महाराजांसारखे बसत आणि मुजरा स्वीकारल्यासारखे करत... हे बघून हसू आवरत नसे, पण हसता येत नव्हतं. सगळे 'गुलाम' आपोआप झाले होते - का माहीत नाही - भीती? माणसाच्या मनाला कळपाचे नियम डोळे झाकून अंगावर घेणं आवडत असावं! कुणी काहीही, कसलेही प्रश्न विचारत नव्हता! सगळ्यांनी हे आपोआपच स्वीकारलं होतं.

कॉलेजचा हा अप्रात्यक्षिक नियम होता, की फक्त मेसमध्येच त्रास होईल, मेसच्या बाहेर आलं की कोणी सिनिअर कुणाला काही बोलायचा नाही. मेसमध्ये मुजरा झाल्यावर सगळे एका रांगेत आपापलं जेवण घेण्यासाठी उभे!

मेसमध्ये गोंधळाला उधाण! 'ये आया मेरा नया बकरा' 'ये आईटम- खाली बघ - नजर पॅण्टच्या चेनकडे ठेव!' अशा आवाजांनी मेस दणाणून गेली होती.

अक्ष्याच्या मनात धडधडायला लागलं, पण उत्सुकताही तेवढीच होती. आपले ताट घेऊन तो जेवणाच्या टेबलकडे गेला. कोणी सिनिअर समोर आला, की उभा राहून त्याला 'गुड मॉर्निंग, गुड इव्हिनिंग' इ. वेळेप्रमाणे करायचं! पण मान खालीच ठेवायची. काही जण बरोबर दुपारी बारा वाजता समोर यायचे मग गुड मॉर्निंग सर की गुड आफ्टरनून सर म्हणायचं कळायचं नाही- सिनिअर्स मज्जा घ्यायचे!

अक्ष्याच्या शेजारी सुऱ्या बसला होता. कोणीतरी सुऱ्याच्या समोर आला, पण सुऱ्या उठला नाही!

"का रे... चुतिया कळत नाही का उभं राहायचं?" एक रांगडा आवाज अन् त्याचा हात सुऱ्याच्या डोक्यावर, तो हातानं त्याचं डोकं दाबत 'खाली लxxxx बघ" असा ओरडत बोलला.

"हो सर" सुऱ्यानं घाबरत उत्तर दिलं. सुऱ्या रागानं धुसमसत होता; पण एवढ्या सगळ्या सिनिअर्सपुढे त्याला काहीही करता येत नव्हतं!

"नाव?"

"सुरेश"

"फक्त सुरेश, बाप नाही काय?"

सुऱ्यानं त्याचं पूर्ण नाव सांगितलं.

"चल, मला एक अशी गोष्ट सांग, कि माझी 'थम्स अप'ची बाटली इथेच फुटली पाहिजे."

"म्हणजे?" सुऱ्या

"काय म्हणजे 'हैदोस' वाचत नाही का कधी? बर सोड एक नॉनव्हेज जोक सांग."

सुऱ्या जोक सांगू लागला.

अक्ष्या गाणं म्हणत नाचत होता. एक वेगळाच धिंगाणा होता मेसमध्ये! कोणी

'चालू घडामोडींचे' प्रश्न विचारत होता, कोणी एखादी भौतिक शास्त्रातील एखादी थिअरी समजून सांगायला लावत होता. सिनिअरचं चरित्र त्यानं विचारलेल्या प्रश्नानं झळकत होतं!

कोणी कुणाला बाईक चालवायची नक्कल करायला लावत होता, कोणी 'हा तुझा नवरा अन् त्याची सेवा कर' असे प्रसंग देत होता!

एक जण अक्षयच्या समोर आला. अक्षय नाचता नाचता 'गुड आफ्टरनून सर' बोलला.

"तुला आत्ता राग येतोय? खरं सांग!" - एक सिनिअर हसत बोलला.

"नाही सर"- अक्ष्याची मान खालीच होती.

"येतोय? अरे घाबरू नको, खरं सांग."

"हो, येतोय," अक्ष्यानं मान हलवून उत्तर दिलं.

"मग आला तरी काय 'उपटणार' आहेस काय?" - अन् तो जोरजोराने एकटाच हसू लागला - "बरं, राग येतोय तर बाहेर काढ. वर बघ अन् या पंख्याला शिव्या दे."

अक्ष्यानं वर पंख्याकडे बघितले - "सर, मी शिव्या देत नाही."

"ओये होये राजा हरिश्चंद्र बाहेर या तुम्ही.' अजून २-३ सिनिअर्स जमा झाले "यार हा शिव्या देत नाही!"

"मूव्हीज बघतो का?" - दुसऱ्यानं विचारलं.

"जास्त नाही सर- कधीकधी...वर्षात एक दोन वेळा" - अक्ष्या घाबरत बोलला.

"जास्त नाही म्हणजे, लास्ट टाइम कोणता बघितला."

'चांदणी बार'

"हा हा हा" - सिनिअर्सच्या हास्याला सीमा उरली नाही. "अरे ह्याच्याकडे बघा - हा मूव्हीज बघत नाही, वाईट शब्द बोलत नाही, शिव्या देत नाही.... अन् लास्ट मूव्ही 'चांदणी बार' हा हा हा" - सगळे हसायला लागले.

"सर, चांगला सिनेमा आहे तो. राष्ट्रीय पारितोषिक मिळालंय त्याला!"

"आयला! हे काय कामाचं नाही, जा बस-" असं म्हणून सिनिअर्स त्याच्यापासून निघून दुसरा 'बकरा' शोधायला गेले.

अक्ष्यानं हलकेच नजर चुकवून जेवता जेवता वर बघितलं-

समीर बाईक चालवायची ॲक्टिंग करत पळत होता!

"अबे चावी कोण लावणार? किक कोण मारणार? चालला लगेच बाईक चालवायला, जा परत."

समीर परत मागे गेला. बाईक बाहेर काढायची ॲक्टिंग केली, चावी लावली,

किक मारली अन् पुन्हा पळू लागला.

"ओये थांब, ही तुझी बायको आहे, तिला मागे बसव अन् जा" - एक सिनिअर मध्येच त्याला अडवत बोलला, अन् त्यानं सुजीतला समीरची बायको व्हायला सांगितलं. सुजीतनं बाईकच्या सीटवर दोन पाय दोन्हीकडे ठेवून बसतात, तसं मागे बसल्यासारखं केलं.

"अरे, बायका बसतात तसं बस. एका बाजूला दोन्ही पाय ठेव ना... तू ह्याची गर्लफ्रेंड नाहीस, बायको आहेस - मी तुला त्याची 'बायको' व्हायला सांगितलंय, 'गर्लफ्रेंड 'नाही!"

सुजीत एका बाजूला दोन पाय ठेवून, थोडासा वाकून, हात समीरच्या खांद्यावर ठेवून- समीरच्या मागून पळू लागला. बाकीचे सगळे सिनिअर्स हसत होते!

मधेच एक जण आला, "चल, मी ट्रॅफिक पोलीस आहे. ड्रायविंग लायसन्स दाखव."

"नाहीये माझ्याकडे सर" समीर.

"नाहीये तर मग, बायकोला मारणार का? - जा जेव!" - अशाही पद्धतीनं काही चांगले सिनिअर्स रॅगिंगपासून वाचवत असत.

तसे दोघे परत आपल्या जागी येऊन जेवू लागले.

दिवसावर दिवस जात होते, पण हे चक्र चालूच होतं! सकाळी क्लास - दुपारी मेस - नंतर क्लास - संध्याकाळी मेस - मेसमधले ते 'दोन तास' दोन जन्मांच्या बरोबर असत! ज्युनिअर्सची मान अन् मन खाली बघून बघून अवघडून जात असत! सुरुवातीला अवघड वाटणारं अन् त्रासदायक वाटणारं रॅगिंग अजूनच त्रासदायक वाटू लागलं होतं! पुण्यातल्या सतीश अन् अण्णाची दररोज रडल्याशिवाय बाहेर सुटका नव्हती.

अण्णाचं खरं नाव स्वप्नील होतं. त्याच्याच नावाचा अन् त्याचंच आडनाव असलेला एक सिनिअर फायनल इयरला होता. त्याचं टोपणनाव 'अण्णा'असं होतं. बस्स, मग काय - स्वप्नीलचं नामकरण झालं! तो स्वप्नीलचा अण्णा झाला, पुढे त्याला कुणी स्वप्नील या नावानं ओळखत नसत; सगळे 'अण्णा' याच नावानं ओळखू लागले.

अपमान सहन करण्याची ताकद प्रत्येकाची वेगळी असते. अन् सहन नाही झालं की ते रडत असत! ते रडले की कोणीतरी दुसरे सिनिअर्स येऊन त्यांची समजूत काढत असत - "अरे, रडतोय काय! मी पण पुण्याचा आहे - आम्हीही होतो फर्स्ट इयरला- जास्त लोड नाही घ्यायचा!"

कुणी कुणाला नॉनव्हेज जोक्स सांगायला लावे, तर कुणी मुलींचे बायोडाटा आणायला सांगे! काही जण खरेच चांगले होते, की दिखावा करत- काय माहीत?,

जास्त टॉर्चर होतंय असा झाला की समजवायला लागायचे! 'तुम्ही आता आता घर सोडलं आहे, होम सिकनेस, घराची आठवण रॅगिंगमुळे विसरून जाल! आम्ही काय तुमचे दुश्मन आहोत का?'' - अशा वाक्यांनी मलमपट्टी केली जायची.

पण काहीही असो रॅगिंगनं त्यांना बोल्ड केलं होतं! काहीच्या काही प्रश्न! 'तुझी उंची किलोमीटरमध्ये सांग... वगैरे... फर्स्ट इयरमध्ये सगळ्यात हॉट पोरगी कोण आहे? तिची साईज बरोबर सांग, नजर अशी अचूक पाहिजे की, पोरगी बघताच तिची 'फिगर' करेक्ट सांगता आली पाहिजे!' अन् अश्लीलतेलाही लाजवेल असले भयानक प्रश्न!

काही सिनिअर्स विचित्र होते. मुद्दामून त्रास द्यायचा म्हणूनही द्यायचे! अजित त्यांपैकी एक होता! पहिलवान, रांगडा!

या रॅगिंगनं अक्ष्या, सुऱ्या, अण्णा, समीर अन् जयाला जवळ आणलं! खूप कमी चित्रपट बघितलेले अण्णा अन् अक्ष्या आता गाणी पाठ करू लागले होते. काहीही केलं तरी ही परंपरा बंद करता येणं शक्य नव्हतं.

कोणे कधी काळी एका आमदाराच्या नातेवाइकानं पोलिसामध्ये तक्रार केली होती, मंत्र्यापर्यंत केस गेली होती, पण कोणत्याच सिनिअरवर काहीच परिणाम झाला नाही- उलट त्या आमदाराच्या नातेवाइकाला विद्यापीठ सोडून जावं लागलं होतं- अशी गोष्ट इथं बऱ्याचदा ऐकायला मिळत असे!

विद्यार्थी परिषदेत खूप ताकद होती, विद्यार्थ्यांची एकता अफाट! त्यामुळे तक्रार करून तरी उगाच आपल्याला त्रास अन् सगळ्या सिनिअर्सशी दुश्मनी कशाला? सगळे आपल्याविरुद्ध उभे राहिले, तर आपल्यालाच कॉलेज सोडून जावं लागेल- काही दिवसांनी हे बंद होईलच! - असं म्हणून सगळे आपल्या मनाची समजूत काढून दिवस सारत होते.

कधीकधी मेसमध्ये रेक्टरची फेरी होत असे, तेव्हा सगळं नॉर्मल आहे असं दाखवायचं! जसजसा वेळ जाऊ लागला, तसं काही चांगले सिनिअर्स अक्ष्याचे मित्र बनू लागले! पण त्यांना रॅगिंगचा वीट यायला सुरुवात झाली होती. कधी हे सगळं संपेल, अन् मनाला वाटेल तसे आपण वागू, असं वाटू लागलं होतं. स्वातंत्र्य हिरावून घेतलं होतं या रॅगिंगनं!

जवळपास एक महिना उलटला होता. एक दिवस दुपारी मेसमध्ये जेवताना नेहमीप्रमाणे सुरू झालं.

एक सिनिअर- अजित सर, सुऱ्याच्या जवळ आला अन् बोलला - ''ऊठ अन् जा त्या दुसऱ्या सिनिअर्सची xxx मारून ये!''

सुऱ्या आधीच वैतागला होता. तोही सरळ जाऊन त्या सिनिअर्सच्या मागे अगदी जवळ जाऊन उभा राहिला अन् कंबर मागे-पुढे करू लागला, सगळे जण

जोराने हसू लागले, तसं त्या सिनिअरने मागे वळून सुऱ्याच्या कानफडात वाजवली.

हे बघून अजितही जवळ आला अन् सुऱ्याला बोलला की, तुला "सिनिअरची इज्जत नाही का करता येत?"

सुऱ्या कसाबसा उभा राहिला अन् अजितनं अजून एक त्याच्या कानफडात वाजवली!

नेहमीचं मस्तीचं वातावरण आज दोन सण-सण आवाजांनी तापलं होतं.

आत्ता मात्र कळस झाला होता. सगळं सहन करणारा सुऱ्या एका कानफाडीत खाली पडला!

तो उठला अन् त्यानं बेहेन्चोद असं ओरडून अजित सरच्या पोटात जोराची लाथ मारली अन् अजित ४-५ फूट दूर जाऊन पडला! हे बघून २-३ सिनिअर्स अजून एकत्र झाले अन् सुऱ्याला मारू लागले, काही सोडवू लागले.

जया हे सगळं बघत होता. क्षणातच जया सुऱ्याच्या मदतीला गेला, सिनिअर्स सुऱ्याला शिव्या देत लाथांनी मारत होते! अक्ष्या, अण्णा अन् समीर घाबरून गेले, तिघेही उठले अन् मध्ये पडले. ८-१० मिनिटांनी पाचही जण मेसच्या बाहेर आले अन् सरळ ३००-४०० मीटर दूर असलेल्या रेक्टर ऑफिसकडे धावत सुटले. त्या दहा मिनिटांनी विद्यापीठाचा इतिहास बदलून टाकला. आजपर्यंत कोणत्याही ज्युनिअरनं सिनिअरला रॅगिंग चालू असताना मारण्याचा पराक्रम केला नव्हता! बाकीचे सगळे 'गुलाम' जागच्या जागी खीळ ठोकून बसले होते!

शेवटच्या वर्षात असलेले विद्यार्थी परिषदेचे चेअरमन अन् अजून ५-६ विद्यार्थी मागून आवाज देऊन ओरडत होते की - 'रेक्टरकडे जाऊ नका भडव्यांनो! चार वर्षं राहायचंय तुम्हाला या कॉलेजमध्ये!"

५

सुऱ्याने केलेल्या तक्रारीने विद्यापीठाचे सगळे वातावरण तापले. सगळीकडे उदासी पसरली होती. सिनिअर्स ज्युनिअर्सकडे बघेनासे पण झाले। फर्स्ट इअर मध्येच तीन प्रकारचे ग्रुप्स बनले. पहिला- जो सुऱ्याला तक्रार मागे घ्यायला सांगत होता, दुसरा- जे जया अन् सुऱ्याच्या बाजूने होते; अन् तिसरा - जे कोणाच्याच बाजूनं नव्हते!

रेक्टरनं अजितला एका आठवड्याची मुदत दिली होती, की जर सुऱ्यानं तक्रार मागे घेतली नाही, तर अजितला कॉलेजमधून काढलं जाईल! अन् ताकीद दिली, की जर जया किंवा सुऱ्याला कोणी काही केलं, तर सरळ त्याच दिवशी त्याला कॉलेजमधून काढून टाकलं जाईल. इतकी वर्षं सुरू असलेल्या रॅगिंगच्या इतिहासात ही अशी पहिलीच केस होती.

सिनिअर्सनी लगेच स्टुडंट्स कौन्सिलची सभा बोलावली. सगळ्या फर्स्ट इअरला असलेल्या विद्यार्थ्यांना वाळीत टाकायचं! त्यांच्याकडून सेकंड इअरनं दिलेल्या सगळ्या नोट्स परत घ्यायच्या अन् काहीही संबंध ठेवायचा नाही. सिनिअर्सनी फर्स्ट इअरच्या दुखऱ्या नसेवर बोट ठेवलं होतं. असं केल्यानं फर्स्ट इअरचं आपापसातच वाजेल अन् तक्रार मागे घेतील, हे त्यांना माहीत होतं. डिव्हाइड अन् रूलचं तत्त्व! कॉलेजनं पोलिसात जाण्याचा निर्णय घेतला नव्हता. पोलीसमध्ये जाऊन नावाजलेल्या विद्यापीठाला सगळ्यांसमोर आणायचं नव्हतं.

त्या दिवशी मेसमध्ये जसं कुणी मेलं आहे, असं वातावरण होतं. कुणी कुणाशी एक शब्द बोलत नव्हतं. रात्रीचं जेवण करून सगळे आपापल्या रूमवर आले.

अक्ष्या, जया, सुऱ्या अन् समीर- सगळे अण्णाच्या रूममध्ये बसले होते.

''सुऱ्या, जे झालं ते झालं, तक्रार मागे घे, अजून परिस्थिती बिघडवण्यात काय पॉइण्ट आहे?'' - समीर

''म्हणजे? असं कसं सोडून देऊ? यार तू तर वर्गप्रतिनिधी आहेस''- जया समीरला बोलला.

''हे बघ जया, मान्य की आपण मित्र आहोत, पण इथं आम्ही लफडी करायला नाही आलो, अजून १-२ महिने नाही झाले, तर राडा सुरू. मला बी.जे.ला MBBS

भेटत असताना अन् या समीरला 'COEP' भेटत असूनही इकडे आलो कारण कलेक्टर व्हायचंय आम्हाला, अन् असं पोलिसात 'केस' गेली, तर कसं शक्य आहे?''

हे बघ घरच्यांच्या खूप अपेक्षा आहेत आमच्याकडून! तू पाऊल मागे घे, इथून पुढे मी तरी ह्या किस्स्यात तुझ्या बरोबर नाही. अण्णानं आपली भडास काढली. कितीही मैत्री घट्ट असली, तरी जेव्हा भविष्याचा विचार होतो, तेव्हा भविष्य भारी पडतं!

''अरे, पण यात आपली काय चूक? आपण काही चुकीच नाही करत'' - अक्ष्या

''ते मला माहीत नाही, पण सुऱ्याला तरी अक्कल पाहिजे होती ना! ते बोलले XXX मार हा गेला लगेच! उद्या बोलले, की हॉस्टेलवरून उडी मार तर मारशील का????'' - समीर

''हे बघ समीर, मी तक्रार मागे घेणार नाही - काहीही होऊदे, अन् मलाही ८७% मार्क्स आहेत बारावीला, आम्हीपण काय कुठे टाकून दिलेले नाहीत -'' सुऱ्या रागानं बोलला!

''झक मार मग - आई घाल तुझी'' - समीर वैतागून बोलला.

रूममध्ये शांतता. काही वेळानं जया अन् सुऱ्या आपापल्या रूममध्ये निघून गेले. अक्ष्या त्याच्या रूममध्ये निघून गेला.

रात्रीचे १० वाजले होते. फर्स्ट इअर शांत बसलं होतं. जे सिनिअर्सच्या बाजूनं आहेत ते त्यांच्या हॉस्टेलवरून परत येत होते. सुऱ्या त्यांच्याकडे खिडकीतून बघत होता. प्रत्येक ग्रुपमध्ये फितूर नसेल तर तो ग्रुप कसला?

अचानक सेकंड इयर वरती आलं, अन् त्यांनी प्रत्येकाच्या रूममधून नोट्स घ्यायला सुरुवात केली. दरवाज्यावर जोरजोरानं मारून, दरवाजा उघडा असेल तर सरळ आतमध्ये जाऊन त्यांनी जबरदस्तीनं त्यांनीच दिलेल्या सगळ्या नोट्स, ड्रॉईंग बोर्ड्स जमा करायला सुरुवात केली. शिव्यांचा सुकाळ झाला होता.

सुऱ्या त्याच्या रूमच्या बाहेर उभा होता. सुऱ्याच्या रूममध्ये नोट्स जमा करायला सेकंड इअरचा बॉडी बिल्डर आकाश पाठवला होता. आकाश अर्थात अजितचा मित्र होता. आकाश, अजित हे HDचे चांगले मित्र होते.

''आकाश, रूममध्ये जाशील; पण परत बाहेर येशील की नाही, हे मला माहीत नाही'' - सुऱ्या दरवाज्याबाहेर उभा राहून बोलला. ''जया आत आहे.''

आकाश रूममध्ये गेला. ''जया... नोटस् कुठायेत तुला सेकंड इअरने दिलेल्या?'' - आकाश रागाने जयावर ओरडला.

''त्या कपाटात...,'' जयाने हात दाखवला, ''पण जर का तू एक पेपर पण

बाहेर नेलास ना, तर आईशप्पथ तुझा हात कापून टाकेन -'' जया जमेल तेवढ्या रागाने आकाशकडे बघत बोलला.

क्षणातच आकाश काही न बोलता निघून गेला.

खाली सगळ्या नोट्स जमा झाल्यावर त्यांनी त्याचा ढीग केला अन् आग लावून दिली. लाकडी ड्रॉईंग बोर्डस्ही त्यात टाकून दिले. मोठ्याने कॅसेटवर गाणी लावून काही जण त्याभोवती नाचू लागले. कधीकधी माणूस प्रथेमध्ये एवढा गुरफुटून जातो, की चूक-बरोबरीचं भान राहत नाही.

सेकंड इअरला त्यांनीच लिहिलेल्या / जमा केलेल्या नोटस् जाळण्यात कसला आनंद? पण त्यांना थर्ड, फायनल इअरकडून तशी 'ऑर्डर' होती! अन् त्यांनी ती ऐकली नसती, तर त्यांनाही वरून काही मदत नसती झाली बहुतेक! फर्स्ट इअर वरून बघत होतं, जया अन् सुऱ्या आपापल्या रूममध्ये होते.

''हे जे काय झालं ना, ते सगळं जया अन् सुऱ्यामुळेच झालं - असं जवळजवळ सारं फर्स्ट इअर बोलत होतं. एका महिन्यावर मिड-सेम परीक्षा आहे, अन् काय करणार आता? अजून जास्त वाढवण्यापेक्षा जयानं अन् सुऱ्यानं तक्रार मागे घेतली पाहिजे. -असे कितीतरी आवाज फर्स्ट इअर मधून ऐकू येत होते.

फर्स्ट इअरमध्ये चार वर्गप्रतिनिधी (CR) होते. ते बारावीच्या मार्क्सवरून झाले होते. समीरही त्या चारांमध्ये होता. दुसऱ्या दिवशी चारही CRची मीटिंग स्टुडंटस् कौन्सिलबरोबर झाली, अन् त्यात ठराव झाला, की इथून पुढे रॅगिंग होणार नाही, सगळं नॉर्मल होईल, पण तुम्ही तक्रार मागे घेतली पाहिजे.

सिनिअर्सनी चारही CRचा मेंदू हलवून बदलवून टाकला. त्यात बाकीचे २ - CR सांगलीचे होते अन् अजितही सांगलीचा होता. आपल्याच भागातल्या सिनिअर्सचं करिअर कशासाठी बरबाद करता? अन् जर तक्रार मागे घेतली, तर सांगली भागातील सर्वांना नोट्स परत मिळणार होत्या! - बहुतेक दुनियादारीचे गेम्स कळण्यासाठीच कॉलेजची निर्मिती झाली असावी.

त्या रात्री अक्ष्याच्या रूममध्ये मीटिंग भरवण्यात आली. सगळे शांत होते. राहुलनं बोलायला सुरुवात केली. राहुल सांगलीचा होता, जरी तो CR नसला तरी, तो त्यांच्या २ CRSचा 'उजवा हात' होता. ज्यांना प्रतिनिधित्व करायला दिलं होतं, ते मार्क्सनुसार पुढे, पण पुढारीपणात मागे! अन् सतीश पुढारीपणात पुढे, त्या २ CRSचे निर्णय सतीशच्या मंजुरीशिवाय पास होत नसत!

''हे बघा दोस्तांनो, रॅगिंग तर नॉर्मल आहे; अन् सगळ्याच कॉलेजेस्मध्ये हे होतंय, सुरेशनं तक्रार मागे घेतली पाहिजे, असं आम्हाला वाटतं. - ज्याला ज्याला वाटतं सुरेशनं तक्रार मागे घ्यावी, त्यांनी आपले हात वर करा! हा प्रश्न आता सगळ्या फर्स्ट इअरचा आहे, फक्त १-२ लोकांचा नाही. काल काय झालं माहितेय

ना? सगळ्या नोटस् जाळल्या आपल्या, अभ्यास कसा करायचा? आम्ही इथं शिकायला आलोय, घरच्यांची जबाबदारी आहे, आम्ही काही सांड नाहीये; सुऱ्यासारखे आमचे वडील पोलिसात नाहीत.'' - सतीशनं बोलायला सुरुवात केली.

सतीशला जवळजवळ ९०% लोकांचा पाठिंबा आला.

''अरे, आपण सिनिअर्स झालो, तरी आपण पण दुसऱ्यांचं रॅगिंग घेणारच ना'' - सतीश पुढे बोलला.

''लेकिन, कोई गलती की नहीं तो पीछे क्यूं?'' - रोहितनं जयाची साथ दिली. गोरागोमटा, चिकना रोहित जम्मू-काश्मीरचा होता. त्याचे वडील काश्मीरमध्ये MLA होते. पहिल्या दिवसापासूनच तो वादात होता, त्याच्या सिगारेट, दारू पिण्याच्या सवयीने!

''देख रोहित, तू यहा का नहीं है, इटस् बेटर की तू बीच में मत बोल'' - सतीश थोड्या रागाने रोहितकडे बघत ओरडत बोलला.

''व्हॉटस धिस? ये कॉलेज का तो हू मैं!'' - रोहित तेवढ्याच शांततेनं बोलला.

''सत्या, त्यानं मला मारलंय, तुला मारलं असतं, तर तू असा बोलला असतास का?''- सुऱ्या मध्येच बोलला.

''हो, अन् तक्रार जर मागेच घ्यायची असेल, तर सिनिअर्सनी सुऱ्याची माफी मागितली पाहिजे'' - अक्ष्या

समीर शांत होता. अण्णा शांत होता, पण दोघांनीही सतीशला पाठिंबा दिला नव्हता!

''पण अक्ष्या, तक्रार मागे घ्यायचा प्रश्नच नाहीये इथं - सुऱ्या तू मागे जाऊ नकोस. ''- जया

''अरे, एका महिन्यावर परीक्षा आल्यात, कशाला अजून हा विषय पुढे वाढवायचा?'' - सतीश समजवत बोलला, ''जयंत, तुला माहितेय का, अजित सरची घराची परिस्थिती? त्यांना वडील नाहीयेत, गरीब घरातून आलेत ते - त्याच्यावर घराची जबाबदारी आहे, आम्हाला माहितेय, आम्ही तिकडचेच आहोत.'' - सतीश नाराज होऊन बोलला.

''अन् जर, असंच असेल, तर मग xxx एवढी मस्ती का?''

''पण तुमच्या चुकीची सजा, सगळ्या फर्स्ट इअरला का?'' - शेवटी एक CR बोलला!

''हे बघा, तुम्हाला जे करायचंय ते करा, मला जे करायचंय ते मी करेन! त्यानं मला का मारलं माहितेय का तुम्हाला? तो अजित आपल्या क्लासमधल्या अश्विनीवर मरतो, मागे लागलाय तिच्या कुत्र्यासारखा! मागच्या आठवड्यात त्यानं मला, या

रोहितला अन् अश्विनीला बरोबर बघितलं, तेव्हापासून साला खुन्नस देतोय मला" - सुऱ्या रोहितकडे बघत बोलला!

"ते काहीही असो, पण तुला हे मिटवावं लागेल -" दुसरा CR

"जया, उगीच कशाला xxx मारून घेताय, मिटवा -! बांगड्या काय आम्ही पण नाहीत घातल्या," - सतीश बसूनच मान थोडीशी वर करत बोलला.

"Xxx नीट बोल सत्या, माहितेय मला की तू त्या अजितचा चमचा आहेस, तुलाच सांगितले होते ना, त्या अजितने अश्विनीचा बायोडाटा आणायला?" - जया रागानं बोलला.

अन अचानक मीटिंगचं तापमान वाढलं, अन CRनं 'मीटिंग संपली' असं सांगितलं! सगळे बाहेर गेले. रूममध्ये फक्त जया, सुऱ्या, अक्ष्या अन् रोहित होता! रोहितनं रूममध्ये निर्वाणाचं come as you are - हे गाणं बऱ्यापैकी मोठ्या आवाजात लावलं.

रोहित अन् अश्विनीचे सूर जुळत आले होते. काय माहीत, पण महाराष्ट्रीयन पोरींना जम्मू-काश्मीरच्या पोरांचं जरा जास्तच आकर्षण असतं!

एकाच तालुक्यातील असल्यानं सुऱ्या अन् अश्विनीमध्ये चांगलीच मैत्री झाली होती. अश्विनीनं रोहितला अजितबद्दल सांगितलं होतं, की तो सारखा फोन करतो अन् त्यानं तिला प्रपोज केलं होतं, पण अश्विनी अजितला बिलकूल भाव देत नव्हती! एकाच लॉबीत राहत असल्यानं रोहित, जया चांगले मित्र झाले होते. अन् अश्विनीमुळे सुऱ्या अन् रोहित मित्र बनले होते.

रूममधील शांतता बघून रोहितनं बोलायला सुरुवात केली.

"देख यार, बडा पहाड होता है, तो उसमे भी छेद होता है - और फर्स्ट इअर में तो पचास बंदे हैं, कोई तो छेद देगा ही! लेकिन तू उस कमीने अजितको मत छोड!" - रोहितनं सिगरेट पेटवली.

"हं..., चल जाता मैं अभी, लxx ज्यादा पिया मत कर!"असं म्हणत जया, सुऱ्या अन् अक्ष्या बाहेर गेले.

तिसऱ्या दिवशी मध्यरात्री फायनल इअरचे रवी अन् आदित्य जयाच्या रूममध्ये आले. रवी अन् आदित्य हे क्लास टॉपर्स होते! रविला IIT मध्ये M.Techसाठी प्रवेश मिळाला होता अन् आदित्य MPSC करण्यासाठी इथंच M.Techसाठी प्रवेश घेणार होता. आदित्य सोलापूरचा होत. गाववाले एकमेकांचं ऐकतात, म्हणून कदाचित समजूत घालायला आदित्य आला असेल. त्यांनी कधी कुणाचं रॅगिंग केलं नव्हतं! तेवढा वेळच नसे त्यांना! सकाळी ८ते२ ग्रंथालय, २ते३ दुपारी जेवण, ३ते९ पुन्हा लायब्ररी, ९ते१० रात्रीचे जेवण - जेव्हा रॅगिंग संपलेलं असतं, अन् १० ते १२ ग्रुप डिस्कशन, १२ वाजता झोप! MPSC पास करण्यासाठी एवढं

रोज घासणं म्हणजे नॉर्मल असतं इथे!

"या सर, बसा" - सुऱ्या आपल्या बेडवरून उठला अन् त्यांना बसायला जागा दिली.

"कसायेस जयंत? आयला तुम्ही तर सगळं कॉलेज हलवून टाकलं" - रवी आपला चष्मा सांभाळत बोलला.

"म्हणजे, तुम्हाला म्हणायचंय, की चूक आमची आहे?" जया शांततेनं बोलला.

"तसं नाही जयंत, तुझा भाऊ रणजित माझा मित्र आहे. तू त्याला काही सांगत नसलास, तरी कालच बोललोय मी त्याच्याशी! एवढा सज्जन भाऊ अन् तू असा कसा रे? अन् तुम्ही समजून घ्या की, आमच्यावर पण खूप 'प्रेशर' आहे, डीननं सांगितलंय, की काहीही झालं तरी पोलीस केस नाही झाली पाहिजे! एवढी सगळीकडे आपल्या कॉलेजची बदनामी झालेली चालेल का तुम्हाला? अरे, महाराष्ट्रात कुठेही जा- जवळजवळ सगळे अधिकारी आपल्या विद्यापीठातले आहेत! 'रॅगिंग' वाईट नाही, हे तुम्हाला नंतर समजेल! काही गोष्टी उशिरा कळतात, अन् आमचं तर तुमच्यापेक्षा भयानक रॅगिंग झालं होतं. आपल्याएवढी एकता, युनिटी कुणाकडेच नसेल. फक्त इथेच नाही, तर तुम्ही पासआऊट झाल्यावर कळेल तुम्हाला, की सिनिअर - ज्युनियर काय नातं आहे, आपल्या कॉलेजमधल्या पोरांचं! या गोष्टी दिसत नाहीत का तुम्हाला? तुम्ही एवढे चांगले मित्र झालात, हे रॅगिंगमुळेच! समजतंय का तुम्हाला? - एक काम करा तुम्ही तक्रार मागे घ्या. कशाला नादी लागताय त्या रोहितच्या, 'बडे बाप का बिगडा बेटा' आहे तो!" - आदित्य एखाद्या कलेक्टरसारखा दिसत होता.

"हो, बरोबर आहे सर, पण त्यानं मला मेसमध्ये मारायला नको होतं-" सुऱ्या

"अन् तू काय केलं? बर, जे झालं ते झालं, आत्ता पुढे काय? बर समजा तुम्ही त्या अजितला कॉलेजमधून काढून जरी टाकलं, तरी अजित तुम्हाला सोडेल का? तुम्हालाही शिकायचंय की नाही इथे. आपल्या आई-बापांच्या खूप अपेक्षा असतात रे! उगीच रागाच्या पोटी का जाळताय स्वप्नं एकमेकांची? अन्, त्या अश्विनीला सांग की रोहितपासून जरा दूर राहा, ड्रग्स घेतो तो, दररोज दारू, काय पोरगा आहे की काय? तुझी मैत्रीण आहे अन् तुझी गावावली आहे म्हणून सांगतोय! याचा अर्थ असा नाही, की मी अजित चांगला आहे अस सांगतोय!"- रवी सुऱ्याला बोलला.

"ते जाऊदे रवी, तो तिचा वैयक्तिक प्रश्न आहे -विचार करा यावर, अजित माफी मागायला तयार आहे, सर्वांसमोर- जिथे त्यानं तुला मारलं मेसमध्ये - उद्या संपवा सगळं हे! काय जयंत? कळतंय ना? मला रणजितला इथं बोलवायला नको लावूस!"- आदित्य

जया अन् सुऱ्यानं होकारार्थी मान हलवली.

रवी अन् आदित्य बाहेर गेले. रोहित उघडाच चड्डीमध्ये लॉबीतून फिरत होता. ते लॉबीतून बाहेर जाताच तो जयाच्या रूमसमोर आला.

"गये क्या वो चुतिया लोग?" - रोहित हसत बोलला. एवढ्या थंडीतही तो उघडा फिरत होता, कदाचित आजही त्यानं ड्रग्ज घेतले असावेत!

जया त्याच्याकडे बघत हसला!

"साले, कमीने तू ये बता - अश्विनी के साथ कोई गेम तो नहीं खेल रहा ना? वो मेरे बेहेन जैसी है, मेरे गाव से है, अगर तूने कुछ गलत किया ना, तो याद रख!, अगर तूने उसका 'दिल तोड़ा ना तो BC तुझे तोडूंगा मैं, याद रख!" सुऱ्या

"नहीं रे सालेजी, सच्चा प्यार है -" असं म्हणत रोहित सुऱ्याच्या गळ्यात पडला अन् सुऱ्याच्या गालाचं चुंबन घेतलं!

६

रवी पुढच्याच रात्री अजित-जयाच्या रूमवर आला. आदित्य अन् रवी पण बरोबर होते. आतून दरवाजा बंद केल्याने आत काय चाललं आहे, हे बाकीच्या विद्यार्थ्यांना कळायला मार्ग नव्हता. तसंही भीतीने किंवा 'उगीच लफड्यात का पडायचं!' म्हणून आधीच बाकीचे विद्यार्थी आपापल्या रूममध्ये जाऊन बसले होते.

रूममध्ये जया, सुऱ्या, अण्णा, समीर अन् अक्ष्या हे सारे होते. अजित खाली बसला होता अन् त्याची मान त्याच्या गुडघ्यामध्ये होती. मेसमध्ये पिसाळलेल्या जनावरासारखा वागणारा अजित आता एखाद्या लहान मुलासारखा बसला होता. करिअर पण काय भयानक गोष्ट असते नाही! त्याच्या समोर सुऱ्या उभा होता.

"आय ॲम सॉरी" असं खाली बघूनच तो सुऱ्याला बोलला. समीर अन् अण्णाची मान लाजेने खाली गेली होती. कितीही राग असला तरी, आपल्याच सिनिअरला असे बघवत नव्हते!

"सुऱ्या, बस आत्ता यार! असं सिनिअर्सना बघणं मला जमत नाही, उद्या जाऊन तक्रार मागे घे" - अण्णा वैतागून सुऱ्याला बोलला.

"ह्यांनी मला मेसमध्ये मारलं, मग माफी पण मेसमध्येच मागावी लागेल"- सुऱ्याच्या अंगात आज लाखो हत्तींचं बळ आलं होतं.

"बस कर आत्ता, सर ठीकेय उद्या हा तक्रार मागे घेईल." - अक्ष्या मध्येच सुऱ्यावर ओरडत आदित्यकडे बघत बोलला.

"सोड सुऱ्या, किस्सा खतम! अन् तू पण वाजवल्या ना ह्याला" - जया बोलला.

"हवं तर अजून मार ह्याला इथे, तुझं मन भरलं नसेल तर! पण तक्रार मागे घे"- कधीही न रागवणारा आदित्य रागानं अजितकडे हात दाखवत सुऱ्याला बोलला.

त्या पाचही जणांना आता लाजल्यासारखं झालं होतं.

"ठीकेय! घेतो तक्रार मागे"- सुऱ्या बोलला.

दुसऱ्या दिवशी सकाळी जया अन् सुऱ्या रेक्टरकडे गेले अन् त्यांनी तक्रार अधिकृतपणे मागे घेतली. रेक्टरच्या नजरेत ते दोघे आता खलनायक झाले होते. त्या दिवसापासून विद्यापीठातील सगळी 'रॅगिंग' बंद झाली! प्रथा मोडण्यासाठी

कदाचित अशा धमाक्यांची गरज असतेच! त्या दिवसापासून जया अन् सुऱ्या बाकींच्या, विशेष करून फर्स्ट इअरच्या नजरेत व्हीलन / डॉन बनले होते, अन् काही मुलींच्या नजरेत हिरो बनले होते. कदाचित मुलींना 'बेधुंद' मुलं आवडत असावीत! सगळं पुन्हा नेहमीप्रमाणे सुरू झालं. दररोज सकाळी कॉलेज, मेस, मैदान!

दिवसामागून दिवस सरत होते. अन् पहिल्या 'मिड- सेमिस्टर' परीक्षेची वेळ आली. जयाच्या 'जयंत नोट्स' सगळीकडे प्रसिद्ध झाल्या. मागच्या तीन वर्षांच्या प्रश्नपत्रिका त्याने सोडवल्या होत्या. कमी वेळात पासिंगची खात्री होती, शिवाय मार्क्सही चांगले येणार होते! अश्विनीनं त्यांना नोटस देऊन मदत केली. रोहित अन अश्विनी खूप एकत्र जवळ आले होते. सुऱ्याही आपल्या मैत्रिणीला अधूनमधून भेटत होता. 'मिड -सेमिस्टर'चा निकाल लागला. पुन्हा समीर टॉपर्सच्या लिस्टमध्ये होता. अक्ष्यालाही चांगले मार्क्स मिळाले, त्याखालोखाल अण्णा, जया अन् सुऱ्या!

अक्ष्याला जास्त मार्क्स मिळाल्यानं अण्णानं त्याचा लायब्ररीमधला वेळ वाढवला. अक्ष्या 'one night show' होता, एकदा वाचलं, समजलं की त्याला पाठ करायची गरज नसे! काय माहीत कसं काय, पण लायब्ररीत न जाता चांगले मार्क्स त्याला मिळाले होते! अण्णा त्याउलट होता. पाठ करणं महत्त्वाचं; समजलं नाही तरी चालेल, पाठ केल्यावर आपोआपच समजतं, अशी त्याची समजूत होती.

त्यांच्यातली मैत्री पुन्हा एकदा घट्ट झाली, अन् त्यांनी त्यांच्या ग्रुपला 'फाईव्ह स्टार्स' असं नाव दिलं. काहीही झालं, तरी सगळ्या कॉलेजमध्ये 'फाईव्ह स्टार्स'चा दरारा होता. अश्विनी पण त्यांच्या ग्रुपमधली एक 'चांदणी' बनली! फाईव्ह स्टार्समुळे तिलाही बाकीचे घाबरत होते अन् सिनिअर्सचा त्रास कमी झाला होता! मैत्रीत पुन्हा दिवस नाचू लागले.

बघता बघता पहिल्या 'सेमिस्टर'च्या परीक्षेची वेळ झाली होती. सगळं फर्स्ट इअर लायब्ररीत पडून होतं. कुणी रात्री कॉलेजमध्ये अभ्यासाला जात होतं. Engineering Drawings Deved Maths -1ने सगळ्यांची झोप उडवली होती. कशीबशी परीक्षा संपली. सुट्टीसाठी सगळे आपापल्या घरी गेले. 'फाईव्ह स्टार्स' एकाच ट्रेनमधून घरी जात होते. ट्रेनमधून जाताना सगळे सुऱ्याला सोनियावरून चिडवत होते. सोनिया पण समीरसारखी काश्मीरची होती. नाजूक, सुंदर, गोरी!

रोहित सुऱ्याची सोनियाबरोबर सेटिंग लावत होता, पण सोनिया सुऱ्याला जास्त भाव देत नसे! रोहित मजेमध्ये सुऱ्याला जिजाजी म्हणत असे.

"आयला, हे काश्मीरचे लोक काय खातात काय माहीत! तुझी आयटम एवढी चिकणी कशी काय?" - अक्ष्या सुऱ्याला चिडवत बोलला.

"अबे, माझी आयटम नाहीये ती, त्या रोहितमुळे आम्ही जरा थोडं क्लोज

आलो आहे, बाकी काही नाही'' - सुऱ्या गालातल्या गालात हसत बोलला.

''बघ, तुला पटवायची नसेल, तर सांग तसं! मी पटवेन तिला'' - अक्ष्या

''पटली तर बरंच होईल- पटव; मला काय!'' -सुऱ्या हसत बोलला.

''समजा महाभारत आपल्या क्लासमध्ये घडलं असतं तर, आय मीन जया तू भीम, समीर युधिष्ठिर, अक्ष्या अर्जुन, मी अन् सुऱ्या नकुल, सहदेव! - अण्णानं आपलं कसंही कुठंही फिरणारं लॉजिक काढलं!

''पण द्रौपदी कोण?'' - अक्ष्या हसत बोलला!

''सोनिया.'' सगळे एकदम हसत बोलले!

सुऱ्या जयाला मजेत मारू लागला.

''अन् सुऱ्या, तुला कॉपी पण नीट करता येत नाही का रे?'' - जयानं हसत विचारलं.

''सोड ना... झाला तो किस्सा आता-''

''ए जया, सांग ना काय झालं?'' - समीर

''अरे यानं याच्या रुमालावर मॅथ्सचे फॉर्म्युले लिहून नेले होते, अन् लाईट गेले! सगळे गर्मीने घामाघूम.... .! यानं खिशातून आपला रुमाल काढला अन् तोंड पुसलं.... . सगळं तोंड निळ्या शाईनं निळं निळं... हाहाहा...'' - जया आपलं पोट धरून जोरजोरानं हसू लागला... हाहाहा!'

''अरे, ध्यानात नाही आलं यार - कसली गर्मी होती हॉलमध्ये!'' - सुऱ्या हसत बोलला.

''मग काय, मॅडमनं याचा निळा चेहरा बघून हाकलून दिलं, सगळे फॉर्म्युले याच्या तोंडावर.... .!''

''हाहाहा - सगळे जोरजोरानं हसू लागले.

तेवढ्यात ट्रेनमध्ये त्यांना TC दिसले, तसा सुऱ्याच्या चेहऱ्याचा रंग उतरला. सुऱ्या अचानक उठला अन् लपण्यासाठी ट्रेनच्या टॉयलेटमध्ये जायला लागला.

''काय झालं याला?'' अक्ष्यानं हसत जयाला विचारलं.

''येडझव्यानं तिकीट नाही काढलं. सांगत होतो काढ म्हणून, पण थ्रिल पाहिजे ना याला लाईफमध्ये; कधीच तिकीट नाही काढत साला! याचा बाप एवढा मोठा पोलीस ऑफिसर, अन् हा असा- लागणारेय याची.''

चौघांनीही आपापली तिकिटं दाखवली अन् ते सुऱ्याकडे गुपचूप बघत बसले.

आधीच कुणीतरी टॉयलेटमध्ये असल्यानं सुऱ्या घाबरलेल्या चेहऱ्यानं ट्रेनच्या दरवाज्यात बसला. TC त्याला पकडणार, याची त्याला खात्री झाली होती. सुऱ्याला काय करावं काही कळत नव्हतं! TC पुढे सरकत होता, तेवढ्यात त्यानं आपला शर्ट काढला, बनियान घातलं नसल्यानं तो उघडा झाला होता. त्यानं आपले केस

विस्कटले अन् शेजारी बसलेल्या भिकाऱ्याशेजारी जाऊन बसला.

हे बघून चारही जणांना हसू आवरत नव्हतं, पण जोरानं हसताही येत नव्हतं.

TC त्याच्या जवळ गेला अन् त्याला तिकीट मागू लागला. त्यानं आपलं बोट जिभेवर ठेवलं अन् आपल्याला बोलता येत नाही, असा हावभाव केला, TC नं पुन्हा तिकीट मागितल्यावर त्यानं कानावर बोट ठेवलं अन् आपल्याला ऐकूही येत नाही, असा हावभाव केला. आधीच त्याचा चेहरा भीतीनं भरला होता.

दोन-तीन मिनिटं हा खेळ सुरू होता- सुऱ्या 'ऑ ऑ ऑ ऑ' करत होता.

इकडे समीर, अण्णा, जया अन् अक्ष्याला त्याच्याकडून बघून हसू आवरत नव्हतं आपलं तोंड दाबून चौघंही हसू आवरण्याचा प्रयत्न करत होते.

काही वेळानं वैतागून, गोंधळून TC निघून गेला.

"बाल बाल बच गया यार...." असं जोरानं हसत, आपला शर्ट घालत तो जवळ आला अन् त्यानं जयाला टाळी दिली.

"हेच का थ्रिल तुझं झवाड्या? भिकारी बनण्याचं? बोललो होतो तिकीट काढ म्हणून; पण दारूत पैसे उडवायची सवय, बाप मारणारेय एक दिवस तुला" - जया हसत बोलला.

इतक्या वेळ आवरलेलं हसू बाहेर पडलं अन् सगळे लोळून लोळून हसू लागले!

मित्रांच्या गप्पांत ४-५ तासांचा प्रवास कसा सहज निघून जातो, हे समजत नाही.

एक महिन्याची सुट्टी संपवून पुन्हा ते कॉलेजसाठी आले. निकाल लागला. समीर पहिल्या तिघांत, अन् अक्ष्या, अण्णा पहिल्या १०त होते. अक्ष्याला अण्णापेक्षा जास्त मार्क्स पुन्हा मिळाले होते. अण्णा त्याच्या रूमवर येऊन पुन्हा पुन्हा अक्ष्याची मार्कशीट बघत होता! सुऱ्या Maths-१ मध्ये नापास झाला होता. जया कसाबसा ऑल क्लिअर झाला होता.

आत्ता वेळ होती दुसऱ्या सेमिस्टरची! 'सम' सेमिस्टर बरेच वेगवेगळे कार्यक्रम घेऊन येते. काही दिवसांनी आन्तरविद्यापीठ क्रीडा स्पर्धा असल्यानं सगळे मैदानावर दिसू लागले. सुऱ्या नापास झालेल्या विषयावर जास्त वेळ देऊ लागला होता. समीर, अण्णा अन् जयानं खो-खोच्या कॉलेज टीममध्ये आपली जागा पक्की केली. जयाची निवड क्रिकेटच्या टीममध्ये पण झाली होती. पहिल्याच वर्षी कॉलेजच्या टीममध्ये निवड होणे हे काही 'हिरो'पेक्षा कमी नसे!

विद्यापीठातल्या टीममध्ये जागा मिळणे हे खूप प्रतिष्ठेचं होतं, अन् त्यासाठी विद्यापीठातील सगळ्या कॉलेजेसमधून स्पर्धा होई, त्यात जिंकणे आश्वासक! त्यात

'फर्स्ट इअर'मध्ये विद्यापीठ संघात निवड होणारी पोरं कॉलेजच्या इतिहासात बोटावर मोजण्याएवढी होती, कारण त्यांची स्पर्धा सेकंड, थर्ड, अन् फायनलच्या विद्यापीठातील सगळ्या विद्यार्थ्यांबरोबर असे!

अक्ष्याची निवड वक्तृत्व स्पर्धेच्या कॉलेजच्या टीममध्ये झाली होती, अन् त्याचबरोबर सोनियाची पण निवड झाली होती. अक्ष्या मराठीतून तर सोनिया इंग्रजीमधून! वक्तृत्व अन् वादविवाद स्पर्धेत!

इंटरक्लास स्पर्धेत, अक्ष्याबरोबर फायनल इअरचा प्रशांत होता; पण अक्ष्यानं जागा पटकावली. आत्ता त्याचं पुढचं लक्ष कॉलेज स्पर्धा जिंकून आन्तरविद्यापीठ - राष्ट्रीय पातळीवरील स्पर्धेत जाणं, हे होतं.

ज्या दिवशी अक्ष्याची निवड कॉलेज टीममध्ये झाली, त्याच दिवशी विनय अक्ष्याच्या रूमवर आला. विनय फायनल इअरचा विद्यार्थी होता अन् वादविवाद अन् वक्तृत्व संघाचा कर्णधार होता. जया अन् अक्ष्या रूममध्ये होते.

"अक्षय कसा आहेस?' CAT परीक्षेमध्ये ९९% पेक्षा जास्त मार्क्स मिळवलेला विनय बेडवर बसत बोलला.

"मी मजेत, अन् तुम्ही?" - अक्ष्या

"मस्त! ऐक तू तुझं नाव लिस्टमधून मागे घे अन् सरांना सांग, की या वर्षी तुला भाग घ्यायचा नाहीये." - विनय अक्ष्याला ऑर्डर देत बोलला.

"पण का? प्रशांत तुमच्या भागातला आहे म्हणून? मी माझ्या क्षमतेवर निवडलो गेलो आहे" -अक्ष्या

"तसं नाही रे! प्रशांतला संधी दे, तुझ्याकडे अजून ३ वर्षं आहेत, तू होशीलच पुढच्या वर्षी सिलेक्ट अजून! कॅलिबर आहे तुझ्यात! प्रशांतचं हे शेवटचं वर्ष आहे अन् त्याला MPSC करायची आहे. विद्यापीठ संघात त्याची निवड झाली, तर त्याला मुलाखतीत मदत होईल. एक ज्युनिअरच्या नात्यानं तू तुझं नाव मागे घे." - विनय

"पण सर, याचा काय भरवसा की प्रशांत सरची निवड विद्यापीठ टीममध्ये होईल? स्पर्धा अजून टफ होईल पुढे, नाही का? अन् याचा काय भरवसा, की माझीही निवड पुढच्या वर्षी होईल?" - अक्ष्या

"मी जे बोलतोय ते कर!" विनय रागात बोलला.

"हे बघ विनय, तुला जे करायचं ते कर, मी माझं नाव मागे घेणार नाही." - अक्ष्या आता विनय 'सर'वरून 'विनय'वर आला होता!

"काय? विनय? सिनिअर्सना इज्जत कशी द्यायची कळत नाही का? तुम्हाला ना माज आलाय! १-२ राऊंड्स झाले ना तुमच्यावर; मग कळेल!" विनय रागानं ओरडला.

"ये विन्या, चल बाहेर नीघ, अन् काय उपटायची ती उपट!" -जया उभा राहून दरवाज्याकडे हात दाखवत बोलला.

विनय चलबिचल झाला. "आज रात्रीच सांगतो काय उपटतो ते" - अन् तो रूमच्या बाहेर गेला.

'राऊंड' म्हणजे जर फर्स्ट इअर जास्त मस्ती करत असेल, तर सगळ्या फर्स्ट इअरला सिनिअर्सच्या हॉस्टेलला न्यायचं अन् TV हॉलमध्ये रांगेत उभं करायचं. मान खाली घालून, अन् अजून मारहाण अन् गुलामगिरीची आठवण करून द्यायची. त्या रात्री जया अन् अक्ष्या ठरवून बाहेर गेले अन् बाकीच्यांवर 'राऊंड' झाला. राऊंडमध्ये जास्त पिसले जायचे ते CR! कारण फर्स्ट इअरची जबाबदारी CRची असे! त्यात समीर पण आलाच! एक-दोघं जण चक्कर येऊन पडल्याशिवाय राऊंड बंद होत नसे. पण कुणी तक्रार केली नाही. अन् कदाचित करून काही उपयोग पण नसता झाला. पुन्हा दुसऱ्या दिवसानंतर 'जैसे थे!'

खो-खो चा सराव खूप थकवून सोडायचा! मुलीपण मैदानावर असायच्या. त्यामुळे 'सम'सेमिस्टर आवडायला लागली होती. अक्ष्या अन् सोनिया स्पर्धेच्या तयारीच्या निमितानं जरा जवळ येऊ लागले होते. त्यांना मैदानवर जायची गरज नसे, पण तरीही ते जात असत! अक्ष्याला प्रेमात तसा काही रस नव्हता. त्याच्या मते प्रेम हे 'टाईमपास'चं दुसरं नाव होतं!

तिकडे अश्विनी अन् रोहित दिवसभर मोबाईलवर लागून राहिलेले असायचे. सुऱ्याला हळूहळू रोहितच्या खरेपणाची जाणीव व्हायला लागली. पुण्यामध्ये त्याची एक गर्लफ्रेंड होती. अश्विनी सहजासहजी रोहितला पटणारी नव्हती; पण त्याचं देखणं रूप अन् त्याचे उच्च प्रतीचे कपडे, मोबाईल सगळंच तिला भारावून सोडणारं होतं! समीरचं सगळं सबमिशनही ती करायची! ती खरंच त्याच्या प्रेमात वेडी झाली होती. ते अधूनमधून शिर्डीला जात असत, आपल्याकडे देवस्थानाच्या जागी रूम मिळणं खूप सोपं आणि सुरक्षित! पहिलं चुंबन घेऊन झालं की बेडपर्यंत त्यांचं प्रेम एकाच आठवड्यात गेलं होतं. सुऱ्याला त्याची जाणीव होतीच, पण तो अश्विनीला याबद्दल काही बोलत नसे.

हळूहळू अश्विनीला रोहितबद्दल शंका यायला लागली. अन् सारखं सारखं शारीरिक संबंध ठेवायची तिला किळस वाटू लागली. त्यांच्यात भांडण होऊ लागलं. त्यातच अश्विनीला रोहितच्या मोबाईलमध्ये त्याच्या दुसऱ्या गर्लफ्रेंडचा फोटो मिळाला अन् त्याच्या प्रेमावरून तिचा विश्वास उडाला. दिवसभर ती रूममध्ये रडत बसली होती. सुऱ्याच्या मैत्रीनं तिला गारवा वाटत होता. हळूहळू रोहित अन् सुऱ्याच्या नात्याचं रूपांतर मैत्रीतून शत्रुत्वाकडे वाहू लागलं होतं!

सेकंड सेमिस्टरची मिड -exam संपल्यानंतर इंटर- कॉलेज स्पर्धेसाठी सोनिया,

अक्ष्या, विनय अन् अजून बाकीचे २ निघायला तयार झाले. स्पर्धा बेंगलोरला होती. फर्स्ट इअरची सगळ्यात हॉट मुलगी म्हणून सोनिया प्रसिद्ध होती. ८-९ महिन्यांच्या काळातच तिला १४ मुलांनी प्रपोज केलं होतं, पण तिनं कुणालाही भाव दिला नव्हता.

ठरल्याप्रमाणे वक्तृत्व स्पर्धेची टीम बेंगलोरला जाण्यासाठी निघाली. एवढ्या लांब ट्रेननं प्रवास करायची पहिलीच वेळ होती अक्ष्याची! स्लीपर क्लासचं तिकीट कॉलेजनंच करून दिलं होतं. साहजिकच अक्ष्या अन् सोनिया एकमेकांच्या बाजूला बसले. आधीच विनयशी वाजल्यानं अक्ष्या अन् विनय एकमेकांशी बोलत नव्हते. तिसऱ्या वर्षाची अनिता पण टीममध्ये होती.

आपला नेहमीचा कॅम्पस सोडला, की कुणाचीच पर्वा राहत नाही. काही वेळ अक्ष्या अन् सोनिया रोहितबद्दल बोलत होते, मग अश्विनी, मग सगळ्या कॉलेजबद्दल, मग बाकीचे देशाचे, करियर अन् सगळे काही! बोलणे संपल्यावर त्यांनी गाणी गायला सुरुवात केली, मस्ती मस्तीत 'हम तुम एक कमरे में बंद हो...' अशीही गाणी येऊ लागली. या वेड्या गाण्यांनी कदाचित त्यांच्यातील अंतर दूर केलं होतं.

५-६ तास संपले होते, संध्याकाळ झाली होती! जसा जसा प्रवास सुरू होता तसं-तसं सोनियाला झोप येऊ लागली. दोघांच्या मांड्या एकमेकांना चिकटून शरीरात आग भडकवू लागल्या! कदाचित सोनियाला अक्ष्या आवडत असावा! अक्ष्याला सोनिया पहिल्यापासूनच आवडत होती. पण एवढी सुंदर पोरगी आपल्याला पटेल का? अन् तसाही रोहित सुऱ्यासाठी सोनियाची सेटिंग करत होताच! उगीच मैत्रीत लफडे कशाला म्हणून त्याची हिम्मत झाली नव्हती!

ट्रेन पुढे जात होती अन् मनात वादळ उठू लागलं होतं! हळूहळू सोनियाला झोप आली. अन् तिची नाजूक मान अक्ष्याच्या खांद्यावर पडली. तिचे वाऱ्यावर उडणारे केस अक्ष्याच्या चेहऱ्यावर येत होते. अचानक तिने तिचा एक हात अक्ष्याच्या छातीवर ठेवला अन् त्याचा शर्ट पकडला! अक्ष्याचा एक हात पाठीमागून तिच्या कमरेवर गेला, तिच्या टी-शर्ट अन् पँटमधल्या अंतरावर फिरू लागला. त्याचं हृदय वाऱ्याच्या वेगानं धावत होतं!

काय होतंय हे? एवढ्या लवकर? हे कळायला मार्ग नव्हता! पण जे होतंय ते सुखद आहे, असं त्याला वाटत होतं. आपण मुलगा आहोत अन् हिलाच जर काही आक्षेप नसेल, तर 'टाइमपास' करायला काय हरकत?

नकळत त्याचा हात तिच्या कमरेवरून फिरू लागला. तिच्या कमरेच्या गरम स्पर्शाची आग त्याच्या हातातून मेंदूपर्यंत पोहोचली.

सोनिया खरंच झोपली आहे काय? की तीही जागी आहे? आपण तिच्या मैत्रीचा फायदा तर उचलत नाही ना? असे लाखो विचार त्याच्या मनात फिरू

लागले. समोर बसलेल्या बाकीच्यांचं त्यांना काही घेणंदेणं नव्हतं. त्यात अनिता अन् विनयचं अफेयर असल्यानं आधीच ते एका सीटवर एकमेकांना बिलगून बसले होते. अजून एक फायनल इअरचा मुलगा टीममध्ये होता; पण त्याच्या असण्याचा किंवा नसण्याचा त्यांना काही फरक पडत नव्हता.

त्यांना समाजाशी काही घेणंदेणं नव्हतं अन् बर्थमध्ये सगळेच आपल्याच कॉलेजचे असल्याने बाकीच्या कुणाचं लक्ष जाईल ह्याची शक्यता कमीच होती अन् जरी गेलं तरी त्याचा काही फरक पडणार नव्हता! तो तिच्या सुंदर चेहऱ्याकडे बघत होता. सोनियाच्या घरचे लोक बरेच श्रीमंत होते. तिच्या वडिलांनी दोन लग्नं केली होती. त्यामुळे सोनियाला दोन आया होत्या. २ आईंचं प्रेम, वडिलांचं प्रेम अन एकुलती एक मुलगी म्हणून तिचे लाड पहिल्यापासून उतू जात होते. अभ्यासात पण हुशार असल्याने ती फर्स्ट सेमिस्टरच्या निकालानंतर पहिल्या ५मध्ये होती!

अक्ष्याचा हात तिच्या कमरेवरून फिरत होता. जशी गर्लफ्रेंड असावी, त्या सगळ्या प्रकारामध्ये सोनिया एकदम उचित होती. पण हे एकदम, एवढ्या लवकर होत आहे, ह्यावर अक्ष्याचा विश्वास बसत नव्हता! त्याच्या हाताच्या रक्तवाहिन्यांना जसं एक नवीन जीवन मिळालं होत.

काय आहे हे? प्रेम? मैत्री? वासना??? की अजून दुसरं काही? कालपर्यंत सुऱ्याला आपण सोनियावरून चिडवत होतो, ती सोनिया आज माझ्याबरोबर? कदाचित ती झोपली नसेल? कदाचित तिला माहीतही नसेल, की मी काय करत आहे?' तो तिच्या झाकलेल्या डोळ्यांकडे बघत होता. तिचे सरळ, गोरे नाक अन् गुलाबी नाजूक ओठ त्याला हरवून टाकत होते.

अचानक सोनियानं हळूच डोळे उघडले. अक्ष्याच्या मनात एक धडधड सुरू झाली होती. काय बोलेल सोनिया? चिडेल? रागवेल? ओरडेल?

सोनियानं त्याच्या डोळ्यांत बघितलं. अशी नजर कधीच अक्ष्यानं पाहिली नव्हती. कधीकधी शब्दांपेक्षा डोळे खूप बोलून जातात. तिच्या डोळ्यांत आपलेपणा होता, तिच्या डोळ्यांत विश्वास होता, तिच्या डोळ्यांत तिला कुणीतरी फसवल्याची वेदना होती. तिचे ओठ हळूच फुलले अन् तिने त्याच्या डोळ्यांत बघून स्मितहास्य केलं. अजून थोडंसं जवळ येऊन तिनं पुन्हा डोळे मिटले. ती प्रवासानं थकलेली दिसत होती!

हळूच त्याचा हात अजून थोडा खाली गेला अन् सोनियानं डोळे मोठे केले! त्यानं तो हात तिथंच थांबवला अन् दोघंही तसेच झोपी गेले!

बेंगलोरमध्ये ३-४ दिवस ते बिनधास्तपणे जगले! कुणाची पर्वा नाही, दिवस रात्र एकत्र हातात हात घालून! स्पर्धेत विनय सोडला, तर कुणीच विजयी झाला नाही,

स्तर जितका वरचा, स्पर्धा तितकीच कठीण!

अन् पुन्हा परत जायची वेळ आली. नेहमीप्रमाणे त्यांनी वरची बर्थ निवडली. ३-४ दिवसांत त्यांचं बरंच बोलून झालं होतं! का काय माहीत, पण दोघांना हे नातं पहिल्यासून आहे असं वाटत होतं. इतक्या लवकर पण प्रेम होऊ शकतं?

सोनियाचा एक बॉयफ्रेंड आहे, अधूनमधून तो तिला भेटायला येतो असं अक्ष्यानं ऐकलं होतं; पण त्याला कधी पाहिलं नव्हतं.

"ये जो हो रहा है, सही नहीं है." - सोनिया आज उदास दिसत होती. कदाचित तिच्या मनातली दुविधा तिच्या चेहऱ्यावर आली होती.

"पता है" - अक्ष्यानं उदासीनतेनं उत्तर दिलं.

"मतलब?" - सोनिया

"तूने कल बताया की तेरा बॉयफ्रेंड भी है, वैसे मुझे पता तो था ही, लेकिन अब 'कन्फर्म' हुआ -" अक्ष्याची छाती का कुणास ठाऊक धडधडू लागली.

"तेरी भी तो गर्लफ्रेंड थी पहले!"- सोनिया

"लेकिन अब नहीं है- वो तो बस हम एकदूसरेंको देखते थे, बात करना भी मुश्किल था; बाकी कुछ नहीं था - पर तेरा तो हिरो अब भी है क्या है ये? प्यार?"

"तू बता, क्या है ये?"- सोनिया

"मुझे नहीं पता, लेकिन अब वापीस जाने को मन नहीं करता।"- अक्ष्या

"तू तेरे बॉयफ्रेंड से प्यार नहीं करती?" - अक्ष्याच्या मनात चलबिचल सुरू होती. एकीकडे 'टाइमपास' म्हणता म्हणता तो आता खरंच सोनियात गुंतत चालला होता.

"ना, नहीं करती।" - सोनियाने सहज बघत सरळ उत्तर दिले.

"क्या?" अक्ष्याचे तोंड उघडेच राहिले.

"वो मुझे पसंद नहीं है। बचपन से हम साथ पढे; और मैं जब ११ वी में थी तो उसने मुझे प्रपोज किया। मैने ना बोला, तो उसने अपने हाथ कि नस काट ली, पागल है वो! अपनी जान से ज्यादा प्यार करता है मुझे! मेरे घरवाले और उसके घर वाले फॅमिली फ्रेंड्स हैं, तो सबने मुझे उसको 'हा' बोलने को कहा! वो तो जिद पे अडा था कि, अगर मै नहीं बोलूंगी तो वो और एक बार जान देने की कोशिश करेगा! हमारे पेरेंट्स भी चाहते हैं की हम एक दूसरे से शादी करें। लेकिन वो मुझे बिलकुल पसंद नहीं है... पागल है वो! लगता है, क्यूँ मै उस दिन हां बोली? तुम कितने अलग हो, कितने अच्छे हो अक्षय...!"

"मुझे तू पसंद है, मैं तुमसे प्यार करती हूँ अक्षय!" सोनियाने भरलेल्या डोळ्यांनी अक्षयकडे पाहिलं अन् त्याचा हात अजूनच घट्ट पकडला.

"तुम भी करते हो ना प्यार मुझसे?"

अक्ष्याचं मन तिथंच फिरू लागलं. काय पोरगी आहे यार! ३-४ दिवस बरोबर आहे अन् आता जाताना हे सगळं सांगतेय.'टाइमपास'ने एवढी लागेल असं त्याला स्वप्नातही वाटलं नव्हतं. ३-४ दिवस मजा करायची अन् परत विद्यापीठात गेलं की सगळं विसरायचं, असा सोपा प्लॅन होता त्याचा! पण प्रेमात प्लॅन करून नाही पडता येत!

अक्ष्याच्या डोळ्यांसमोर तिचा सणकी बॉयफ्रेंड हातात ब्लेड घेऊन नस कापताना दिसू लागला!

'त्याच्याबरोबरच लग्न कर', असं सोनियाला म्हणणारे तिचे आईबाप दिसू लागले!

'मैं तुमसे प्यार करती हूँ,' असं म्हणणारी नाजूक सोनिया दिसू लागली!

जोरजोराने हसणारा जया अन् रागावलेला सुऱ्या त्याच्या डोळ्यांसमोर नाचू लागले!

७

अक्ष्याला काय बोलावे हे कळेना. त्यात सोनियाच्या डोळ्यांतील अश्रूंत त्याला त्याचं प्रेम वाहताना दिसू लागलं. त्यानं काहीच न बोलता आपला उजवा हात तिच्या खांद्यावर ठेवत तिला अजून जवळ ओढलं. आत्ता वासनेला काहीही वाव नव्हता, मनात फक्त 'आत्ता पुढे काय?' हा प्रश्न होता. नकळत त्याचा हात तिच्या नाजूक, मध्यम आकाराच्या स्तनांना लागला. झटका लागावा तसा त्यानं हात मागे घेतला! सोनियानं पुन्हा त्याच्या डोळ्यांत पाहिलं अन् त्याचा हात तिनं आपल्या नाजूक छातीवर ठेवला अन् त्याच्या हातावर तिनं आपला हात ठेवला. अक्ष्या तिच्याकडे बघतच राहिला.

पुढच्या वादळाची कल्पना आता आली होती. तो आता तिच्या स्पर्शानं पेटेनासा झाला. काही दिवसांपूर्वीच तिचा चुकूनही स्पर्श झाला, तरी त्याच्या अंगात ठिणगी उडत असे, पण आता सगळी सोनिया माझी आहे तर हा 'थंडपणा' कसला? मनाचे विचित्र खेळ त्याला कळेनासे झाले! एकमेकांच्या कुशीत झोपल्यानंतर शेवटी एकदाचे ते विद्यापीठात पोहोचले!

एक-दोन दिवस अक्ष्या कॉलेजला गेला नव्हता. त्याच्याकडे मोबाईल नसल्यानं सोनियाशी बोलणंही झालं नव्हतं. जया, अण्णा, समीर खो-खोच्या स्पर्धेसाठी गेले होते. काय करावं हे त्याला कळत नव्हतं. आज त्याला त्याच्या आईची खूप आठवण येत होती. तिला सगळं सांगावं असंही वाटलं! अचानक त्यानं आपली बॅग भरली अन् तो घरी जाण्यासाठी निघाला.

घरी पोहोचल्यावरही त्याला काही सुचत नव्हतं. बाप दारूच्या नादी लागल्यानं आधीच घरी तणावाला उधाण आलं होतं. तो आपल्या वडिलांशी बोलतही नसे! त्यात आईला हे सगळं सांगून अजून तिला का काळजीत पाडायचं म्हणून त्यानं काही सांगितलं नाही. आपल्या घरी झोपल्यानंतर घराच्या पत्र्याकडे बघत तो दुनियादारी समजून घेऊ लागला. घरची परिस्थिती ना वाईट ना चांगली...मध्यम वर्गीय!

अजिबात करमेनासं झाल्यानं त्यानं आपल्या बाईकला किक मारली अन् STD बूथमध्ये गेला. २०-२५ एकेक रुपयाची नाणी घेतली अन् कॉईन बॉक्सकडे गेला. सोनियाला त्यानं फोन केला.

"कौन" सोनिया त्या बाजूने बोलली.

"अक्षय"

"कहाँ है तू? भूल गया क्या मुझे? ना कॉलेज में दिखते हो! मैं तुम्हें देखने के लिये तडप रही हूँ! हहह -" थोड्याशा रागात सोनिया बोलली.

"नहीं यार, घर में कुछ प्रॉब्लेम आया तो, घर आया मैं! तुझे बोला था ना, की हम तेरे जितने अमीर नहीं है!"

"मुझे फर्क नहीं पडता, मै बनाउँगी अमीर तुझे"- सोनिया हसत बोलली.

अक्ष्याला काय बोलावं हे कळत नव्हतं!

"सुन, मैंने अमित को सब कुछ बताया अपने बारेमें"

"क्या.. ? क्या बताया.. ? कहाँ..?"

"आया था वो मिलने मुझे! मेरे साथ 'फिझीकल' होने लगा, तो मैंने उसे दूर किया, उसने ही मुझे पूछा की कोई दुसरा मिल गया है क्या? कुछ बदली बदली सी लाग रही हो तुम!"

"तो?"

"तो क्या? मैंने बता दिया की मुझे तू पसंद है।"

"लेकिन तूने मुझे क्यूँ नहीं बताया?" अक्ष्या थोडंसं ओरडत बोलला.

"तू क्यूँ चिल्ला रहा मुझपे? तू था क्या यहाँ? कैसे बताती? एक तो इतने दिनों से कॉल किया तूने!" सोनियाचा आवाज थोडा रडका झाला.

"सॉरी, तो वो क्या बोला?"

"कुछ नहीं बोला, क्या बोलेगा वो? जोरसे थप्पड मार दिया मुझे।"- सोनिया आता रडायला लागली होती.

"बेह्नचोद, साला! सुन, तू रो मत. मैं कल आता हूँ कॉलेज।"

"मुझे बहोत डर लग रहा है अक्षय."

"तू डर मत!"

अन् असेच पुढे २०-३० मिनिटे ते बोलत राहिले. STDवाला अक्ष्याकडे विचित्र नजरेनं बघत होता.

"रखने से पहले बोल ना..." सोनिया.

"क्या बोलूँ?"

"पता है ना तुझे! I love you बोल."

"हं... I love you - चल रखूँ अब?" - अक्ष्या

"I love you too जान, मूहहा"

अन् सोनियानं फोन ठेवला. एवढे मनानं एकत्र येऊनही त्यांनी अजून चुंबनही घेतलं नव्हतं. फोनवरचं हे पहिलं चुंबन. अक्ष्याला बरं वाटलं. 'I love you too

जान, मूह्हा' हा आवाज किती तरी वेळा डोक्यात भिणभिणत होता. पण का कुणास ठाऊक, आत्ता सोनियाच्या गुलाबी ओठांची ओढ कमी झाली होती किंवा नव्हतीच मुळी! प्रणय कदाचित मेंदूत असावा, कोणी कसं दिसतं याच्याशी प्रणयाचा काहीही संबंध नसावा. परीसारख्या सुंदर सोनियाबरोबर असताना त्याला तिचं चुंबनही घ्यावंसं वाटत नव्हतं!

दुसऱ्या दिवशीच तो कॉलेजला परत जायला निघाला. बसमध्ये बसल्यावर आई, वडील डोळ्यांसमोरून फिरू लागले... खास करून आई! त्याला तिला सगळ्या जगाची सुखं द्यायची होती. त्याचं लहानपण ते आतापर्यंतचा प्रवास त्याच्या डोळ्यांसमोरून भिरभिरू लागला होता!

कॉलेजमध्ये संध्याकाळी पोहोचल्यावर तो सरळ कॉलेजच्या सभागृहात गेला. वार्षिक स्नेहसंमेलनाची तयारी, निवड सुरू होती.

'हे डोला रे' देवदासमधील गाण्यावर सोनिया अन् तिची मैत्रीण नाचत होत्या! निवड करण्यासाठी कमिटीचे सर बसले होते अन् निवड बघायला बाकीचे काही विद्यार्थी बसले होते. सोनियानं अक्ष्याला आत येताना पहिलं अन् ती पाहतच राहिली. कसाबसा तिनं डान्स संपवला अन् ती अक्ष्याकडे बघत बाहेर आली. अक्ष्यानं समजून घेतलं अन् तोही बाहेर आला. ....डोळ्यांच्या खुणा जास्त बोलक्या असतात!

संध्याकाळचे ६-७ वाजले असतील. स्नेहसंमेलन म्हटलं, की कॉलेज कसं फुलून जातं! वेगवेगळ्या स्पर्धा, नाटकं, नाचगाणी याच्या सरावानं कॉलेजही नाचत होतं! सभागृहाच्या बाहेर काही मुलं/मुली आपापल्या ॲक्टची तयारी करत होती.

"कहाँ था तू? तुझे मेरी कुछ फिक्र है या नहीं? जैसे वापस आये हैं, आज मिल रहे हैं।-" सोनियाला त्याचा हात पकडावा असं वाटत होतं, पण इथं सगळे ओळखणारे होते. तिनं आपल्या भावनांना बांध घातला.

"काम था यार,"

"I love you and I missed you a lot"- सोनिया हळूच अक्ष्याला बोलली, कुणाला ऐकू जाणार नाही असं! तिच्या डोळ्यांत निरागस भाव होता.

"हं..."

आजूबाजूनं त्यानं जया अन् सुऱ्याला जाताना पहिलं. त्यांनी फक्त बघितलं, पण काही बोलले नाहीत.

"चल, बाहर जाते हैं, यहाँ कुछ अजीब लग रहा है।" अक्ष्या.

आजूबाजूचे सगळे डोळे फाडून अक्ष्याकडे बघत होते. पहिलं म्हणजे, एवढी सुंदर पोरगी अक्ष्याला पटली कशी; अन् दुसरं म्हणजे सोनियाचा एक बॉयफ्रेंड आहे हे सगळ्या कॉलेजला माहीत होतं, मग अक्ष्या हिच्या फंदात कसा काय पडला?

ते दोघंही बाहेर गेले. सोनियानं बोलायला सुरुवात केली. ३-४ दिवस

तुंबलेल्या मनातील विचारांचा बांध फुटला होता. दोघांमध्ये बऱ्यापैकी अंतर होतं. ट्रेनमध्ये जसे ते दोघं बसले होते, तसं नव्हतं. अंतर असूनही दोघांची मनं एकमेकांना घट्ट बिलगली होती.

अमित तिला दररोज फोन करत असे. त्यानं तिला धमकावायला सुरुवात केली होती. सोनिया इंजिनिअरिंग करत होती, तर अमित पुण्यात कसलातरी डिप्लोमा करत होता. त्याचा अहंकार इथेच दुखावला गेला होता. कधीकधी वाटतं प्रेम हे काहीही नाही! जसं बायकोला जास्त पगार मिळत असला, की नवऱ्याचा अहंकार दुखावतो, अगदी तसंच डिग्री अन् डिप्लोमाच्या फरकानं अमित सोनियावर जळत होता. त्याला इंजिनिअरिंगला प्रवेश मिळाला नव्हता. सोनियानं अक्षयला सांगितलं की तो दररोज फोन करतो, रडतो, ओरडतो, धमक्या देतो!

सोनियाचं हे सगळं ऐकून त्याला आता अंदाज आला होता, की अमित काहीतरी करेल! २-३ तास ते तसंच शून्यात बोलत होते, विचार करत बसले होते. काय करावं, काही कळत नव्हतं! येणारीजाणारी मुलं/मुली त्यांच्याकडे बघत पुढे जात होते. रात्रीचे १० वाजले होते, स्नेहसंमेलन असल्यानं रात्री १०पर्यंतचा वेळ मुलींना दिला होता; नाहीतर नेहमी मुलींचं हॉस्टेल ७ वाजताच बंद होत असे!

अक्ष्या तिला सोडायला तिच्या हॉस्टेलपर्यंत गेला! खूप इच्छा असतानाही दोघांना मिठी मारणं सोडा, पण एकमेकांचा हातही पकडता येत नव्हता! अन् तसं केलं असतं, तर सोनिया चारित्र्य नसलेली पोरगी, तर अक्ष्या सेकंडहॅण्डवर मजा मारणारा सांड अशी ओळख दोघांची कॉलेजमध्ये झाली असती! दुनियेला प्रेम समजत नाही!

तिला सोडून अक्ष्या एकटाच रूमवर आला. त्याचा रूमपार्टनर बाहेर गेला होता. जया त्याच्या रूममध्ये आला.

"काय रे लXX, काय चाललंय तुझं त्या सोनियाबरोबर?"

"काही नाही रे!"

"काय काही नाही बे? सांगायचं नसेल तर नको सांगूस, मी काही एडXX नाही" जया.

"नाही रे!" अक्ष्या हसायचा प्रयत्न करत जयाला बोलला.

"Congratulations, तुझी क्रिकेटच्या विद्यापीठ टीममध्ये निवड झाली. फर्स्ट इअरलाच, इतिहास बनवला राव तू, फर्स्ट इअरलाच!"

"थँक्स पण विषय नको बदलूस! जरा जपून राहा त्या विषकन्येपासून! मूव्हीज बघायला येतोस का TV हॉल मध्ये?"

"हो चल, मलाही खूप बोअर होत आहे." अक्ष्या.

दर शनिवारी थर्ड इअरच्या TV रूममध्ये मूव्हीज भाड्याने आणल्या जायच्या,

त्यासाठी वेगळे पैसे सगळ्यांकडून जमा केले जायचे. हॉलिवूडचे नवीन ३-४ मूव्हीज अन् रात्री बारा–एक वाजले की पोर्न CD लावल्या जात असत! काही जण ते बघायला थांबत, तर काही जण रूमवर निघून जात असत! सामूहिकरीत्या पोर्न बघताना सुरुवातीला अवघडून यायचं, पण नंतर सवय झाली होती. जीवनात काहीही करायचं असेल, तर भीती पहिल्यांदा वाटते, नंतर काही विशेष वाटत नाही. पोर्न बघत असताना काही मुलं विचित्र टोमणे मारत असत, अन् बाकीचे सगळे त्यावर हसत असत! त्यात हॉट अन् कुणाशीच अफेअर नसलेल्या मुलींची नावंही घेण्यात येत असत, कारण अफेअर असलेल्या मुलीचं नाव घेतलं की राडा होणार हे नक्की! पण फक्त विनोद करण्याच्या नजरेनं त्यांचे हे टोमणे असत!

जया अन् अक्ष्या हो TV हॉलमध्ये होते. पोर्न सुरू होते, अन् काही वेळानं एक थर्ड इअरचा पोरगा ओरडला,

''आह... कम ऑन सोनिया.., कम ऑन..! आह..!''

सगळे हसायला लागले. सोनियाची अशी बेइज्जती अक्ष्याला सहन झाली नाही! कधीही स्वतः होऊन भांडण न ओढवून घेणारा अक्ष्या अचानक ओरडला.

''कोण आहे बे?'' हॉलमध्ये अंधार असल्यानं नेमकं कोण बोललं, आहे हे कळलं नव्हतं.

'का रे XXX, बहीण आहे काय तुझी ती? एवढी का जळलीय तुझी?'' - एक आवाज अजून आला.

अक्ष्यानं उठून 'लाईट' लावला. थर्ड इअरमधल्या पंकजनं सोनियाला प्रपोज केलं होतं. तिनं 'नाही' म्हटल्यानं कदाचित तो असे-तसे आवाज काढत असावा.

''पोरींची नावं घेऊ नकोस, एवढीच मस्ती आहे ना तर xxx पाय घालीन'' - अक्ष्याचा राग अनावर झाला होता अन् तो पंकजच्या दिशेनं निघाला.

''ती ह्याची बहीण असो - नसो 'झXX तुला बहीण नाही का?'' - जया मध्ये पडला.

काहीही असो, राडा कोणीही करो, मग तो सुऱ्या असो किंवा अक्ष्या- जया मध्ये पडायचा! मनगटात जोर त्याच्याच जास्त होता! ''जास्त आग झाली असेल, तर हातात पकड अन् बघ ना, दुसऱ्या पोरींना बदनाम कशाला करतोस?'' कदाचित जयानं अक्ष्याच्या डोळ्यांत सोनियाबद्दलचं प्रेम जाणलं होतं.

''तुमचं लई झालंय रं! साले फर्स्ट इअर, अंड्यातून बाहेर नाही आला तुम्ही लागला चढायला आमच्यावर!'' असं म्हणत पंकज जयाच्या अन् अक्ष्याच्या अंगावर मारण्यासाठी आला.

लगेच कुणीतरी TV बंद केला अन् काही जण भांडण सोडवायला मध्ये पडले. अक्ष्या अन् पंकज एकमेकांना शिव्या देत होते. सगळे TV हॉलच्या बाहेर

गेले. जयानं अक्ष्याला बाहेर आणलं. पंकजला थर्ड इअरच्या पोरांनी बाहेर नेला.

"काय बे, सोनिया तुझी कोण लागत नाही, तर एवढा 'शाहरूख' का झाला होतास? तुमच्या लफड्यात मारणार मला तुम्ही, सुऱ्या झाला की तू अन् तू झाला की सुऱ्या! एवढा दम आहे का xxx?"जया रागानं अक्ष्यावर ओरडत बोलला.

"काही नाही रे, माहीत नाही मला काय झालंय ते, पागल झालोय मी!" - अक्ष्या डोक्याला हात लावत बोलला.

"XX तूच तर म्हणत होतास, पोरींच्या फंदात पडू नये, पोरींचा गुडघ्यात नसतो तर घोट्यात असतो - अन् काय झालं तुला?"

"लफडा झाला यार जया! आत्ता नाही सांगत पण नंतर सांगेन!"

"झक मार XXX" अन् दोघेही आपापल्या रूममध्ये गेले!

दुसऱ्या दिवशी सोनिया अन् अक्षय भेटले.

"तेरे दोस्त मुझे बिलकुल पसंद नहीं, इनके साथ रहेगा तो कुछ नही कर पायेगा तू जिंदगी में, वो तेरा दोस्त जया कैसा लडका है? कितना झगडा करता है वो! तू दूर रेह उससे!" सोनिया त्याला समजावत रागानं बोलली.

मित्रासाठी स्वतःची पर्वा न करणारा जया अन् गुलाबी सोनिया..!!! कसं समजावू सोनियाला?

८

अक्ष्याला काही सुचत नव्हतं! दिवसभर फक्त सोनिया अन् अमितचा विचार मनाला चटका लावत होता. एके रात्री जयाच्या मोबाईलवर अमितचा फोन आला. अजूनही त्यानं जयाला काहीही सांगितलं नव्हतं. जया अक्ष्याच्या रूमवर त्याचा मोबाईल घेऊन आला.

“अक्ष्या, तुझ्यासाठी फोन आला होता रे, त्याला मी पाच मिनिटांनी फोन करायला सांगितलं आहे, राहू दे मोबाईल तुझ्याकडे.” जया मोबाईल अक्ष्याच्या बेडवर ठेवत बोलला.

“कुणाचा फोन?” अक्ष्यानं विचारलं.

“मला नाही माहीत, नाव नाही सांगितलं त्यानं.”

“बरं.”

सगळं हॉस्टेल अक्ष्याला उदास वाटत होतं. काहीतरी कुठंतरी चुकल्यासारखं! काय करावं काही कळत नव्हतं! कुठे जात आहे मी? काही होणं शक्य आहे का सोनिया अन् माझ्यात? का उगीच आपण अमित अन् सोनियाच्या मध्ये पडलो आहोत? तेवढ्यात मोबाईल वाजायला लागला.

“हेल्लो कोण?” - अक्षा

“मैं, अक्षय से बात कर रहा हूँ?” - पलीकडून आवाज आला. आवाजात काहीतरी चुकल्याचा भाव होता.

अक्ष्याला कळलं होतं की फोन अमितचा आहे.

“हां, अक्षय बोल रहा हूँ, आप कौन?” अक्ष्या बाल्कनीत जाऊन बोलला.

“अमित. सोनिया ने बताया ही होगा तुझे.”

अन् अक्ष्याच्या छातीत धक्का बसला.

“तुझे ये नंबर किसने दिया?” अक्ष्या चाचपडत बोलला.

“कोई मुश्किल नहीं है, तेरे रूमतक भी पोहोच सकता हूँ मैं.” - अमित थोड्या रागानं बोलला.

“अच्छा, बोलो क्या बोलना है.” - अक्ष्या थोडं हसत बोलला.

“तू क्या समझता है, अपने आप को? सोनिया सिर्फ मेरी है, उससे बात करना

छोड.'' - अमित आपला आवाज चढवत बोलला.

''और अगर नहीं छोडा तो? क्या उखाड लेगा तू?'' - अक्ष्या आपला आवाज अजूनच वाढवत बोलला.

''जान ले लूँगा, तेरे कॉलेज में आके भोसडिके!''

''अच्छा, आते समय और चार बंदे लेके आ मादरचोत, तुझे कंधा देने काम आयेंगे.'' - अक्ष्याचा राग आता डोक्यात आला होता.

अक्ष्याचा चढता आवाज ऐकून अमितचा आवाज एकदम कमी झाला. १-२ मिनिटं कुणी कुणाशीच काहीही बोललं नाही!

''क्यूं बीच में आया यार तू? मैं जान से ज्यादा प्यार करता हूँ उससे, उसके लिये जान दे दी थी मैंने! क्या मजाक लगता है तुझे? अगर वो मेरी नहीं हुई तो जान दे दूँगा मैं, और अगर मैं अपनी जान दे सकता हूँ तो किसीकी भी जान ले भी सकता हूँ I - अमितचा आवाज थोडासा रडका झाला.

''मै कहां पीछे पडा हूँ? वो सब इतना अचानक हुआ की, मुझे कुछ पता नहीं चला!''

''तू पीछे नहीं पडा, तो सोनिया मुझे क्यूँ बोल रही थी, की तूने उसे प्रोपोज किया और तू उसके पीछे पडा था?''

''क्या? उसने ऐसा बोला?'' अक्ष्याच्या मनात विचाराने गोंधळ वाढवला.

''हाँ, सुन आखरी बार बताता हूँ, उसका पीछा छोड दे, वरना तेरी जान ले लूँगा या अपनी जान दूँगा, लेकिन तुझे फसाऊँगा जरूर.'' असं म्हणत त्याने फोन ठेवला.

अक्ष्याचं डोकं आता ठणकायला लागलं होतं. असं का सांगितलं सोनियानं? का सोनिया काही खेळ खेळतेय माझ्याशी? त्याला आता अमितपेक्षा सोनियाचा राग यायला लागला होता. एक तर तो सोनियाच्या मागे लागला नव्हता, अन् दुसरं म्हणजे त्यानं तिला प्रोपोजही केलं नव्हतं!

त्यानं सोनियाला फोन केला.

''सोनिया, तूने ऐसा क्यूँ बोला की मैं तेरे पीछे पडा हूँ? और मैंने तुम्हें प्रोपोज किया था?'' अक्ष्या रागानं ओरडत बोलला.

''एक तरफ से वो कॉल करता है, दूसरी तरफ से तुम कॉल करते हो? मेरा सर दर्द कर रहा है! मुझे तुम दोनों भी नहीं चाहिये! लीव्ह मी अलोन'' अन् तिने फोन ठेवला. अक्ष्याचं डोकं फिरायला सुरुवात झाली होती. सोनिया नक्कीच त्याच्याबरोबर काही 'गेम' करत होती.

तो रागानं रूममध्ये आला. जया तिथेच त्याच्या रूममध्ये होता, 'अक्ष्या'ला वाटलं होतं की जया त्याच्या रूममध्ये परत निघून गेला असेल! पण जयाला काहीतरी बिघडलंय हे माहीत होतं- त्यानं सगळं ऐकलं होतं!

"हाहा, भोसडीच्या मला बोलला काही नाही, मग हे काय? तरी मला वाटलंच होतं तुझं त्या सोनियाबरोबर काहीतरी आहे -" जया जोरजोरानं हसू लागला.

अक्ष्यानं सगळा इतिहास अन् अमितबद्दल सांगितल्यावर तो शांत झाला.

"पण तुला त्या दोघांच्यामध्ये झक मारायला कुणी सांगितली होती? कुणाच्या मध्यात 'किडे' करायची गरज काय होती तुला?" थोडा वेळ दोघंही शांत झाले! काही वेळानं पुन्हा जया बोलला - "तू घाबरू नकोस, मी आहे तुझ्याबरोबर, काहीही झालं तरी! तो तुला इकडे मारायला आला, तर परत नाही जाणार; पण मला वाटतं, त्यापासून तू जरा दूर राहा, गेम करतेय ती सरळ सरळ!"

तेवढ्यात पुन्हा एकदा मोबाईल वाजला. अक्ष्यानं तो उचलला. जयानं त्याला खुणावलं, की मोबाईल लाऊडस्पीकरवर ठेव म्हणून! अन् अक्ष्यानं कॉल लाऊडस्पीकरवर केला.

"तूने उसको फिर से कॉल करके क्या बताया? अब ना तो वो मेरा कॉल ले रही है, ना ही वो मेरे मेसेजेस का रिप्लाय दे रही है! सुन अक्षय, सब कुछ हुआ है हमारे बीच, साथ में सोये हैं हम कितनी बार! तू उसे समझा कर मेरे पास वापीस लेके आ, मैं उसके सिवा जी नहीं सकता"- आता अमित रडत होता.

"ठीक है, चल रख तू" - अन् अक्ष्यानं फोन कट केला.

"अक्ष्या, जाम चालू पोरगी आहे ती, तुम्हा दोघांबरोबर गेम करतेय! उद्या भेट तिला अन् सगळं सांग, क्लिअर कर राडा- त्या अमितनं जर जीव द्यायचा प्रयत्न जरी केला ना, तर उगीच फसशील!" - असं म्हणत जया त्याच्या रूममधून निघून गेला.

अक्ष्या बेडवर पडला. मनात कितीतरी विचार घोंघावत होते अन् त्याच्या मनाला छिन्नविच्छिन्न करत होते.

अचानक त्याच्या दरवाज्यावर ठकठक ऐकायला आली. त्याने दरवाजा उघडला. ३-४ पोलीस ऑफिसर्स त्याच्या दरवाज्यासमोर होते. त्यांनी त्याच्या कॉलरला पकडत बाहेर काढले. अमितने स्वतःला फाशी लावली होती. खाली आला, तेव्हा सगळे फर्स्ट जमा झाले होते. सोनिया रडून पोलिसांना सांगत होती की - 'इसकी कारण मेरे अमित ने जान दे दी!' अचानक त्याला हॉस्टेलच्या समोर त्याची आई रडताना दिसत होती. अक्ष्याला काय करावे काही कळत नव्हते. तो अस्वस्थ झाला होता. अंगावर पूर्ण घाम आला होता, काहीतरी बोलायचे होते, पण बोलू शकत नव्हता. समोर त्याला लटकलेला अमितही दिसत होता.

त्याने डोळे उघडले, अन् त्याचा जीव भांड्यात पडला! स्वप्न आहे तर हे! तरीही तो खूप घाबरून गेला होता. पुन्हा झोपायचा प्रयत्न केला, पण झोप येत नव्हती त्याला!

असाच एक आठवडा गेला. सोनियाला भेटायची त्याला आत्ता बिलकूल इच्छा नव्हती. अमित अन् सोनियाचे फोन सुरूच होते. सोनिया कोड्यावर कोडी घालत होती, अन् अमित एकसारखा फोन करून रडत होता. सोनिया पण रडत होती - 'अगर मैंने उसे छोडा तो वो जान दे देगा! मैंने गलती की तुमसे प्यार करके! आणि इकडे अमित - 'अगर तूने सोनियाको नहीं समझाया तो मैं सच में जान दूँगा' ह्या दोन्ही वाक्यांनी त्याला वेडे करून सोडले होते. क्लासमध्ये एकमेकांना बघितल्यावरही सोनियाचे डोळे अक्षयवरून हटत नसत. अक्ष्याच्या प्रेमाची झालर फाटत आली होती! सोनियाला बघून आपलेपणा होता, पण त्या आपलेपणात एक दुरावा पण होता!

हॉस्टेलवर करमेनासे झाले होते. सेकंड सेमिस्टरची परीक्षा एका महिन्यावर आली होती. समीर अन् अण्णा टॉपर लिस्टमध्ये असल्याने दोघेही लायब्ररीत दिवस रात्र होते. सुत्याला maths-२ अन् Machine Drawingची काळजी अन् मागच्या विषयांचा तणाव असल्याने तोही लायब्ररीमध्ये होता.

अक्ष्या जयाच्या रूमवर गेला. शुक्रवार असल्याने नवीन मूव्ही रिलीज झाला होता! दोघेही What a Girl want बघायला गेले. मूव्ही चांगला असूनही ते मध्येच अर्धा सोडून बाहेर पडले. कधीकधी मन चलबिचल असलं, की काही पचनी पडत नाही. कदाचित अक्ष्याच्या जीवनात सुरू असलेल्या खऱ्या 'मूव्ही'ची जास्त काळजी लागली होती!

'काय करायचं?' ह्याचा विचार करत तसेच ते फिरत राहिले. संध्याकाळ ७ वाजले तेव्हा सरळ जी. डी.वर गेले. २ बिअर ऑर्डर केल्या, अन् रस्त्यावरून येणारे ट्रक्स बघत बसले! दाढी, मिशा वाढवलेला, तगडा पंजाबी धाब्याचा मालक चिंटूभाई जवळ आला.

"क्या नितेशभाई क्या हाल है' - दाढी कुरवाळत तो बोलला.

"सब ठीक चिंटूभाई, कैसा है धंदा पाणी?"

"बस, आप की क्रिपा" अन् हसत तो निघून गेला. पंजाबी लोकांना धंदा कसा करायचा हे नेमकं माहीत! प्रत्येक बॅचचा एकेक महत्त्वाचा विद्यार्थी हाताशी धरून ठेवला होता. कधीकधी एखादी बिअरही तो ऑफर करायचा. रात्री विद्यापीठातील मुलांना आणायला / सोडायला तो त्याची जीप फुकटात द्यायचा.

जयाचा फोन वाजला. पुन्हा अमित! अक्ष्याने तो फोन घेतला आणि बोलण्यासाठी बाहेर आला.

"यार, तू बीच में क्यू आया हमारे?"

"अरे मैं कहाँ बीच मे आया? जब सोनिया मेरे 'क्लोज' आयी, तो मुझे पता नहीं था की उसकी जिंदगी में तू है, अगर पता होता, तो मैं उसे हाथ भी नहीं लगाता,

और हमने अभी तक किस भी नहीं किया, कुछ नहीं हुआ हमारे बीच में -'' अक्ष्या वैतागून बोलला.

''मुझे समझ नहीं आ रहा है, की वो कैसी लडकी है? मुझे बताती है की तू उसके पीछे पडा था!''

''देख अमित, मैं उसके पीछे नहीं पडा था और अगर तुझे ऐसा लगता है तो तू ऐसे समझ, मुझे कुछ फर्क नहीं पडता!''

आता अमित खरंच रडायला लागला होता, हुंदके देत तो बोलला 'तू उसको फोन कर, और उसको समझा, तू उससे ब्रेक-अप कर; उसके बगेर मैं जान दे दूँगा.'

''अरे, ब्रेक-अप करने से पहले कुछ तो होना चाहिये ना बीच में!''- अक्ष्या त्याला बोलला. ''देख अमित, तू चिंता मत कर और जान देने का खयाल छोड दे, वो बस तेरी है!'' काय करतोय, काय बोलतोय ह्याची कल्पना अक्ष्याला बिलकूल नव्हती.

अक्ष्यानं फोन ठेवला!

''काय झालं?'' - जया

''पुन्हा त्या अमितचा xx रोना यार, काय करू यार मी?'' अक्ष्या डोकं खाजवत बोलला.

''काय करू म्हणजे काय? सोनियाला सरळ सांगून दे, तू प्रेम करतोय का तिच्यावर?''

''माहीत नाही. आधी वाटलं होतं, ती चांगली पोरगी आहे; पण आता वाटतंय ती गेम खेळतेय!'' अक्ष्या बिअरचा ग्लास उचलत बोलला.

''वाटतंय काय लxx, सरळसरळ गेमच खेळतेय ती! ज्या पोराबरोबर ती ३-४ वर्षं आहे, ज्याला ती लहानपणापासून ओळखते अन् त्याला तुझ्यासाठी फसवलं, उद्या तुला ती कुठल्या दुसऱ्या मुलासाठी फसवणार नाही ह्याची काय गॅरंटी?''

अक्ष्या विचार करू लागला! जया जे काही बोलत आहे, ते पण खोटं नाही! ''अन् त्या अमितचा पण विचार कर! उद्या जर का त्यानं आत्महत्या केली, तर तुझ्या गोट्या कपाळात येतील!'' जयानं बोलायला सुरुवात केली. शेजारून चिंटूभाई जात होता.

''चिंटूभाई, एक बताओ, एक 'सिच्युएशन' है. एक लडका एक लडकी से बचपन से प्यार करता है, उस लडकी के लिये एक बार उसने अपनी जान देने की कोशिश की! फिर वो लडकी उसे 'हा' बोली! ३-४ सालसे उनका अफेअर है, और अचानक एक दूसरा लडका बीच में आता है, और वो लडकी उस दुसरे लडके से प्यार करती है, ऐसे हालत में अगर वो पहले लडकेने खुदकुशी की, तो जेल कौन जायेगा?'' जया चिंटूभाईला हसत बोलला.

"१००%, वो दूसरा लडका" चिंटूभाईने हसत उत्तर दिले.

'हाहाहा' जया जोरजोराने हसायला लागला!

रात्री ११ वाजता ते परत विद्यापीठात आले. अक्ष्यानं सोनियाला फोन केला.

"देख सोनिया, हमारा आगे कुछ नहीं हो सकता, तू उस अमित के साथ ही ठीक है."

"और कुछ?" सोनिया बोलली.

"कुछ नहीं!" अक्ष्या

अन् सोनियानं फोन ठेवला.

दुसऱ्या दिवशी अश्विनी सुऱ्या अन् अक्ष्याला भेटली.

"अक्ष्या, काय समजतोस काय तू स्वतःला? ती सोनिया सकाळपासून रडतेय! काय बोललास तू तिला? जीव द्यायचा म्हणतेय ती. तुझ्यामुळे तिचं अमितबरोबर पण बिघडलंय. तुम्ही काय पोरींना टाइमपास समजता?" अश्विनी रागानं बोलली.

"तूच विचार तिला. हे सगळे बहुतेक असेच! तो तुझा रोहित तुला डबल - क्रॉस करतोय अन् सोनिया मला."

"काय? - अक्ष्या तू सोनियाबरोबर!" - सुऱ्याला आधी माहीत नसल्याने तो जरा रागाला गेला.

"साल्या, दोस्त म्हणतोस अन् एवढं लपवलं?" - सुऱ्या

"बरं झालं, तू तिच्या चक्करमध्ये नाही पडला!" - अक्ष्या बोलला!

"एक मिनिट, तू रोहितबद्दल काय बोलत होतास, डबल क्रॉस?" -अश्विनीने मध्येच रागात विचारले.

"हो, तू सोडून २-३ गर्लफ्रेंड्स आहेत त्याच्या.' -अक्ष्या.

अश्विनी शांत बसली. "खरंच सुऱ्या???" तिचे डोळे भरले गेले!

"हो!" - सुऱ्या बोलला!

अश्विनी काहीही न बोलता निघून गेली!

काहीही असो- मी रोहितला सोडणार नाही! साला काय समजलं काय ह्यानं आपल्या पोरींना! सुऱ्या तावात हॉस्टेलवर आला, अन् सरळ रोहितच्या रूमवर गेला. रोहित व्हिस्की पीत पुस्तक वाचत होता.

"सुन, तूने ऐसा क्यूँ किया अश्विनी के साथ? अगर इतनी गर्मी है तो 'धन्देवाली' के पास क्यूँ नहीं जाता साले? आज तक तुझे कुछ नहीं बोला मैं, लेकिन तू उसके साथ खेलना बंद कर" –सुऱ्या रागात बोलला.

"और नहीं किया तो? कौन लगता है तू उसका? सच्ची में भाई तो नहीं! क्या फर्क पडता है य्यार? कभी तू 'ऐश' कर कभी मै करूंगा!" - रोहित निर्लज्जासारखा

बरळत होता.

"कमीने, कुछ तो शर्म कर साले!" - अक्ष्या रागाने बोलला.

"ये तू बोल रहा है साले मुझे! और तू सोनिया के साथ क्या कर रहा है? वो अमित जानता है मुझे, मैंने ही उसको जया का नंबर दिया था" - रोहित हसत बोलला. "और सुन सुऱ्या, जो करना है कर! मुझे हात भी लगाया ना तो नहीं तुझे कॉलेज से निकाला तो बाप का नाम नहीं लगाऊँगा, चल जा अब! बहन के भाई!"

'XXX,' सुऱ्या त्याला मारण्यासाठी निघाला!

"नाही सुऱ्या, परीक्षा होऊ दे, सोडायचं तर ह्याला पण नाही."

१

परीक्षा जवळ आल्याने अक्ष्याने सोनियाला भेटायचे अन् अमितचे फोन उचलायचे सोडून दिले। तसाही काहीही फायदा नव्हता।

त्याच काळात MPSCचा निकाल लागला होता. त्याच्याच जिल्ह्यातील त्याचा एक M.Tech. करणारा सिनिअर- सचिन- MPSC परीक्षा पहिल्याच प्रयत्नात पास झाला होता, वर्ग-२ ची पोस्ट मिळाली, तरी त्याचे काही वाईट वाटत नव्हते. त्याचबरोबर M.Sc.चे विद्यार्थी ढिगाने पास झाले होते. काही जण उपजिल्हाधिकारी, काही जण मुख्याधिकारी, तर काही जण जिल्हा पोलीस अधीक्षक! M.Tech. करणाऱ्या ११ पैकी ७ जण पहिल्याच प्रयत्नात यशस्वी झाले होते.

विद्यापीठात नुसता धिंगाणा होता! PSIची पोस्ट जवळजवळ १५० लोकांना मिळाली होती. M. Sc.चे विद्यार्थी B.Tech.च्या किश्शात अजिबात भाग घेत नसत! MPSCची वारी करून त्यांची आधीच वाट लागलेली असे किंवा वय वाढल्याने कदाचित दुनियादारीची समज वाढली असेल! त्याच दिवशी ग्राउंडवर भली मोठी पार्टी ठेवण्यात आली. लाईट्सने पूर्ण मैदान सुशोभित करण्यात आलं होतं! पंचपक्वान्नालाही लाजवेल अशा पदार्थांची सोय झाली होती! काहीही असो पण पुढच्या पिढीच्या साहेबांची पार्टी होती ती!

नोटीस बोर्डवर विद्यार्थ्यांची नावे वाचताना छाती फुलून येत असे.

"यार जया, ज्या लोकांबरोबर आपण सकाळी कँटिनवर नाश्ता करत होतो, ग्राउंडवर बरोबर खेळत होतो, तेच आता महाराष्ट्र सांभाळणार! काहीतरी करायला पाहिजे यार आपण" -अक्ष्या MPSC पास झालेल्या विद्यार्थ्यांची नावं वाचत जयाला बोलला.

"करू यार आपण पण काहीतरी! अन् काही नाही झालं तर गावाचा सरपंच तर मी नक्की होईन, PSI झालो तर हवाच गावात!" - जया हसत उत्तरला!

"अण्णांचा भाऊ नाही का झाला पास ह्या वेळी?" -अक्ष्या.

"नाही यार, मुलाखतीत होता, मुख्य परीक्षा २ वेळा पास झालाय- स्टार्स पाहिजेत लेका!" -जया थोडा निराश होत बोलला.

"हं... एवढी सेमिस्टर जाऊ दे, पुढच्या सेमिस्टरपासून तयारी सुरू करणार आहे मी" -अक्ष्या.

"हं..." - जया.

फाईव्ह स्टार्स ग्राउंडवर गेले... सगळं विद्यापीठ मैदानावर होतं! त्या दिवशी मेसमध्ये जेवण नव्हतं! काही जण आज बऱ्याच दिवसांतून मैदानावर अजून भूक लागावी म्हणून पळत होते. असं जेवण वर्षा-दोन वर्षांतून फुकटचं एकदाच मिळतं!

निवड झालेल्या विद्यार्थ्यांचा सत्कार करण्यासाठी जिल्ह्याच्या कलेक्टरना आधीच आमंत्रण दिलं होतं. निकाल लागायच्या आधीच त्यांची 'डेट' नक्की केली जायची, कारण कोणीही असो, पण विद्यार्थी आपल्याच विद्यापीठातील असणार याची खात्री विद्यापीठाला होती. साधारण विद्यापीठातील २००-२५० विद्यार्थी तरी प्रत्येक फेरीत पास होत असत. B.Tech./M.Tech.ची संख्या कमी असल्याने M.Sc. अन् Ph.d. करायला आलेल्या विद्यार्थ्यांचं प्रमाण ९५% पेक्षा जास्त होतं. एकमेकांत जरी संबंध कमी असला, तरी आपल्याच विद्यापीठातील असल्याने एका प्रकाराने 'नाळ' जोडलेली असे!

जेव्हा कलेक्टरने भाषण द्यायला सुरुवात केली, तेव्हा या पोरी, लफडी नगण्य वाटू लागलं. एवढी कॉलेजची परीक्षा संपली, की अण्णा अन् समीरसारखं लायब्ररीत पडून राहायचा निर्णय अक्ष्यानं अन् जयानं घेतला. सत्कार करताना कालपर्यंत नावानं बोलावणारे प्रोफेसर्स आज त्याच विद्यार्थ्यांचा उल्लेख नावापुढे 'साहेब' लावून करत होते. सगळंच विचित्र वाटत होतं. वेळ खरंच कुणाला किती बदलवते नाही!

मैदानावर जेवण करून झाल्यावर अक्ष्या अन् अण्णा आपल्याच जिल्ह्यातील 'वर्ग-२'मध्ये निवड झालेल्या सचिनसरला भेटायला गेले. आपापल्या गाववाल्यांशी संबंध आपोआपच जवळचे होते, काय माहीत का?

कायम लायब्ररीत असल्यानं, अन् भविष्याची काळजी लागल्यानं सचिन कधी कॉलेजच्या किश्शात पडत नव्हता! तसेही M.Tech.चे कुणीही असल्या फालतू गोष्टीत लक्ष घालत नसत. वर्ग-१ ची अपेक्षा असलेला सचिन आला. वर्ग-२वर समाधान मानावं लागलं होतं.

"या बसा! फाईव्ह स्टार्सपैकी २ चमकते तारे" - सचिन हसत त्यांना बोलला.

"काय सर, काहीपण..." थोडंसं हसत अक्ष्या अन् अण्णा बेडवर बसले.

सचिन सर खाली गादीवर बसले होते. त्याच्याबरोबर फायनल इअरचा एक जण बसला होता. अभ्यास कसा करायचा, याचे मार्गदर्शन घेण्यासाठी बरेच विद्यार्थी पास झालेल्या विद्यार्थ्यांच्या रूमवर येत असत. जे पास नाही झाले, ते बरेचसे रूममधून बाहेर निघत नसत! काही जण खेळाडू वृतीने पार्टीत पण येत असत. आपलेही 'स्टार्स' पुढच्या वेळी चमकतील ही अपेक्षा घेऊन!

"**गा**ववाले आहेत हे माझे, दोघेपण पहिल्याच अटेम्प्टमध्ये MPSC क्लिअर होणार आहेत.'' सचिन फायनल इअरच्या 'त्या' विद्यार्थ्याकडे बघत बोलला.

सचिन सरचा एवढा विश्वास बघून, अक्ष्याला लाजून मेल्यासारखं झालं! काय अपेक्षा आहेत लोकांच्या आपल्याकडून अन् काय करतोय आपण? पण अण्णाला स्वतःवर विश्वास होता.

"हा अक्षय वक्तृत्व स्पर्धेत सिलेक्ट झाला होता अन् हा सुशील खो खोमध्ये! खरंच तारे आहेत; पण या स्टार्सचं 'ब्लॅकहोल' होऊ नये म्हणजे झालं!'' सचिनने त्या फायनल इअरच्या विद्यार्थ्याला हसत सांगायला सुरुवात केली.

"चालू घडामोडींसाठी एक वही करा, त्यात त्या वहीचे खेळ, राजकारण, व्यवसाय इत्यादी भाग पाडा. दररोज न्यूजपेपरचं पाहिलं पान अन् शेवटचं पान नक्की वाचा! एडिटोरिअल पेज नक्की वाचा, शक्यतो 'मटा' वाचा. बाकीच्या न्यूजपेपर्सला जास्त महत्त्व देऊ नका! त्या बातम्यांच्या नोट्स काढा.''

५ वी ते १०वी इतिहास, भूगोल अन् सामान्य विज्ञान सेकंड इअर होण्याआधी सगळं वाचून काढा अन् त्याच्या नोटस् काढून ठेवा. ही झाली पूर्वतयारी अन् मगच मुख्य पुस्तक वाचायला घ्या.

मैदानात उतरण्याआधी तलवारींना धार लावून घ्या आधी! एकदा युद्धात पडलं की पुन्हा कोणीतरी 'तानाजी'सारखे दोर कापून आले आहे, हे लक्षात घ्या! करो या मरो! अन् असं नसेल तर मग पडूच नका या युद्धात! तसंही डिग्री मिळाली, की सगळ्यांना नोकरी मिळतेच की, आपल्या कॉलेजमध्ये.'' सचिन आपले अनुभव सांगत होता.

"ग्रुप बनवा, दिवसभर जे काही वाचलं, ते जेव्हा जास्त झोप येते साधारण रात्री ९ ते ११ तेव्हा चर्चा करा. पण सकाळी शार्प ८ वाजता लायब्ररीमध्ये गेलं पाहिजे! अन् सगळ्यात महत्त्वाचे- अगोदर कॉलेजमध्ये तुमचा GP ७.५ पेक्षा जास्त पाहिजेच! फर्स्ट क्लास पाहिजेच! नाहीतर काही उपयोग नाही! उगीच MPSC करतोय अन् कॉलेजमध्ये नापास होतोय, याला काही अर्थ नाही.'' सचिनने काही वेगळं सांगितलं नव्हतं. MPSC करणारे सगळेच हेच करत होते!

अण्णा अन् अक्ष्या ऐकत होते! समीरची धाव 'UPSC' पर्यंत असल्याने 'MPSC'च्या अनुभवांचा काही फायदा होणार नव्हता! जयाला आत्ता तरी 'MPSC'ची तयारी करत नसल्याने त्याला कुणाकडून मार्गदर्शनाची गरज नव्हती! सुऱ्या सेमिस्टरच्या परीक्षेचा अभ्यास करत बसला होता.

"सर, congrats! लाल दिव्याची गाडी मिळवली आयुष्यात तुम्ही.'' - अक्ष्या सचिन सरला बोलला.

"हाहा. असं नाही रे! खरी परीक्षा तर आता सुरू होणार आहे! कसंय ना,

समुद्राच्या लाटेच्या प्रवाहाच्या दिशेने पोहायला सगळ्यांनाच जमते, पण त्याच लाटेच्या प्रवाहाच्या विरुद्ध पोहण्यासाठी खरा कस लागतो! सिस्टमच्या विरोधात लढून कितीतरी जण हरले अन् 'स्पर्धापरीक्षा मंडळ' काढून बसले आहेत! पण मी हे क्षेत्र निवडलं कारण- जेव्हा मी माझ्या गावात सायकलवरून शाळेला जात होतो, तेव्हा रस्त्यावर राहणारे गरीब लोक बघून तेव्हाच ठरवलं होतं की, यांच्यासाठी काहीतरी करीन!'' सचिन नेहमीसारखाच शांत राहत बोलला. यशाचा माज बिलकूल दिसत नव्हता!

''हं...'' अक्ष्या अन् अण्णा सुन्न होऊन ऐकत होते.

''हे 'फाईव्ह स्टार्स' काय आहे? पहिलं करिअर घडवा अन् मग पाहिजे ती पोरगी मागे लागेल.'' - सचिनने मूळ विषयाला हात घातला. ''हे भांडण, लफडी काय ठेवलंय ह्यात? प्रेम करायचं खरं वय २५ आहे असं मला वाटतं! तुमच्या त्या अश्विनीलापण सांगा हे, गावाकडचीच असली, तरी मी बोललो तर तिला वाईट वाटेल. अन् अक्ष्या तू त्या सोनियाचा नाद सोड.'' सचिन बोलतच होता!

अक्ष्या आता बधिर झाला होता, हे सोनियाचं प्रकरण सचिन सरला कसं कळलं?

सचिनचं ऐकून अक्ष्या अन् अण्णाच्या अंगात एक वीज धावत होती. आपण पण असंच काहीतरी करणार!

दोघेही सचिनच्या 'हो' ला 'हो' म्हणत आपल्या हॉस्टेलवर निघाले.

''काहीही म्हण अक्ष्या, पण त्या अमरीश सरपेक्षा कॅलीबर सचिन सरमध्ये होते, साला 'रिजर्व्हेशन'मुळे अमरीश सर उपजिल्हाधिकारी - क्लास १ झाले अन् सचिन सर क्लास २ झाले.'' - अण्णा थोडंसं नाराज होत बोलला.

''खरंय तुझं, पण सचिन सरचे वडील इंजिनिअर आहेत, अन् अमरीश सरचे वडील साधे शेतकरी आहेत! 'फरक आहे ना यार! खूप गरिबीतून आलेत अमरीश सर, या MPSCसाठी त्यांच्या वडिलांनी होती नव्हती तेवढी शेती विकली होती म्हणे! घरात अठरा विश्वं दारिद्र्य! अन् त्यातून पुढं यायचं म्हणजे XXX दम लागतो लेका, उगीच तुम्ही रिजर्व्हेशनच्या नावाने का जळता काय माहीत! एवढा दम आहे, तर त्या अमरीश सरसारखं गरिबीत राहून परीक्षा पास होऊन दाखवा! फायनान्शिअल सिक्युरिटी नावाचा काही प्रकार असतो साल्या!'' अक्ष्या आपलं मत मांडत होता.

''हाहा, तू पण साला रिजर्व्हेशन घेतो म्हणून असं बोलतो का?'' अण्णा हसत बोलला!

''कदाचित असं असेलही, पण जर मी रिजर्व्हेशन घेतलं, अन् नोकरीला लागलो, तर मी तरी पुन्हा माझ्या मुलांना रिजर्व्हेशन घेऊ देणार नाही!'' अक्ष्या बोलला.

"च्या मारी! एवढं लॉजिक जर सोनियाच्या प्रकरणावर वापरलं असतं, तर एवढा राडा नसता झाला." अण्णा हसत बोलला.

"हाहा, झालं यार ते!" अक्ष्याही हसत बोलला!

शेवटची सेकंड सेमिस्टरची परीक्षा संपली. स्पर्धापरीक्षेचं उत्तेजन हे प्रणयासारखं होतं, करण्याआधी खूप सारे प्लॅन केलेले, असं करू, तसं करू! पण जेव्हा वेळ आली, तेव्हा कळलंच नाही की कधी एकदम शांत झालं!

अक्ष्याला परीक्षा खूपच अवघड गेल्या होत्या! त्यात अश्विनीच्या नेहमीच्या रडण्याने फाईव्ह स्टार्सना अस्वस्थ करून सोडलं होतं! रोहितला काहीही करून धडा शिकवायचाच होता! रोहितच्या ड्रग्सनं अन् दारूनं सगळ्या कॉलेजला सतावून सोडलं होतं. सिगारेटचे तुकडे, गांज्याच्या पुड्या पाण्याच्या टाकीत सापडत होते, कधीही रात्री-अपरात्री तो उघडा हॉस्टेलमध्ये फिरत असे! एवढी थंडी असूनही 'साला ये पानीके टंकी मे हिटर किसने डाला है? पानी इतना गरम कैसा है? असं ओरडून एकटाच हॉस्टेलवरून फिरत असे!

त्यातच त्याने student's councilच्या चेअरमनशी भांडण करून त्याला शिव्या दिल्या होत्या. त्याच्या बापाच्या सत्तेचा माज त्याच्या कणाकणात दिसत होता. अन् त्यात जर कोणी रोहितला काही करू शकत असेल तर ते फक्त 'फाईव्ह स्टार्स!' - ns student's councilला चांगलंच माहीत होतं! रोहितमुळे 'फाईव्ह स्टार्स' अन् student's council जवळ आली होती!

अश्विनीच्या अश्रूखातर रोहितशी बदला घेणं तर अनिवार्य होतं!

'Five Stars break bones not hearts'हे फाईव्ह स्टार्सचं ब्रीदवाक्य होतं!

त्यातच student's councilच्या चेअरमनला शिव्या देणं म्हणजे पूर्ण सिनिअर जातीचा अपमान होता! त्याच्यासाठी सुऱ्या अन् रोहितच्या दुश्मनीचा फायदा उचलायचा student's council नं ठरवलं! जर काही 'अॅक्शन' झाली, तर फाईव्ह स्टार्सवर होईल, पण हा गेम समजण्याइतकं डोकं फाईव्ह स्टार्सना नव्हतं, कदाचित त्या वेळी!

परीक्षेनंतरही आठवडाभर रोहित हॉस्टेललाच राहणार होता! काटा काढायची हीच वेळ आहे हे student's councilनं ठरवलं! परीक्षेनंतर त्यांनी फाईव्ह स्टार्सना हॉस्टेलमध्ये राहायला सांगितलं.

पण लफड्यात पडायचं नाही म्हणून, किंवा भविष्याची काळजी असल्यानं, समीर अन् अण्णा लगेच घरी निघून गेले.

जया, अक्ष्या अन् सुऱ्या थांबले. तिकडे रोहितच्या फसवणुकीनं वेडी झालेली अश्विनी पण थांबली होती, अन् नाही थांबणार तर ती खरी मुलगी कसली? रोहित

अश्विनीला दुसऱ्यासमोर खुलेआम शिव्या देत असे. सुऱ्याला ते सहन होत नव्हतं. परीक्षेच्या दुसऱ्याच दिवशी त्यानं रोहितला फटकवायचं ठरवलं. Student's councilबरोबर अगोदरच प्लान ठरला होता.

ठरल्याप्रमाणे जया, सुऱ्या, अक्ष्या अन् अश्विनी लायब्ररीत संध्याकाळी ७ वाजता एकानंतर एक गेले. अन् प्रवेशद्वारात असणाऱ्या हजेरी पुस्तकात आपली नावं लिहिली अन् सह्या केल्या! लायब्ररीत आल्याचा हा पुरावा होता!

सुऱ्या अन् जया पुस्तकं लायब्ररीत ठेवून एका तासानं बाहेर पडले. सुट्टी लागल्यानं खूप कमी विद्यार्थी लायब्ररीत होते. जे होते, ते MPSC करत होते, तेच होते फक्त!

आधीच त्यांना माहीत झालं होतं की, रोहित मूव्ही बघायला गेला होता. त्याला ९.३० वाजता गाठणं नक्की शक्य होतं!

जया अन् सुऱ्या थिएटरच्या बाहेर वाट बघत बसले होते. जसा रोहित थिएटरच्या बाहेर आला, तसा जयानं अश्विनीच्या मोबाईलवर फोन केला.

काहीही असो, पण अण्णानं आपली पल्सर २२०ची चावी अक्ष्याकडे ठेवली होती. फोन आला, तसा अश्विनी अन् अक्ष्या बाईकवर निघाले! अक्ष्या तिथे पोहोचतोय तोच जया अन् सुऱ्या रोहितला मारत होते. रोहित सिगारेट ओढायला गेला होता.

सुऱ्याने रोहितला पकडले. अन् जया त्याला मारत होता.

"अशे, ये तू, बघतेस काय?" -सुऱ्या अश्विनीला पाहून ओरडला.

अश्विनीचा सुंदर चेहरा आज रागाने लालबुंद झाला होता. रोहितने दिलेल्या आयुष्यभर एकत्र राहण्याच्या खोट्या शपथांची याद तिला सतावत होती. जिवापाड प्रेम करून आपण कुणाच्या हातातील खेळणं होणं यानं तिच्या स्त्रीत्वाला डिवचलं होतं.

"याच्या प्रॅक्टिकल परीक्षेचं सगळं सबमिशन मी करून दिलं, याच्या engineering drawing Deved machine drawingच्या सगळ्या शीट्स मी रात्रभर याच्या प्रेमात जागवून पूर्ण करून दिल्या! अन् यानं मला एक 'वेश्या' समजलं, याचं दुःख कदाचित फक्त अश्विनीच समजत असेल!

बाईकवर अक्ष्याच्या मागे बसलेली अश्विनी खाली उतरली. जीन्स अन् टॉपमध्ये चालताना ती एखाद्या हिरॉइनपेक्षा कमी दिसत नव्हती.

"अशे, बघतेस काय, दे कानाखाली वाजवून याच्या- जयानं रोहितला मागून पकडलं होतं. रोहित झटपटत होता. जया तसाच अश्विनीकडे बघत ओरडला.

रोहितला मारताना कोणी बघत नाही याकडे रस्त्यावर अक्ष्याचं लक्ष होतं!

"कुत्ते, तुझे बस लडकी से एक ही चीज चाहिये ना! क्या है क्या तेरे पास ये.' अश्विनी त्याच्या पँटकडे बघत बोलली! "कुत्ते ! क्या समझ क्या रखा है तूने

एक लडकी की इज्जत को! क्या लगा की तू ऐसेही मुझे और मेरी जैसी और लडकियों को फसायेगा?''

घायाळ सिंहीण आज ओरडत होती. अश्विनीच्या तोंडातून निघालेले शब्द सगळ्यांनाच नवीन होते, अश्विनी अशी भाषा वापरेल, हे त्यांना स्वप्नातही वाटले नव्हते. अश्विनी साक्षात कालीचं रूप भासत होती.

"मार ना तू अशे! बोलतेस काय, दे कानाखाली द्या xxx" - अक्ष्या ओरडला.

अश्विनी रागाने पुढे आली, दोन सन सन रोहितच्या कानाखाली तिने जाळ काढला! रागाने वेड्या झालेल्या अश्विनीने रोहितच्या दोन्ही पायांच्या मध्ये जोराने तिचा गुडघा मारला! जिवाच्या आकांताने ओरडून रोहित खाली पडला! जयाने रोहितला सोडले.

''आज के बाद किसी लडकी के कपडे उतारने से पहले ये याद रख, जिंदगीभर!'' अश्विनी ओरडली.

जसा रोहितच्या ओरडण्याचा आवाज झाला, तसे काही लोक आवाजाच्या दिशेने येऊ लागले.

''अशे, चल बस!'' -अक्ष्याने बाईकला किक मारली.

अश्विनी लगेचच येऊन अक्ष्याच्या मागे बसली.

जया अन् सुऱ्याने ठरल्याप्रमाणे आधीच चिंटूभाईची जीप बाजूला उभी केली होती. पापणी लवते न लवते तोच सगळे फरार झाले.

''सालो, सबके सब मरेंगे!'' -मागून रोहित ओरडत होता.

लोक पळत येईपर्यंत चारही जण पसार झाले होते. रोहित सोडून कुणीच त्यांना पाहिलं नव्हतं!

चारही जण १० मिनिटांत १० वाजायच्या आत लायब्ररीत पोहोचले. ठरल्याप्रमाणे एकमेकामागून एक लायब्ररीत गेले! आधीच एण्ट्री केल्याने पुन्हा करायची गरज नव्हती.

चारही जण पुढच्या ३० मिनिटांसाठी आपापली पुस्तकं उघडून त्यातील इंग्रजी अक्षरांकडे बघत राहिली! पण डोळ्यांसमोर वेगळंच चित्र होतं.

जया, अक्ष्या अन् सुऱ्याने दूर बसलेल्या अश्विनीकडे बघितलं. २-३ महिन्यांत पहिल्यांदाच तिचा चेहरा हसत होता, एवढा खुलला होता. एक प्रकारचं समाधान होतं तिच्या चेहऱ्यावर.

१०.३० वाजले, अन् लायब्ररी बंद झाली! सगळे इतर विद्यार्थ्यांप्रमाणे रजिस्टरमध्ये सह्या करून लायब्ररीच्या बाहेर पडले! अधिकृतरीत्या ते संध्याकाळी ७ ते १०.३०मध्ये लायब्ररीत अभ्यास करत होते.

१०

दुसऱ्याच दिवशी संध्याकाळी ५ वाजेपर्यंत ५-६ लँड क्लूझर विद्यापीठात आल्या. आज विद्यापीठ एखाद्या राजकीय सभेची जागा वाटू लागले. आधीच ठरल्याप्रमाणे अश्विनी, जया, अक्ष्या अन् सुऱ्या सकाळीच आपापल्या घरी निघून गेले होते, तशी सूचना त्यांना Student's Councilकडून आली होती.

रोहितच्या वडिलाने कॉलेजच्या डीनला अन् रेक्टरला सुट्टी असताना पण बोलवले!

'काय काय करणार आहे ही बॅच अजून! आजपर्यंतची सर्वांत वाईट बॅच ही' -असे कितीतरी वेळा बोलून डीन रिकामे झाले होते अन् तसाच भाव डीनच्या चेहऱ्यावर दिसत होता.

डीनने student's councilच्या फायनल इअरच्या विद्यार्थ्यांबरोबर मीटिंग घेतली. रोहितने बोलायला सुरुवात केली तेव्हा उत्तेजित झालेले त्याचे वडील तावातावाने बोलत होते- ''यही है तुम्हारे कॉलेज की सिक्युरिटी?''

रेक्टर फक्त ऐकून घेत होते. फायनल इअरचे विद्यार्थी मुद्दामच हॉस्टेलवर थांबले होते, समीरच्या वडिलांचे बोलून झाल्यावर student's councilने समीरच्या ड्रग्स अन् अल्कोहोलचा मुद्दा उचलून धरला. सुरुवातीला पोलिसात तक्रार करणारच, याचा आग्रह करणारे समीरचे वडील आपल्या पोराचे 'पराक्रम' ऐकून गप्प बसले. पोलिसात गेलो, तर ड्रग्सचा किस्सा बाहेर येईल अन् तो त्यांच्या राजकीय भविष्यासाठी चांगला नसल्यामुळे, त्यांनी प्रकरण मिटवायचे ठरवले.

रोहितनेही इथून पुढे विद्यापीठात राहायचा धसका घेतला होता. एखादी मुलगी जेव्हा मारते, तेव्हा कदाचित सगळ्यात जास्त लागत असावं! रोहितने आपल्या बॅग्स भरल्या अन् तो त्याच लँड क्रूझरमधून कायमचा परत निघाला, पुन्हा कधीही परत न येण्यासाठी! काही दिवसांनी असंही ऐकलं की त्याने बिहारमध्ये कुठल्या तरी विद्यापीठात प्रवेश घेतला म्हणून.

सेमिस्टर तिसरी : सेकंड इअर

सुट्टी संपवून सगळे परत हॉस्टेलवर आले. या वेळी सोनियामुळे अक्ष्याची ग्रेड कमी आली होती. समीर, अण्णा दोघेही पहिल्या पाचमध्ये होते! सुऱ्या अन् जया

कसेबसे पास झाले होते, सोनिया अजूनही टॉपर लिस्टमध्ये होती. अक्ष्याच्या किश्शामुळे तिची ग्रेड जराही कमी आली नव्हती. या पोरी कशा काय टेन्शनमध्येही अभ्यास करत असतात काय माहीत! की अजिबात टेन्शनच घेत नाहीत?

सेकंड इअरमध्ये आल्याने सगळं विद्यापीठ अजूनच फुलल्यासारखं वाटत होतं. आत्ता 'फाईव्ह स्टार्स' सिनिअर्स झाले होते, सिनिअर होण्याचा आनंद वेगळाच असतो. कुठेही कसेही फिरा, काहीही करा, आरामात बसा, एकदम बिनधास्त!

नवीन फर्स्ट इअरची नवीन मुले विद्यापीठात डुलत झुलत होती. नाही म्हटले तरी अजूनही नवीन फर्स्ट इअरचं रॅगिंग पुन्हा सुरू झालं होतं. कदाचित आपल्याला झालेला बदला म्हणन किंवा शिस्त म्हणून किंवा रॅगिंग नाही घेतलं तर ज्युनिअर्स आपल्याला 'रिस्पेक्ट' कसे देणार म्हणून! ही रिस्पेक्ट पण भयानक गोष्ट आहे, मिळवण्यापेक्षा ती बळकावायला बरी वाटते!

नेहमी थर्ड इअर फर्स्ट इअरचं रॅगिंग घेत असत. सेकंड इअर नवीन-नवीन सिनिअर झाल्यानं त्यांना रॅगिंग घेण्याची परवानगी नसे, पण तरीही काही सेकंड इअरचे 'हिरो' रॅगिंग घेत होते. फर्स्ट इअरच्या रडणाऱ्या मुलांना समजावयाचे, रॅगिंग शिस्तीसाठी कसं अन् किती चांगलं आहे हे पटवून द्यायचं, 'आमचं पण रॅगिंग झालंच होतं ना, बंद होईल काही दिवसांनी '- असं फर्स्ट इअरला समजावून सांगायचे! एकूणच काय की नवीन सवतीला आपल्या नवऱ्याचे चांगले, वाईट गुण–अवगुण समजावून सांगायचे, त्याचा अत्याचार शिस्तीसाठी किती चांगला आहे, हे समजवायचे!

'फाईव्ह स्टार्स' मात्र 'रॅगिंग'पेक्षा ज्युनिअर्सशी मैत्री करण्यास उत्सुक असत. त्यामुळे ते कुणाच्या मध्ये पडत नसत. मेसमध्ये जाणं, जेवण करणं, एखाद्या दुसऱ्या ज्युनिअरशी बोलणं अन् परत येणं, असा त्यांचा दिनक्रम असे!

फर्स्ट इअरचे काहीजण ग्राऊंडवर येत असत. त्यामुळे सिनिअर्स मुद्दामच सुरुवातीचे काही दिवस तरी, ग्राऊंडवर नवीन 'हिरवळ' बघायला येत असत, जिमखान्यात एका बाजूला badminton court होते, त्याच्याच एका बाजूला प्रेक्षकांसाठी पायऱ्यांची सोय होती, पायऱ्यांच्या शेजारी जिम होती. Badminton courtच्या समोर काही अंतरावर टेबल टेनिस खेळण्यासाठी २-३ टेबल्स होती.

जया अन् सुऱ्या badminton खेळत होते अन् तेवढ्यात काळी ट्रॅक पँट अन् पांढऱ्या 'टी शर्ट'मध्ये हर्षला आत आली.

जया अन् सुऱ्या हर्षलाला बघतच राहिले. कधीकधी काही व्यक्तींना बघितल्यावरच मनात अन् डोक्यात काहीतरी वाजायला सुरुवात होते. कुठून तरी संदेश येतो, की हीच ती आहे, जिच्याबरोबर आपल्याला आयुष्य घालवायचं आहे. अगदी तसंच झालं जयाबरोबर!

"आईला जया, काय आयटम आहे य्यार" -सुऱ्या अन् जया खेळायचं थांबवून

हर्षलाला बघत जिमखान्याच्या बाहेर आले.

जया तिच्याकडे बघतच राहिला. बघताक्षणीच ती त्याला का माहीत, पण आपलीशी वाटू लागली. जन्माजन्माचं नातं आहे हिच्याबरोबर असं वाटू लागलं. तो कुठेतरी हरवला.

"ही जरा तुझ्या त्या बारावीतल्या आईटमसारखी दिसते ना?" -सुऱ्या तिच्याकडे बघतच होता.

"xxx, आईटम नको म्हणू तिला! ती काही आईटम नव्हती, आवडत होती फक्त, पण ही दिसते, तर जरा तशीच" -जया आपल्या केसांवरून हात फिरवत बोलला.

'आयटम नको तर मग काय म्हणू? झाडी?' -सुऱ्या हसत बाहेर पळाला अन् जया त्याच्या मागे त्याला मारायला बाहेर पळाला.

बाहेर आल्यानंतर थोडा वेळ दोघेही बेंचवर बसले. कसलातरी विचार करत अन् अचानक जया बोलला.

"अश्विनी कुठाय यार, तिला सांगितले पाहिजे सेटिंग कर हिच्याशी म्हणून!" -जया.

"मला नाही माहीत यार! पण ती तुला ह्यात अज्जिबात साथ देणार नाही, तिच्याकडून काही अपेक्षा नको ठेवूस! त्या रोहितने तिला पूर्ण बदलवून टाकलाय, 'देवदासी' झालीये ती - कॉलेज अन् लायब्ररी असंच सुरू आहे तिचं!" -सुऱ्या.

"कोण आहे यार पण ही, नाव काय हिचं? सुऱ्या काहीही म्हण पण हिला पटवणारच." -जया.

"बरं, पटव - त्या अक्ष्याच्या सोनियासारखी नसावी म्हणजे झालं, आधीच एंगेज" -सुऱ्या हसत बोलला.

शेजारून काही फर्स्ट इअरची मुलं जात होती. सुऱ्यानं एकाला- नीलेशला बोलावलं!

"Good Evening सर" मान खाली ठेवत तो ज्युनिअर बोलला.

आजपर्यंत आपण दुसऱ्यांना सर बोलत होतो, आज कोणीतरी बोलतंय हे बघून दोघांनाही खूप विचित्र वाटलं, अन् तेवढंच बरं वाटलं. माणसाचा स्वभाव पण खूप विचित्र आहे, कधीकधी आपण सहन केलेला अन्याय दुसरे अनुभवताना त्यांना बरं वाटतं.

"सर नको बोलूस रे भावा! -" सुऱ्या त्याच्या खांद्यावर हात ठेवत बोलला.

"बरं सर" तो घाबरत अन् थोडंसं हसत बोलला.

"आयला... कळत नाही का तुला! बरं सोड, नाव काय तुझं?" - जया

त्याच्या खांद्यावर हात टाकत बोलला. अन् पुन्हा जिमखान्यात त्याच्याबरोबर जिमखान्यात हर्षलाला बघण्यासाठी गेला.

"नीलेश!" थोडंसं घाबरत त्यानं उत्तर दिलं.

"या पोरीचं नाव काय?" -टेबल टेनिस खेळत असणाऱ्या हर्षलाकडे बघत त्यानं विचारलं.

"माहीत नाही सर." - नीलेश

"काय भारी आईटम आहे ना, हो की नाही?" - सुऱ्या हळूच त्याच्या कानात पुटपुटला.

नीलेश इकडेतिकडे बघत गपचप उभा राहिला.

"अरे, काही नाही रे, बोल ना, आवडते का ती तुला?" -सुऱ्या.

"हो" - नीलेश घाबरत बोलला!

"लxxx कापून हातात देईन पुन्हा तिच्याकडे बघितलं तरी! अन् सगळ्या फर्स्ट इअरच्या पोरांना सांग, की कुणी तिच्यावर ट्राय केला, तर चांगलं नाही होणार, कळलं ना?" - जया रागाने बोलला.

नीलेश पुरता घाबरून गेला, "अरे काही नाही रे, घाबरू नकोस, 'रॅगिंग' होतं ना मेसमध्ये - हे सर तुझी चेष्टा करत आहेत तुझी! चांगले आहेत हे सर, ये जया xxx असं बोलू नको रे, आजपासून जान जिगरी आहे हा माझा" - सुऱ्या जयाकडे बघत बोलला.

हे ऐकून नीलेशला जरा बरे वाटले.

"या सरांना 'ती' पोरगी आवडली आहे, तू एक काम कर उद्या तिचा बायो डाटा आण, नाव, गाव, पत्ता, असला तर मोबाईल नंबर, आवडता हिरो, आवडती हिरॉईन, जन्मदिन, ध्येय अन् मैत्री कुणाशी करायला आवडेल... उद्या संध्याकाळपर्यंत आणला पाहिजेस. एक कागद घे, त्यात हे सगळं लिही अन् तिला दे, ती तुला लिहून परत देईल, आधी आणलाच असशील की कुणाचा तरी बायोडाटा?" - सुऱ्या थोडंसं हसत बोलला.

फर्स्ट इअरच्या मुलींचा असा बायोडाटा मागणं, ही पण एक परंपराच होती. मुलीही लिहून द्यायच्या, पण कुणालाही या बायोडाटावरून आजपर्यंत पोरगी पटली नव्हती. मुलीही कदाचित टाइमपास म्हणून बघत असाव्यात!

"हो मागितलाय बायोडाटा दुसऱ्या पोरींचा; पण आजपर्यंत कुणी हिचा बायोडाटा नाही मागितला, अन् तिने लिहून नाही दिले तर?" -नीलेश घाबरत बोलला.

"अरे देईल रे ती, आम्ही पण हेच केलंय मागच्या वर्षी, कितीतरी पोरींचे बायोडाटा दिलेत सिनिअर्सना!" - सुऱ्या

दुसऱ्या दिवशी जया अन् सुऱ्या नीलेशला दुपारी मेसमध्ये भेटले.

"का रे? काय झालं?" - जया त्याच्यासमोर जाऊन उभा राहिला.

"गुड आफ्टरनून सर!" नीलेश उठून उभा राहिला.

"बस रे यार! मला हे सर, विश नको करत जाऊ, टिपिकल सिनिअर नाहीये मी. बस, बोललास का तिला?" - जया.

"हो ती बोलली की, ज्याने बायोडाटा मागितलाय अगोदर त्याचा घेऊन ये म्हणून" -नीलेश घाबरत बोलला.

"जया, हाहाहा -" सुऱ्या जोरजोराने हसू लागला. "साताऱ्याचा कंदी पेढा आहे असं समजलं होतं, ही तर महाराणी आहे की!" हर्षला साताऱ्याची आहे, एवढी माहिती जया अन् सुऱ्याने आधीच काढली होती.

"बरं," जयानं एक कागद घेतला अन् स्वतःचा बायोडाटा लिहून त्याला दिला, "जा, दे तिला दुपारी."

पुन्हा पुढच्या दिवशीही नीलेश रिकामा आला.

"सर, ती मला बोलली, की दुसरी काही कामं नाहीत का तुला?" - नीलेश आत्ता पोस्टमनकी करून वैतागलेला दिसत होता, पण त्याला आपला राग आवरण्याशिवाय दुसरा कोणताच पर्याय नव्हता.

"जया, तुझा 'कंदी पेढा' डेअरिंगबाज आहे यार! मागच्या वर्षी आपल्या क्लास मधल्या कोणत्याही पोरीने असे उत्तर दिले नव्हते" -सुऱ्या.

"रॅगिंग' कमी झाल्याचा अजून एक दुष्परिणाम! काय करणार, आपलेच दात, आपलेच ओठ!" -जया हसत बोलला.

"अश्विनीला फोन लाव! हा घे -" जया आपला मोबाईल सुऱ्याकडे देत बोलला. सुऱ्याने फोन लावला.

"हेल्लो अश्विनी, काय तुम्ही ज्युनिअर्सना काही सांगता / शिकवता का नाही? एका पोरीचा बायोडाटा मागितला तर तिचे किती नखरे? काय रिस्पेक्ट आहे की नाही सिनिअर्सना?" -सुऱ्या रागाने अश्विनीवर ओरडला.

"पागल झालाय का तुम्ही दोघं? अरे ती HDची बहीण आहे! नाद सोडा तिचा! अन् त्या अक्ष्या अन् सोनियाच्या किश्शानंतर पण तुला अक्कल आली नाही सुऱ्या?" -अश्विनी रागात बोलली.

"अशे, मैत्री करायचीय जयाला फक्त! सांग तिला- बायोडाटा मागितलाय फक्त." -सुऱ्या वैतागून बोलला.

"मी काहीही, कुणाला सांगणार नाही, ठेव आत्ता! लायब्ररीतून हेच बोलायला आले का मी बाहेर? अन् पुन्हा तिच्याबद्दल मला फोन नका करू. मग तुमच्यात अन् त्या रोहितमध्ये काय फरक?"अन् अश्विनीने रागाने फोन कट केला. रोहितच्या

किश्श्यामुळे अश्विनीचा सगळ्या पुरुष जातीवरून विश्वास उडून गेला होता.

"जया, ती त्या HDची बहीण आहे; उगीच नको पडू लफड्यात!" -सुऱ्या घाबरत बोलला. HD नाव कुणालाही घाबरवण्यासाठी पुरेसं होतं.

"अरे, डोळ्यांसमोरून जात नाही यार ही, काय जादू केलीय हिने काय माहीत नाही राव!" -जया विस्कटलेला होता.

दुसऱ्या दिवशी नीलेश त्यांना भेटला. हर्षलाने बायोडाटा लिहून दिला होता. नीलेशने तो जयाकडे दिला. एकदाचे सुटलो तावडीतून असा भाव नीलेशच्या चेहऱ्यावर होता.

जया अन् सुऱ्या तसाच तो घडी केलेला 'ए ४' साईजचा पेपर घेऊन हॉस्टेलवर रूममध्ये आले! जयाची छाती का कुणास ठाऊक धडधडत होती.

"उघड आत्ता, लव्ह लेटर असल्यासारखे नखरे तुझे!" - सुऱ्या

जयाने तो पेपर उघडला, हर्षलाचं हस्ताक्षर खरंच सुरेख होतं.

पानाच्या वरतीच -

॥ जय भवानी ॥ ॥ जय शिवाजी ॥

नाव : हर्षला अमरसिंग देशमुख

पत्ता : सातारा

जन्मदिवस : १५ ऑगस्ट किंवा २६ जानेवारी - जो आवडेल तो समजावा.

मोबाईल नंबर : ९८७६५४३२१०

छंद : बायोडाटा लिहिणे

आवडता हिरो : इमरान हाश्मी

आवडती हिरॉईन : बिपाशा बसू

आवडता चित्रपट : जिस्म, मर्डर

ध्येय : आदर्श गृहिणी बनणे (हे खरं आहे.)

देशाविषयी मत : सांगून काय फायदा???

मित्र कसा असावा : मैत्री करण्यासाठी नाही आले कॉलेजमध्ये!

"**हु**श्श! यार ही तर बरीच खतरा पोरगी आहे! मला नाही वाटत तुझं काही होईल हिच्याबरोबर! आपल्या भावासारखीच शहाणी दिसते!" -सुऱ्या जयाकडे बघत बोलला.

"यार, तू एक नाही वाचलं नीट- ध्येय : आदर्श गृहिणी बनणे (हे खरं आहे!)"

"ह्याचा काहीतरी अर्थ होत असावा, हो ना सुऱ्या...!"

मेस कमिटी :

हॉस्टेलमध्ये जी मेस होती, ती दर महिन्याला विद्यार्थ्यांच्या 'मेस कमिटी'कडून चालवली / व्यवस्थापित केली जायची.

१० विद्यार्थ्यांची नवीन मेस कमिटी दर महिन्याला येत असे.

मेस चालवण्यासाठी लागणारे सगळे सामान आठवड्यातून एकदा आणले जायचे. मेस कमिटीतील दोघे जण हे सामान आणण्यासाठी शनिवारी जात असत, त्यामुळे क्लास बुडण्याची शक्यता नव्हती. एकदा त्या दोघांनी बाजार केला, की मग पुन्हा पुढच्या आठवडी दुसऱ्या दोघांची बारी येत असे.

त्यासाठी रेक्टरकडून त्यांना मागच्या महिन्याच्या आठवड्याच्या सरासरीने पैसे मिळत असत. फक्त मेस कमिटीचा प्रमुख रेक्टरकडून पैसे घेण्यासाठी अधिकृत असे.

स्वयंपाक करण्यासाठी पस्तिशीच्या आसपास असलेले एक 'मामा'होते. पोळ्या करण्यासाठी काही बायका दररोज येत असत. मामा त्यांचा पगार अन् जुळवणी करत असत. मामा हॉस्टेलच्या मेसमध्येच राहत असत, त्यासाठी त्यांना एक खोली देण्यात आली होती. मेससाठी लागणारे सामान मामाच्या रूमच्या शेजारील एका स्टोअररूममध्ये ठेवले जायचे.

मेस म्हणजे एक मोठा हॉल होता. भिंतीच्या चारीही बाजूंनी टेबल अन् बसायला बाकडी मांडलेली होती.

जिथून प्लेट्स दिल्या जायच्या तिथे, अन् स्टोअरमध्ये जाण्याची परवानगी फक्त मामा अन् मेस कमिटीच्या मेम्बर्सना होती. तिथे बाकीच्या विद्यार्थ्यांना प्रवेश दिला जात नव्हता.

प्रत्येक जण ओळीने जाऊन आपली प्लेट घेत असे. मेस चालवणारे मेस कमिटीचे दोन मेम्बर्स तिथे उभे असत. एक जण त्यांना ताट देई, तर दुसरा त्यात भात द्यायचा. भाताचं प्रमाण निश्चित होतं. बाकी पोळ्या अन् भाज्या पाहिजे तितक्या! भाज्या आधीच मामा टेबलवर ठेवत असत. गरम गरम चपात्या हव्या असल्याने मामांची बरीच दमछाक होत असे.

मेसमध्ये अजून एक चांगली प्रथा होती. मामानी आणलेल्या गरमागरम पोळ्या ज्या मुलाजवळ संपत असत, तो पुढच्याला त्यातील अर्धी देत असे... अन् त्या अर्धीतील अजून अर्धी म्हणजे चतकोर तो पुढच्याला देत असे, अन् पुढचा पुन्हा त्यातील अर्धी त्याच्या पुढच्याला देत असे. पुन्हा जेव्हा मामा पोळ्या घेऊन येत

तेव्हा ते जिथे मागच्या फेरीत पोळी संपली आहे, तिथून सुरू करत असत!

प्लेटमधली भाजी किंवा पोळी संपली की अन् आणायला वेळ लागला की... मामा... पोळी.... !!! मामा...... भाजी.... असे मोठ्याने ओरडणारे आवाज ऐकू येत असत. जितका आवाज जास्त, तितकं मेस कमिटीचं व्यवस्थापन कमा, असं साधं गणित होतं...! कमिटीच्या १० जणांमध्ये तीस दिवस विभागले जायचे.

दर रविवारी गुलाबजामून, श्रीखंड, चिकन असा वेगवेगळा बेत असे.

मेस कमिटीचे हिशोब तपासण्यासाठी ७ जणांची ऑडिट कमिटी होती. त्या कमिटीत फर्स्ट इयरपासून ते फायनल इयरपर्यंत सगळे जण निवडलेले असत. ऑडिट कमिटी मेस कमिटीची सगळी बिलं तपासून, महिन्याच्या शेवटी सगळा खर्च तपासत असत. मग त्यातून प्रत्येक दिवसाला, प्रत्येक विद्यार्थ्याला किती खर्च आला, हे काढलं जायचं, त्याला 'पर डे' असं म्हणत असत. ज्या कमिटीचा पर डे जास्त, त्यानं जास्त घोटाळा केला, हे उघड असायचं. तरीही कधी पर डे २० रुपयांच्या वर आला नव्हता. ज्या कमिटीचा पर डे कमी ती प्रामाणिक कमिटी.

ऑडिट कमिटीला- ऑडिटिंग केल्याबद्दल महिन्याचा जेवढा खर्च होईल त्याच्या १% पार्टी करण्यासाठी मिळत असे, अन् मेस कमिटी चालवणाऱ्यासाठी ही १% मिळत असे. नाही म्हटलं, तरी सगळा खर्च लाखाच्या पुढे जायचा. मेस कमिटी चालवली की त्यामुळे १००० रुपयांच्या पुढे सगळ्यांना पार्टीसाठी मिळत असत.

तरीही जवळ जवळ सगळ्याच मेस कमिटीज ऑडिटला हाताशी धरून 'घोटाळा' करत असत. त्यामुळे सगळ्या मेस कमिटीचा 'पर डे' १८ रुपये ते २० रुपये यामध्येच काही 'पॉईंट्स'च्या फरकानं फिरत असे! विद्यार्थ्यांना महिन्याला ५००- ६०० रुपये मेसचं बिल यायचं; बाहेर जेवणाच्या मानाने हे काहीच नव्हतं!

आता सिनिअर्स असल्याने ह्या वेळी 'फाईव्ह स्टार्स'नी मेस चालवण्याचं ठरवलं! त्यांनी नीलेशसोबत अजून ४ जण ज्युनिअर्समधून निवडले.

समीर मेस कमिटीचा प्रमुख होता. अण्णानं अकाउंट सांभाळायची जबाबदारी उचलली.

सुऱ्या अन् अक्ष्यानं पहिल्या आठवड्याची जबाबदारी उचलली. पहिल्या आठवड्याचा बाजार करण्यासाठी समीरकडून पैसे घेऊन सुऱ्या अन् अक्ष्या मंडईत गेले, बाजार जास्त असल्यानं सामान नेण्यासाठी भाड्यानं 'टेम्पो' करावा लागे.

सुऱ्या अन् अक्ष्यानं मामांनी दिल्याप्रमाणे लागणाऱ्या सामानाची खरेदी केली अन् परत रूमवर आले. रूमवर येऊन नकली बिल अड्जस्ट करून २-३ हजार रुपये पार्टी करण्यासाठी बाजूला काढले. आधीच बॅचशी वाजल्यानं त्यांनी हे प्रकरण ऑडिटला हाताशी धरून केलं नाही.

सुरुवातीलाच पहिल्या आठवड्यातच मेसमधल्या जेवणाचा दर्जा भ्रष्टाचारामुळे एकदम घसरला. भाजीत हवे ते मसाले नाहीत...! गॅस सिलिंडर कमी पडले! सगळीकडे बोंबाबोंब!

'मामा पोळी.. मामा भाजी...' अशा आवाजाने मेस दणाणून गेली.

काही जण पाण्यासारखी भाजी दाखवून मामावर अन् कमिटीमध्ये असणाऱ्या ज्युनिअर्सवर ओरडू लागले.

मुलांकडून आजपर्यंतची सगळ्यात वाईट कमिटी असा ठप्पा पडायला सुरुवात झाली.

तिसऱ्याच दिवशी वैतागून फायनल इअरचा गणेश मध्येच उभा राहून विनोदाने ओरडला... 'अगर कल से क्वालिटी सुधरी नहीं तो - मैं अपने पैसे से खुद पेट्रोल खरीदके यहा पे आत्मदहन करूँगा..!'

अन् मेसमध्ये नवीन फर्स्ट इयरसोबत सगळे जोरजोराने हसू लागले, मेस कमिटीला शिव्या देऊ लागले.

आतमध्ये प्लेट्स वाढणाऱ्या समीर अन् जयाला हा अपमान सहन झाला नाही.

'फाईव्ह स्टार्स'मध्ये पुन्हा एकदा वाजलं.

त्या दिवशी सरळ सगळे रात्री हॉस्टेलच्या बाहेरील असलेल्या डांबरी रस्त्याच्या कडेला थांबले.

जया रागानं उभं राहून इकडून तिकडे फिरत होता. समीर अन् अण्णा बेंचवर बसले होते. आजूबाजूला येणारी-जाणारी पोरं त्यांच्याकडे बघत होती... पण काहीही बोलायची हिम्मत नव्हती. अक्ष्या अन् सुऱ्यानं घोळ केला आहे हे कळायला जया, अण्णा अन् समीरला वेळ लागला नाही.

त्यांनी आणलेल्या सामानाच्या बिलाची विचारणा केली, अन् सुऱ्या अन् अक्ष्यानं केलेला घोळ पकडला. गॅस सिलिंडर कमी विकत आणले होते अन् बिलामध्ये जास्त दाखवण्यात आले होते. स्वतःच्या हस्ताक्षरात पेन वळवून बिलं बनवली होती. तसं मेस कमिटीत सगळेच पैसे काढत असत, पण ते ऑडिटला हाताशी धरून...! त्यामुळे फसण्याची अन् घोळ उघडा पडायची शक्यता नसे!

जयाची तळपायाची आग मस्तकात गेली.

'येडझव्यांनो... बदनामी कशाला करून घेताय? पैसे खाल्ले ते खाल्ले तुम्ही अन् बदनामी सगळ्यांची...! लाज वाटू द्या साल्यांनो...''. अन् जया, सुऱ्या अन् अक्ष्यावर ओरडला. ''अन् सुऱ्या, काय पराक्रम केलाय मेसमध्ये माहितेय ना तू मागच्या वर्षी?... साले सगळे इथं 'ठोकायला' बसलेत आपली अन् लगेच तू हे सुरू केलं...''

आधीच आपण केलेला पराक्रम माहीत असल्याने, सुऱ्या अन् अक्ष्याकडे आत्ता

काही शब्द नव्हते! दोघंही रस्त्यावर मान खाली घालून बसले होते.

“अक्ष्या... खरं सांग... किती पैसे काढलेत?” -समीर रागानं अक्ष्यावर ओरडला.

“बे! ओरडतोय काय? पैसे काढतात तर सगळेच, सगळ्याच कमिटीत...! काय फक्त आम्हीच नाही काढले.” सुऱ्या तेवढ्याच रागानं ओरडला. “तुम्हाला मुद्दामहोऊन नाही सांगितलं, कारण तुम्ही असे ओरडणार हे माहीतच होतं. अन् पैसे खाल्ले नाहीत ठेवलेत आपल्या पार्टीसाठी.”

“आईघाल्या..! काय हे धंदे करायला मेस चालवायला घेतली का रे -”जया [illegible] ओरडला. “साला ह्याचा बाप पोलिसात - अन् हा चोऱ्या करतोय इथं अक्ष्या बोल किती पैसे काढलेत?”

“२०००” - अक्ष्या हळूच बोलला.

काही वेळ धडधडती शांतता पसरली.

“वा रे... पहिल्याच आठवड्यात २०००, म्हणजे महिन्याला १०,०००चं टार्गेट ठेवलं होतं का?”... अण्णाच्या डोळ्यांत राग स्पष्ट दिसत होता. “तुला कमिटीचा नियम माहितेय ना? जर घोळ निघाला, तर १० पट जास्त दंड आहे, किती झाले... कळतंय का? २०००० ..... कुठून आणणारेस? अन् तुझ्याबरोबर आम्हालाही ते द्यावे लागतील... अन् इज्जत जाणार ते वेगळंच! बस, मला या कमिटीत राहायचं नाही. पुन्हा-पुन्हा नाही घेणार आपण कमिटी चालवायला - ठरलं होतं ना आपलं एकदाच अनुभव म्हणून चालवायची; तसाही वेळ नाही मला; पण तुझ्यासाठी मी आलो कमिटीत सुऱ्या... काही वाटू दे...!” -अण्णा रागानं ओरडला.

“माहितेय ना? ऑडिटला माहीत झालं तर काय होईल ते?” -समीर शांततेनं बोलला.

पुन्हा अजून धडधडती शांतता.

“बरं ! झालं ते झालं - तुमच्याकडे पैसे आहेत ना? उद्याच्या उद्या जश्शीच्या तशी खरी बिलं आणा...! अशी इज्जत वाऱ्यावर नका टाकू आपल्या ग्रुपची...” समीर दोघांकडे बघत बोलला.

“सॉरी ना यार, आम्हाला वाटलं की तुम्ही खूश व्हाल...” सुऱ्या लाजून बोलला.

“खूष घंटा... अण्णा मागच्या मेस कमिटीचा ‘पर डे’ किती आला आहे?” जया अण्णांकडे बघत बोलला.

“काहीतरी १९ रुपये म्हणजे... १९ गुणिले ३० = ५७० रुपये महिन्याचं प्रत्येक विद्यार्थ्यांचं बिल...” अण्णानं जयाकडे बघत उत्तर दिलं. अजून तो रागावलेलाच होता.

“अन् सगळ्यात कमी ‘पर डे’चं रेकॉर्ड किती आहे आतापर्यंत?” - जया

“माझ्या माहितीनुसार ऐकून आहे १२ रुपये ५० पैसे... ३७५ रुपये महिन्याचं बिल प्रत्येक विद्यार्थ्याचं बहुतेक... त्या फायनल इयरच्या विशालच्या कमिटीचं... अजून पोरं नाव घेतात त्याचं यार... सिनिअर्स पण नाव काढतात त्याचं.” समीरनं उत्तर दिलं.

“बस... आपल्या कमिटीचा ‘पर डे’ त्याच्यापेक्षा कमी आला पाहिजे! अज्जिबात कुणी कसला घोटाळा करायचा नाही! अन् तसंही ‘वन परसेण्ट’ पार्टी करण्यासाठी मिळतातच ना आपल्याला, अन् जर आपण रेकॉर्ड केलं, तर २ परसेण्ट मिळतील...” जया, अक्ष्या अन सुऱ्याकडे बघत बोलला

“तू म्हणतोस तर चल ठीकंय, मॅटर खतम...! ओरडू नकोस आता येडझव्या!” - अक्ष्या जयाकडे बघत बोलला.

“अरे, पण मग आपल्या कमिटीतील बाकीच्या ज्युनिअर्सना सांगा, त्यांनी काही घोळ केला तर फोडेन त्यांना मग!” सुऱ्या हसत बोलला.

बस त्या दिवसानंतर सुऱ्या अन् अक्ष्याने ‘फाईव्ह स्टार्स’मध्येच मनात गेलेली इज्जत परत मिळवायची ठरवलं. सगळे जण वेळेवर मेसमध्ये जाऊ लागले. स्वयंपाक करणाऱ्या बायकांवर अन् मामावर जातीने लक्ष ठेवू लागले. चुकूनही मेसच्या स्टोअरमधलं साधं खोबरंही कुणी खात नव्हतं. मामा किंवा इतर कामगार काही मसाले चोरून कुठे विकत तर नाहीत ना? सगळ्या बारीकसारीक गोष्टींवर ते लक्ष देऊ लागले. बाकीच्या मेस कमिट्या सगळे जेवून गेले, की आठवड्यातून २-३ वेळा चिकन करून खात असत. पण त्यांनी असं काहीही करायचं नाही, हे ठरवलं. बाहेर सगळ्यांना जी भाजी दिली, तीच खायची, असा नियम ठरवला. सगळं काही व्यवस्थित सुरू झालं.

काही सिनिअर्सकडून ‘क्वालिटी सुधारली, पण ‘पर डे’ जास्त येऊ देऊ नका’ - अशा सूचना येऊ लागल्या.

आता फक्त एक आठवडा राहिला होता. त्यातच एके दिवशी अक्ष्या अन् सुऱ्यानं एक प्रस्ताव मांडला, की आजपर्यंत जो मेनू कुणी दिला नाही, तो आपण शेवटच्या रविवारी द्यायचा. सगळे जण विचारात पडले!

पिझ्झा, बर्गरपासून मेनू सुचवायला सुरुवात झाली, ‘बनवायला जर जमलंच नाही, तर ऑर्डर करू...!’ पण कुणीच एका पदार्थावर थांबेना. काही वेळ सगळेच विचारात पडले.

“या रविवारी आपण पुरणपोळी करू, आजपर्यंत कुणीच केली नाही” अक्ष्या.

“हो... हो... मस्तंय यार...!” सुऱ्यानेही हो ला हो दिला.

“अरे, पण त्यात काम खूप भरपूर असतं, कोण करणार एवढं? अन् मामाला

पण जास्त पैसे द्यावे लागतील -'' अण्णा.

''ते होईल... बस्स... बाकी कुणी कुणाला सांगू नका... सगळ्यांना आपण एक सरप्राईज देऊ'' -जया आनंदानं बोलला.

''बरं...! ठीकेय...'' अण्णा.

अन् शेवटचा रविवार उजाडला. गरम गरम पोळ्या सगळ्यांना वेळेत देणं महत्त्वाचं होतं अन् त्यात चव बिघडली गेली नाही पाहिजे.

ज्या पोरांना माहीत झालं, त्यांनी अगोदर त्यांना हसण्यावर नेलं. पण जेव्हा पुरणपोळी त्यांच्या ताटात आली तेव्हा सगळे चकित झाले.

तर रविवारी तेच ते– गुलाबजामुन अन पुऱ्या खाऊन सगळे थकले होते. फायनल इअरच्या विद्यार्थ्यांनी चारही वर्षांत कधीच मेसमध्ये पुरणपोळी खाल्ली नव्हती. आज सगळे जण मेस कमिटीचं कौतुक करत होते; पण पर डे जास्त येण्याची भीती सगळ्यांच्या चेहऱ्यावर होती!

बघता बघता महिना संपला. हिशेब करण्यासाठी ऑडिट कमिटी बसली. सगळ्या बिलांची काटोकाट तपासणी केल्यावर त्यांनी 'पर डे' काढला.

१२.३५ रुपये 'पर डे' – ३७०.५ रुपये महिना... मेस कमिटीच्या इतिहासातील सगळ्यात कमी पर डे, फाईव्ह स्टार्सच्या नावावर छापला गेला...! 'फाईव्ह स्टार्स'चे चेहरे अभिमानानं चमकू लागले.

'फाईव्ह स्टार्स' आपल्या कमिटीतील ज्युनिअर्सना घेऊन पार्टी करण्यासाठी गेले. आधी मूव्ही बघून मग जेवणाचा बेत होता. सगळे जण बाल्कनीत एका रांगेत बसले होते अन् पडद्यावरील 'दम' बघत होते.

तेवढ्यात तिथे एक जण तिकीट चेक करण्यासाठी आला. त्यानी कोपऱ्यात बसलेल्या ज्युनिअर्सकडून तिकीट मागायला सुरुवात केली. तिकिटं सुऱ्यानं काढली होती. सुऱ्या दुसऱ्या कोपऱ्यात बसला होता. १० जणांकडे ओळीनं तिकीट मागून न मिळाल्यावर त्यांनी सुऱ्याला तिकीट मागितलं. सुऱ्यानं खिशातून तिकीट काढलं. तिकीट बघून त्यानं सगळ्यांना बाहेर काढलं.

''काय झालं बे सुऱ्या?'' खाली गेल्यावर जयानं रागानं विचारलं.

''काही नाही रे, मी बाल्कनीचं तिकीट नव्हतं काढलं, खालचं काढलं होतं, आयला कधीच पकडलं नाही मला आत्तापर्यंत - आज ह्या ज्युनिअर्ससमोर पकडलं,'' -सुऱ्या डोक्याला हात लावत बोलला.

''काय सर...'' ज्युनिअर्स, सुऱ्याकडे बघत गालातल्या गालात हसू लागले.

''काढली ना इज्जत, आयला हे कधी सुधारणारे काय माहीत'' -जया सुऱ्याकडे बघत रागाने बोलला.

“हाहाहा...! अबे हे ज्युनिअर्स आपल्यापेक्षा जास्त चालू आहेत... अन् थ्रिल पाहिजे ना लाईफमध्ये... हाहाहा... चला जेवायला... संपला पिक्चर... हाहाहा. चला GD वर.....!” - सुऱ्याने नेहमीप्रमाणे काही झालं नाही असं दाखवत उत्तर दिलं.

११

जयाचे दिवस हर्षलाची स्वप्नं बघत सरत होते. जया अजूनच हर्षलासाठी वेडा झाला होता! कधीकधी एकटाच बाल्कनीत उभं राहून शून्यात बघत असे! भांडखोर, मस्तीखोर जया आता शांत शांत वागायला लागला होता, कधीकधी तो तिला बघण्यासाठी लायब्ररीतही जाऊ लागला. काय असतं हे प्रेम? अजून एकदाही तो हर्षलाशी बोलला नव्हता, पण तरीही त्याला ती आपली वाटू लागली होती. 'विषय' हर्षलाचा अवघड असल्याने कुणी तिच्यावरून त्याला साधं 'चिडवायची' पण हिम्मत करत नसत!

आलेले नवीन फर्स्ट इअर सगळ्यातच उत्तम होते, 'फाईव्ह स्टार्स'च्या बॅचपेक्षा एकदम उलट. ५-६ मुलांनी फर्स्ट इअरपासूनच UPSC ची तयारी सुरू केली होती. सगळ्यांची ग्रेड एकदम चांगली होती. स्पोर्ट्समध्येही फर्स्ट इअर एकदम पुढे! सर्वगुणसंपन्न!

जया हर्षलाकडे कधी कधी कॉलेजमध्ये सामोरासमोर आली, की फक्त बघत असे; थोडासा घाबरत असे. बायोडाटा मागणं वेगळं, अन् सरळ बोलणं वेगळं, यातला फरक साधारण थिअरी अन् प्रॅक्टिकलमध्ये असतो, अगदी तसाच होता!

HDची बहीण असल्यानं कुणी सहसा तिच्यावर 'लाईन' मारत नसत. हर्षला पण जयाकडे बघत असे, पण त्याला काडीचाही भाव देत नसे. कधीकधी त्याच्याकडे बघून फक्त मैत्रिणीबरोबर हसून पुढे जात असे. जयाला तिच्या अशा हसण्याचा अर्थ उमगत नव्हता.

अश्विनी अन् फाईव्ह स्टार्स अधूनमधून ग्रुपमधल्या कुणाचाही वाढदिवस असला, की साजरा करायला अन् पार्टीसाठी भेटत असत. अण्णा अन् समीर लायब्ररीत जास्त वेळ असत. सोनिया अन् अक्ष्या एकमेकांकडे आता बघतही नसत.

प्रेम ही भावना इतकी क्षणिक असते का, की आजूबाजूच्या बदलानुसार ती बदलत असते! एके काळी जिवाहून जास्त प्रिय आपली वाटणारी सोनिया आता त्याला परकी वाटत होती.

खूप प्रयत्न करून शेवटी जयानं तिच्याशी बोलायचं ठरवलं. हर्षलालाही खबर

लागली होती, की जया तिच्या मागे आहे! न भेटताच त्यानं तिला फोन करायचं ठरवलं.

अक्ष्या अन् जया दोघंही वाडीत फिरायला गेले होते. वाडी विद्यापीठातलं एक 'शॉपिंग सेंटर' होतं. कॉलेजचं सगळं साहित्य तिकडे मिळत असे! बॉईज हॉस्टेल पासून १००- २०० मीटर अंतरावर गर्ल्स हॉस्टेल होतं. गर्ल्स हॉस्टेलच्या अगदी समोर विद्यापीठाच्या कुलगुरूचा बंगला होता. त्याच्याच शेजारी Ph.d. करणाऱ्या International Students साठी हॉस्टेल होतं.

मुलींच्या सुरक्षेसाठी कदाचित विद्यापीठानं अशा जागेची निवड केली असावी. तिथून पुढे १०० मीटर अंतरावर 'वाडी' होती. साधारण संध्याकाळी ६ वाजता, क्लासमधला दिवसभराचा शीण घालवण्यासाठी सगळी मुलं-मुली वाडीत भटकायला जात असत! तिथूनच थोडंसं पुढे एक गणपतीचं मंदिर होतं. गणपती मंदिरापासून सूर्यास्त एकदम मस्त दिसायचा! एक-दोन जोडपी सहसा आडोसा बघून तिथे हातात हात घालून सूर्यास्त बघत आपापली कामं करत बसलेली असत. ७ वाजता गर्ल्स हॉस्टेल बंद व्हायचं, म्हणून ६ची वेळ योग्य असे.

प्रत्येक बॅचमध्ये कितीतरी ग्रुप्स! सहसा सगळे ग्रुपनुसार वाडीत फिरायला येत असत.

त्या दिवशी वाडीत फिरताना हर्षलाला फोन करायचा का नाहा, याचा विचार करत अक्ष्या अन् जया फिरत होते. काय माहीत का, पण मनात कसलातरी अंधार होता दोघांच्या!

"अरे, समोरासमोर बोल रे! फोन करून प्रपोज केलं तर एक तर पोरी समजतात की हे प्रकरण सिरिअस नाही किंवा तुझ्यात दम नाही, सरळ बोलू शकत नसशील तर साथ काय देणार आयुष्यभर, घंटा? -" अक्ष्या आपलं 'प्रेम' या विषयातील होतं नव्हतं तेवढं ज्ञान पाजळत होता, अन् एक सांगू का -पोरींना जरा 'डेरिंग' करणारी मुलं आवडतात! त्या संज्याला बघ- कसली 'फटाका' आईटम आहे त्याची! अन् तो कसला काळा, कुरूप अन् जाड! आयला सगळी बाकीची पोरं मेली होती काय?"

जया गुपचूप ऐकत होता, तेवढ्यात blue जीन्स अन् black Top घातलेली हर्षला अन् तिची मैत्रीण त्यांना समोर दिसली.

३-४ महिने झाले तरी अजून तो हर्षलाशी एक शब्द पण बोलला नव्हता. काय का माहीत पण त्याला हर्षला समोर दिसली कि 'कससं' होत असे! एक प्रकारची अनामिक भीती वाटत असे!

"जया, आज तरी तिला बोल, जे व्हायचंय ते होऊ दे, बघू पुढे" -अक्ष्या त्याला खुणावत बोलला.

जयाचा हात थरथरायला लागला होता. "काय बोलू यार?" तिला बघताच त्याची छाती धडधडत असे!

"हर्षला..." -तेवढ्यात अक्ष्यानं हर्षलाला हाक मारली, दुसऱ्याच्या 'लाईन'ला बोलताना काहीच हिम्मत लागत नसावी, कारण तिला गमवण्याची किंवा 'ती काय म्हणेल याची भीती शून्य असते.

हर्षला थोडीशी बावरली! तिनं जयाकडे बघितलं अन् ती थांबली.

"काय? सर -" ती अक्ष्याकडे बघत बोलली.

"या जयाला तुझ्याशी काही बोलायचं आहे" -अक्ष्या जयाकडे बघत बोलला.

"काय यार अक्ष्या, वाट लावतोयस त माझी!" -जया अक्ष्याकडे बघत हळूच बोलला. त्याच्या डोळ्यात कसली तरी भीती चमकत होती. कदाचित हर्षला नाही म्हणेल याची! कधीही मारामारी करण्यासाठी तयार असलेला जया हर्षला समोर आली असल्यानं मेल्यागत झाला होता!

हर्षलानं जयाच्या डोळ्यांत सरळ बघितलं.

"काही नाही, तुला बर्थ डे विश करायचं होतं." - काहीतरी बोलायचं म्हणून जया बोलला.

"माझा बर्थ डे या महिन्यात नाही; तो तर १७ मार्चला असतो" - हर्षला थोडंसं हसत अन् आश्चर्यानं बोलली.

अशी 'ट्रिक' वापरून मुलीचा खरा बर्थ डे कळतो, हे त्याला अक्ष्यानं आधी कधीतरी सांगितलं होतं, अन् तो कळलाही! 'या अक्ष्याचे काही 'फॉर्म्युले' कसे काय बरोबर लागतात काय माहीत?' जया मनाशीच बोलत होता.

"तू बायोडाटात लिहिलं होतं ना की १५ ऑगस्ट किंवा २६ जानेवारी म्हणून!" - जया हळूच हसत बोलला, त्याच्या चेहऱ्यावरचे भाव तो जे बोलतोय याला साथ देत नव्हते!

थोडा वेळ दोघांमध्ये एक अनामिक शांतता पेटली.

"अच्छा, बर बोला काय बोलायचंय ते?" -हर्षला सरळ बोलली, कदाचित तीही वाट बघत असावी!

"काही नाही, हर्षला, हे बघ मला काय झालंय तेच माहीत नाही. सारखी तू अन् तूच डोळ्यांसमोर दिसतेस! माझं प्रेम आहे तुझ्यावर, मला आवडतेस तू! तू पहिलीच मुलगी आहेस, जिला बघितल्यावर मला असं होतंय!"- जयाचा हात आता अजूनच जास्त थरथरायला लागला होता. जे सगळं मनात आहे ते त्यानं भडाभड मांडलं! पुढून काय उत्तर येईल या विचारानं त्याला 'वेडं' करून सोडलं, पण तरीही आपण शेवटी बोललो याचंही एक समाधान होतं.

"बरं, अजून काय?" हर्षला मोठ्यानं हसली.

"तसंही, किती रुपयांचं चॅलेंज लावलं आहे मित्रांबरोबर- मला प्रपोज करण्यासाठी?" -हर्षला तेवढीच शांत अन् गंभीर होत बोलली.

"चॅलेंज, कसलं चॅलेंज?" - जया गोंधळात पडला.

"तुम्ही मुलं लावता ना 'चॅलेंज, मुलींना प्रपोज करायला!"

"नाही हर्षला, तू पहिलीच मुलगी आहेस, जी समोर आली तरी माझी 'वाट' आपोआपच लागते, कसं सांगू यार तुला? दिवसरात्र तूच डोळ्यांसमोर असते." - होतं नव्हतं ते सगळं बळ एकवटत जया बोलला.

अक्ष्या अन् हर्षलाची मैत्रीण बाजूला उभे राहून ऐकत होते.

थोडा वेळ हर्षला थांबली! अन् पुन्हा शांतता! जयाला आजूबाजूचं काहीच भान नव्हतं! फक्त या दुनियेत तो आणि हर्षलाच आहेत, असं त्याला वाटत होतं.

"बरं, हे असं किती जणींना बोलला आहेस आतापर्यंत?" - हर्षला थोडीशी रागावून बोलली, ती 'सर' वरून आता 'तू' वर आली होती, त्याला 'अरेतुरे' करायला लागली. ही काही साधी गोष्ट नव्हती. फर्स्ट इयरला सिनिअर्सना 'अरेतुरे' करायची परवानगी नव्हती.

"नाही रे! कुणीच नाही! तूच पहिली आहेस." जयाची छाती धडधडत होती.

"बरं, झालं का? जाऊ का आता मी?" अन् एक लक्षात ठेव, मला असलं काही करायचं नाही! हे असले 'धंदे' करण्यासाठी नाही घेतली मी ॲडमिशन कॉलेजमध्ये! अन् पुन्हा मला बिलकूल बोलायचं / भेटायचं नाही, फोन करायचा नाही. नाहीतर परिणाम चांगला नाही होणार, शेवटचं सांगतेय मी हे तुला. कळलं"

अन् ती सरळ तावानं निघून गेली!

"एवढी फाटते का रे तुझी त्या पोरीसमोर? च्या मारी भांडणात तर किती उडतोस!" -हर्षला गेल्यानंतर अक्ष्यानं निराशेचा सूर लावला.

जयाचं डोकं सुन्न झालं! तो तिथंच खाली बसला.

"यार अक्ष्या, खरंच प्रेम आहे यार माझं तिच्यावर, इतक्या लवकर नको होतं तिला प्रपोज करायला. आयला तुझ्यातच जास्त किडा..." डोकं नकारदर्शी हलवत तो स्वतःशी बोलला.

"काही नाही रे, लवकर बोललास ते बरं झालं, तसंही तिला HDचं दडपण असणारच ना. काहीही म्हण, पण वाट लागायला सुरुवात होणार आहे आपली आता!" -अक्ष्या हसत बोलला.

दोन मिनिटं जया तसाच भरलेल्या डोळ्यांनी खाली बसला. अक्ष्या काय बोलतोय याच्याकडे त्याचं काही लक्ष नव्हतं! काय झालं काय माहीत अन् तो ताडकन उठून उभा राहिला. "चल परत हॉस्टेलवर. झक मारली अन् तिला इतक्या लवकर प्रपोज केलं यार, आपण काय 'सलमान' आहोत काय साला पोरी पटायला?"

अक्ष्या शांत झाला. काय बोलावं हे त्याला कळत नव्हतं!

जया तसाच सरळ हॉस्टेलवर गेला. आपल्या रूमचा दरवाजा बंद करून बसला. त्याच रात्री तो ३०-४० किलोमीटर असणाऱ्या जवळच्या मोठ्या मंदिरात गेला. त्याला कदाचित मंदिर अन् देव यांची जास्त गरज वाटू लागली होती. एक रात्र मंदिरात बसून दुसऱ्या दिवशी सकाळी आपोआपच तो परत हॉस्टेलवर आला. तो मंदिरात रडला की काय केलं, हे देवालाच माहीत!

त्यानंतर जेव्हा जेव्हा हर्षला अन् जया समोरासमोर येत असत, तेव्हा दोघं फक्त एकमेकांकडे बघण्याशिवाय काही करत नसत! हर्षला त्याच्याकडे बघायचंही टाळत असे. परीक्षेच्या वेळी हर्षलाचा सीट नंबर जयाच्याच रूममध्ये येत असे! परीक्षेचे हे दिवस जयासाठी आनंदाचे होते, पाहिजे तितका वेळ तो बेधडकपणे हर्षलाला बघू शकत होता. जयाचा नंबर मागच्या बाकावर तर हर्षला त्याच्या पुढे! प्रत्येक प्रश्नाचं उत्तर लिहून झालं, की तो तिच्याकडे नक्की बघत असे! तिच्याकडे बघणं, हाच त्याच्यासाठी परीक्षेच्या अवघड प्रश्नपत्रिकेतील हसणारं उत्तर असे!

त्याला आता राहवत नव्हतं, रात्रभर तो एकटा राहायला लागला होता. मित्रांसाठी त्याला आता जास्त वेळ नव्हता किंवा मन लागत नव्हतं. बाकीचे 'फाईव्ह स्टार्स'मधले त्याच्याकडे बघून काहीही न बोलता जात होते, सगळे त्याला सांगून दमले होते, पण जया दिवसेंदिवस एकटेपणात बुडून जात होता.

कितीतरी वेळा त्यानं तिला कॉल करायचा प्रयत्न केला; पण डायल हे बटन दाबण्याची ताकद त्याच्या बोटात नव्हती. काय करावं काही कळत नव्हतं.

शेवटी त्यानं न राहवून मोबाईलवर मेसेज लिहिला.

'harshala, jaya here, all i want to say is i jst cnt frget u, i relly luv u! coz of u i am gting crzy! wen i c u it fels lke i m alive agin, not sure y i m writing tis msg too..! at last sorry - dont want to dstrb u' - नोकियामध्ये मेसेज लिहायचं शब्दांचं लिमिट असल्यानं त्यानं कसाबसा मेसेज टाईप केला!

'पाठवू की नको' - हा विचार करत लाख वेळा अंधारात एकटाच हॉस्टेलवर फिरत होता.

का आपण आपली इज्जत कमी करतोय एवढं तिच्या मागे लागून? पण प्रेमात हृदय कधी मेंदूचं ऐकतं का? शेवटी न राहवून त्यानं तो मेसेज तिला सेंड केला - तिचा काहीतरी रिप्लाय येईल म्हणून तो वाट बघत बसला, पण झालं काहीच नाही. रात्रभर त्याला झोप आली नाही.

दुसऱ्या दिवशी सकाळी सकाळी त्याला फोन आला! HDच्या M.Tech करणाऱ्या एका पहिलवान मित्राचा होता तो कॉल!

"जया, भेटायचंय तुला, बागेत ये." पलीकडून रागावलेला आवाज ऐकू येत होता.

"पण का सर?" जया बराच घाबरला - एक तर तो पहिलवान अन् जयापेक्षा दुप्पट दांडगा अन् त्यात कशासाठी बोलावलं आहे, हे त्याला माहीत होतंच!

"हर्षलाला भेटायचंय तुला. १५ मिनिटांत बागेत ये!" - अन् त्यानं फोन ठेवला.

जयाला आता पुढे काय होईल याची बिलकूल कल्पना नव्हती. HD नं काही सांगितलं का? की हर्षला 'हो' म्हणेल? शक्यता O %! आज त्याला कुणालाच काही सांगावं वाटत नव्हतं, ना अक्ष्याला ना सुऱ्याला!

त्यानं कपडे घातले अन् थरथरत्या मनानं तो निघाला. मनात विचारांचा थवा उडत होता. झपाझप पावलं टाकत तो बागेत पोहोचला. समोर HDचा मित्र अन् हर्षला बसले होते!

"काय आहे हे?" - हर्षलानं त्याला बघताच रागानं आपला मोबाईल जयाला दाखवला.

जयाकडे आत्ता कोणतेच शब्द नव्हते. त्याचं मन आतून तुटलं होतं. तो भीतीनं घाबरला होता; पण का कुणास ठाऊक, तितकाच राग त्याला हर्षलाचा आला होता. असं कसं काय ती लगेच त्याच्या मित्राला सांगू शकते?

"हे बघ जयंत, आपण इथं शिकायला आलोय; ही असली लफडे करायला नाही, कळलं ना? मी आता माझ्या पद्धतीनं सांगतोय! विषय थांबव इथंच! अजून हर्षलानं किंवा मी HD ला सांगितलं नाही. HD नाहीये कॅम्पसमध्ये म्हणून वाचलास तू! पुन्हा जर का तू चुकूनही एखादा मेसेज केलास, तर मग पुढे HD हा त्याच्या पद्धतीनं सांगेल. "- HDच्या मित्रानं आपला राग आवरत बोलायला सुरुवात केली.

"मी तर याला आधीच सांगितलं होतं, की मला फोन /मेसेज करू नको म्हणून! कळत नाही का तुला?" हर्षलाचा गोरा चेहरा रागानं लाल झाला होता!

"हे बघ, मला काही प्रोब्लेम्स नकोत पुढे! तू याला धमकी समज किंवा तुझा मोठा भाऊ समजावतोय असं समज - पण इथून पुढे बिलकूल नाही !गप्प राहायचं, काय?" - HD चा मित्र बोलत होता. "मागच्या वर्षी तुम्ही काय पराक्रम केले हे अजूनही कुणी विसरलं नाही, पण विसरू नकोस की तू पंगा कुणाशी घेतोयस या वेळी! चड्डीत राहा रे! एक मेस कमिटी काय चालवली... साला 'हिरो' समजायला लागला तू तर स्वतःला...!"

जया निःशब्द झाला! त्याच्या डोळ्यांतून पहिल्यांदाच पाणी आलं, अपमान? नकार?... नक्की काय?

"चल जा...!"अन् हर्षला अन् HDचा मित्र रागानं बाहेर आले.

बाग गर्ल्स हॉस्टेलच्या जवळच असल्यानं अश्विनीनं त्यांना पाहिलं होतं. तिनं सुऱ्याला लगेचच फोन केला.

"सुऱ्या, तो जया काय करतोय हर्षलाबरोबर बागेत, तिनं तिच्या भावाला फोन केला ना, तर काय होईल माहितेय ना तुम्हाला...? तुम्हाला सांगितलेले कळत नाही का रे?" - अश्विनी रागात बोलली.

अश्विनीचा फोन येताच सुऱ्या तसाच सरळ बागेत आला. जया तिथं अजूनही बेंचवर आपलं डोकं खाली करून बसला होता. आजूबाजूनं काही जण जात होते, पण जयाला काय झालं, हे विचारायची हिम्मत कोणाची होत नव्हती. किंवा माहीत असूनही उगीच लफड्यात कशाला पडायचं, म्हणून कुणी काही बोलत नव्हतं.

"काय, डोक्यावर पडलास काय येड XX? कळत नाही का तुला काय करतोय ते? एवढा अपमान अन् तो पण एका पोरीसाठी! त्या XXX अक्ष्याला काही काम नाही. कोण होतास तू जया, 'वाघ' होतास तू 'वाघ' अन् आता 'कुत्रा' झालास त्या पोरीसाठी!" सुऱ्या जयावर ओरडला.

"एक दिवस हर्षला इथंच माझ्याबरोबर बसेल!" जया डोळ्यांतून येणारे अश्रू पुसत बोलला.

१२

हर्षलाच्या वेडेपणात जयाची तिसरी सेमिस्टर कशीबशी सरली. त्यातच ज्याने जयासाठी हर्षलाचा बायोडाटा आणला होता, तो नीलेश अन् हर्षला चांगले मित्र झाले होते. देखणा नीलेश सगळ्यातच पुढे होता, अभ्यास, खेळ अन् त्याचं व्यक्तिमत्त्व अन् त्याची हेअर स्टाईल कोणत्याही मुलीला आकर्षित करायला पुरेशी होती. त्याची उंची जरा जयंतपेक्षा कमी होती, पण हर्षलापेक्षा थोडी जास्त होती. जया नीलेशला काही बोलत नव्हता अन् बोलणार तरी कसं? एखाद्या पोरीला 'माझ्यावरच प्रेम कर' अस कोण सांगू शकेल?

जया सुट्टीवरून पुन्हा कॉलेजमध्ये आला, बघता बघता चौथी सेमिस्टर सुरू झाली. घरी बागायत असल्याने सुट्टीचा जास्तीत जास्त वेळ शेतात काम करून जात होता. शेतात काम करून शरीर आपोआपच पिळदार झालं होतं. घरी असतानाही त्याला कुठेतरी काहीतरी चुकतंय असंच वाटत होतं. कितीतरी वेळा स्वप्नात हर्षलाला नको तिथं अन् नको तसं बघून झालं होतं, हर्षलाला विसरणं त्याला खरंच अवघड जात होतं.

'खरंच आपण एवढे का मागे लागलोय हर्षलाच्या? आधी एवढं कधीच कुणाच्या मागे लागलो नव्हतो! खरंच आपण हर्षलावर प्रेम करतोय, की फक्त ही वासना आहे? कळायला मार्ग नव्हता. हे प्रेम आहे की नाही हे माहीत नाही, पण वासना तर नक्कीच नाही. की आहे? तो विचारात पडला, प्रेम जर समजायला एवढं सोपं असतं तर एवढ्या बॉलिवूड मूव्हीज कशा काय आल्या असत्या?

काहीही झालं तरी तिसरी सेमिस्टर कुणाशी काही भांडणाशिवाय गेली होती. खूप दिवसांनी त्यानं आज हर्षलाला बघितलं ! वेळ ही व्यक्तिसापेक्ष असते. सुट्टीचा एक महिना त्याला १० वर्षांसारखा भासला होता. हर्षला आता त्याच्याकडे एका वेगळ्याच नजरेनं बघायची. कधी कधी चालताना जया समोरून गेला, तर त्याच्याकडे बघून हसत असे, अन् जयाला तो दोन बाजूंत तुटत आहे, असं वाटत असे!

जयानं हर्षलाच्या विचारांना खूप टाळायचा खूप प्रयत्न केला; पण मन हे वेडं असतं! त्याचं मन त्याचं ऐकत नव्हतं. जेव्हा तो हर्षलाला बघत असे, तेव्हा तेव्हा

तो अजूनच बेचैन होत असे. जसं की स्वतःवर काहीच नियंत्रण राहिलं नाही त्याचं. हर्षलाच्या 'नावेत' तो 'बेधुंद' वाहवत होता. अक्ष्या अन् सुऱ्याला ते दिसत होतं. आपल्या मित्राला असं बघणं त्यांना झेपत नव्हतं! पण काय करणार!

तिला मैदानावर बघताच जया पुन्हा हर्षलाला भेटला! त्याला तिचा मोह आवरला नाही.

"तुला कळत नाही का, मी काय बोलले ते?" हर्षला रागानं ओरडली. आजूबाजूच्या सगळ्या पोरांचं लक्ष तिच्या आवाजाकडे गेलं.

"मला नाही कळत! पण तुला कळत नाही का?" - जया रागानं ओरडला

"ओरडू नकोस माझ्यावर! तुझी प्रॉपर्टी नाहीये मी!" हर्षला पण ओरडली.

"तुला काय वाटलं, की मी तुझ्याशिवाय जगू शकत नाही? अरे तुझ्यापेक्षा कोणीतरी असेल चांगली माझ्यासाठी, एवढा मागे लागलोय, म्हणून तू अशी मुद्दाम वागतेस ना?" जयाच्या संयमाचा बांध फुटला होता. होईल ते होईल... पण तिलाही कळायला पाहिजेच, की माझ्यावर काय बेतली आहे, हा निर्धार घेऊन तो तिच्याशी बोलत होता. वेडेपणाचा कळस!

"हे बघ जयंत, मला तू आवडत नाहीस, मग उगीच का मागे लागलायस?" -हर्षला.

"बरं, आजपासून नाही, काय समजतेस स्वतःला" - जयाची आता 'सटकली' होती. वाट्टेल ते बरळत होता.

"बरं, चल जा आता...!" अन् हर्षला निघून गेली.

"हर्षे..." जया मागूनच ओरडला, आज त्याला हर्षलाला 'हर्षे' का म्हणावंसं वाटलं हे कोडं साधं नव्हतं.

आजूबाजूला असलेल्या HDच्या मित्रांनी त्याला व हर्षलाला बोलताना बघितलं होतं. ३-४ जण दांडगे गडी जयाच्या जवळ आले.

"ए ह्रितिक मराठी कळत नाही का तुला? मागे सांगितलं होतं ना तिला बोलू नको म्हणून? एका सिनिअरला मारलं, तर काय तू स्वतःला 'दादा' समजायला लागला..!"

"जया आता थोडा घाबरला होता, शरीरानं अन् ताकदीनं एकेक जण त्याच्यापेक्षा वरचढ होता. जवळ जवळ सगळेच पहिलवान होते. एकानं त्याची कॉलर पकडली, "जास्त उडू नकोस, नाहीतर हे दोन्ही पाय कापून गळ्यात बांधेन!"

अन् त्याला ढकलून दिलं.

'Xxx, दादा झाला हा लगेच, तुझी ही दादागिरी तुझ्या बॅचपुरती ठेव,

कळालं, चल जा भोसडीच्या!'' त्यांतील एकानं जयाच्या कानाखाली सणकन वाजवून दिली. मैदानावर झालेला हा अपमान कुणाला सांगणार तो? अन् तक्रार करायला तो आता ज्युनिअर नव्हता.

अन् त्यानं जयाला ढकलून दिलं. आधीच मनातून तुटलेला जया आता अजून बाहेरून पण तुटला.

जया तावातावानं हॉस्टेलवर आला. शारीरिक वेदनेनं नाही; पण त्याच्या डोळ्यांतून पाणी वाहू लागलं. हर्षलाचा एकेक शब्द त्याला सतवत होता. अन् HDच्या या मित्रांची धमकी अन् केलेला अपमान सतावत होता. मनात कसला तरी दुराना, कसली तरी भीती! अशी भीती त्याला आधी कधीच वाटली नव्हती. तो रूममध्ये आला. सुऱ्या बाहेर गेला होता. सगळीकडे त्याला हर्षलाचं 'कुत्सित' हसणं दिसू लागलं. समोर असलेल्या आरशात पण त्याला हसताना हर्षला दिसू लागली, अन् त्यानं जोरानं आरशावर बुक्की मारली. आरसा फुटला, अन् काही काचा त्याच्या हातात घुसल्या. रक्त जमिनीवर पडू लागलं. काय माहीत, पण आज त्याला अजिबात दुखत नव्हतं. पडलेली एक काच त्यानं हातात घेतली, अन् आपल्या डाव्या मनगटावर 'H' हे अक्षर कोरलं. कोरताना तो हसत होता. कदाचित मनातील जखम जर मोठी असेल, तर मग शरीराच्या जखमेला काही महत्त्व उरत नाही. त्यानं रागानं खिडकीच्या काचा फोडायला सुरुवात केली. तेवढ्यात सुऱ्या रूममध्ये आला.

जमिनीवरचं रक्त बघून तो वैतागून गेला. ''xxx येडाबिडा झालायेस काय? बस कर -'' अन् त्यानं जयाला धरलं. अन् त्याला मिठी मारली. जया लहान मुलासारखा सुऱ्याच्या कुशीत पडून रडत होता.

आवाज ऐकून अक्ष्या अन् शेजारीच रूम असलेला समीर रूमवर आले. बाकीचे कोणी येण्याआधी अन् काय झालंय हे बघण्याआधी त्यांनी आतून दरवाजा बंद केला.

कुणाला काहीच कळत नव्हतं, की काय करावं! अक्ष्यानं अण्णाला फोन केला.

अण्णा झपाझप पावलं टाकत हॉस्टेलकडे चालू लागला. रस्त्याच्या दोन्ही बाजूंच्या लाईट्स चकाकत होत्या. रस्त्याच्या बाजूला असलेल्या आंब्याच्या झाडावर लहान-मोठे आंबे वाऱ्यावर आनंदात डुलत होते; पण अण्णाच्या मनात एक काहूर माजलं होतं. विश्वेश्वरय्या हॉस्टेलच्या पायऱ्या कापत तो वरती लॉबीमध्ये आला. समोरच NTS होल्डर विनोद अण्णाला दिसला. त्यानं आपल्या उजव्या हाताचे एक बोट डाव्या हाताच्या मनगटावर ठेवून 'जयाने त्याच्या हाताची नस कापली आहे'

असं दाखवलं, अन् जया वेडा झाला आहे, असं खुणेनेच सांगितलं. अण्णाच्या काळजात एक धसका उडाला. तो जयाच्या रूमसमोर आला.

"सुऱ्या, रूम उघड." दरवाज्यावर ठोठावत तो ओरडला.

"कोण?" - अक्ष्या.

"अण्णा."

अक्ष्यानं रूम उघडली. जया सुऱ्याच्या मांडीवर डोके ठेवून पडला होता. रूममध्ये फ्लोअरवरती काचा पडल्या होत्या. कॉटवर अक्ष्या आपले केस ओढत निराशेने दात चावत बसला होता.

"काय झालंय, जया, काय चालवलंयस काय तू? आयला प्रत्येक सेमिस्टरमध्ये लफडं करायचं ठरवलंय का?" - अण्णा रागानं बोलला.

"तुला कुणी यायला सांगितलं इकडे? तू आपला जा लायब्ररीमध्ये" - जया अण्णावर ओरडला.

"हो, आम्ही येडझवेच ना! फर्स्ट सेमिस्टरच्या सो कॉल्ड ' जयंत नोटस्' कुठे गेल्या लxx? सगळी बॅच तुझ्या नोट्स झेरॉक्स मारून पास झाली. एवढं पण पोरीसाठी वेडं होणं चांगलं नाही रे!" - अण्णा आपली भडास काढत होता. फाईव्ह स्टार्समध्ये अण्णाच्या बोलण्याला वजन होतं. चूक तिथे चूक अन् बरोबर तिथे बरोबर असं त्याचं गणित सोपं होतं! जया पण अण्णा जे सांगेल, त्याचा मान ठेवत होता.

काही वेळ रूममध्ये अशीच शांतता पसरली. कोणी काही बोलायला तयार नव्हतं.

"काय झालं - सांगशील आता की असाच रडत बसशील?" -अण्णा

"काय नाय रे!" - जया

सुऱ्या अन् अक्ष्या असेच रिकामे बसले होते. काय करावं, काय बोलावं कुणाला सुचत नव्हतं. अन् बोलणार तरी काय म्हणा!

"अक्ष्या, फोन केलास का तू चिंटूभाईला? त्याची जीप पाठवून दे म्हणावं" - अण्णा.

"हो रे केला फोन,येतोय तो आता!" - अक्ष्या

"सेकंड इअर सुरू झालं आता, जया त्या हर्षलाचा नाद सोडून दे रे, मोठ्या घराची मोठी लेक आहे ती! त्यात तुमची जात पण वेगळी, कसं शक्य आहे, सगळं? जर तू तिला पटवलं, तरी पुढं काही होणं शक्य आहे काxxx" - अण्णा जयाला समजावत बोलला.

"मी नाही रे विसरू शकत तिला!" - जया थोडासा रडत बोलला. जखमेवर आधीच सुऱ्यानं रुमाल बांधला होता. तरीही रक्त रुमालातून बाहेर येत होतं.

"अरे पण xxx, विसरण्यासाठी आधी काहीतरी झालं पाहिजे ना दोघांत? का असंच? इथं 'लैलाच' भाव देत नाही अन् 'मजनू' जीव द्यायला चालला. च्या मारी त्या सोनियाच्या किश्शात मला ज्ञान पाझरत होता, अन् आता काय गेलं का सगळं गाढवाच्या xxx?" - अक्ष्या रागानं बोलला.

"त्या HDच्या लोकल मित्रानं घेरलं याला. गुंड आहेत ते साले! वाजवली ह्याच्या कानाखाली. HDची सेटिंग लय वरती हाय, ह्याला कधी कळणार काय माहीत!" - सुऱ्या रागानं सगळ्यांवर ओरडत होता - 'झक मार यार तू. पण इथून पुढे मी असल्या किश्शात पडणार नाही. "- सुऱ्या आग ओकत होता.

"चला रे, जीप आलीये" - अक्ष्या बोलला.

रूमच्या बाहेर सगळे आले, तरी गर्दी जमा होती. जयाच्या हातातून रक्त अजून वाहत होतं, तेवढ्यात समीर हॉस्टेलवर आला अन् त्यानं जयाला पकडलं. सेकंड इअर बघत होतं, पण कोणी काही बोलत नव्हतं! 'फाईव्ह-स्टार्स' आज 'मुरझलेले' होते. त्यांनी जयाला जीपमध्ये बसवलं अन् सरळ ते हॉस्पिटलमध्ये गेले!

हातावर ३-४ टाके टाकल्यानंतर जया झोपला. बाहेर अण्णा, सुऱ्या, अक्ष्या अन् समीर उभे होते. रात्रीचे १० वाजले होते. अण्णाने अश्विनीला फोन केला.

"अक्ष्या बोल रे, कळालं आम्हाला जयानं काय राडा केला तो -" अश्विनी रागानं बोलत होती, तिच्या रागातही एक भीतीचं मिश्रण होतं. सुऱ्यानं मोबाईल अक्ष्याकडे दिला.

"अशे, तो जया पागल झालाय यार, त्या हर्षलासाठी, काचा फोडल्या त्याने रूमच्या, त्या हर्षलाला सांग काहीतरी" - अक्ष्या रागात बोलला.

"अक्ष्या, पहिलं म्हणजे ओरडून बोलू नको, अन् दुसरं म्हणजे मी काही सांगणार नाही त्या हर्षलाला; तुम्ही सगळी पोरं सारखीच! आज नाटकं करतोय जया, उद्या करेल सगळं हर्षलाबरोबर अन् देईल सोडून, मग काय?" -अश्विनी तिकडून बोलली.

"अशे, सगळीच मुलं तुझ्या त्या रोहितसारखी नसतात गं! वाटलं तर तू मला तसं बोल, पण माझ्या हातात कधी सोनियासाठी काचा घुसल्या नाहीत किंवा तुझ्या त्या रोहितच्या! पण जयाच्या घुसल्यात, ४ टाके पडलेत अशे! घरी सांगितलं त्याच्या तर अजूनच उलट काहीतरी होईल" - अक्ष्या अश्विनीला समजावत होता. अक्ष्याला मुलींशी कोणत्या वेळी कसं बोलायचं याचं गणित बरोबर माहीत होतं किंवा ते तसं जन्मजात होतं!

अश्विनीला कदाचित पटलं असावं; कारण अश्विनीसाठी त्यांनी रोहितशी घेतलेला पंगा ती विसरणं कसं शक्य होतं?

"बर मी काय करू?" -काहीही झालं तरी मैत्री शेवटी मैत्रीकडेच धावते.

“काही नको, त्या हर्षलाला फक्त सांग काय झालंय आज ते!” - अक्ष्या

“माहितेय तिला, तुम्हाला काय वाटले, पोरींचे कनेक्शन्स आहेत बॉईज हॉस्टेलवर, सगळ्या खबरा येतात इकडे!’ - अश्विनी थोडीशी ओरडत बोलली.

‘मग हे...? पण मग. हे पण माहीतच असेल ना, की मागच्या काही दिवसांपासून जया किती वेड्यासारखा करतोय ते?”

“बरं, एक काम कर. तूच सांग त्या हर्षलाला, मला असं तिच्याशी बोलणं बरं नाही रे वाटत, एक तर ती ज्युनिअर अन् असं कुणावर कुणाशी प्रेम कर असं कसं सांगणार? अन् जयंतची काळजी घ्या रे! मला अजिबात करमत नाहीये, खूप काळजी वाटते तुम्हा सगळ्यांची।” अश्विनी आता रडायला आली होती।

“तू नको काळजी करू- समजतंय मला, राहू दे मी कॉल करतो हर्षलाला.” -अक्ष्यानं फोन कट केला.

“**ह**र्षला, काय समजतेस तू स्वतःला? त्या जयानं हातावर काचेनं तुझं नाव टाकलंय. प्रेम नाही तर साधी मैत्री तरी कर, तो टाइमपास नाही गं करत!” हर्षलाला रागानं बोलावं की शांतपणे बोलावं...अक्ष्याला काही कळत नव्हतं! बस फक्त तो बरळत होता!

“हे बघ अक्षय, त्यानं नाव हातावर काय पण गळ्यावर जरी टाकलं ना, तरी काही फरक नाही पडत मला”... अन् हर्षलानं फोन कट केला.

दुसऱ्या दिवशी सकाळी ७ वाजता हॉस्पिटलमध्ये सोनिया अन् अश्विनी आल्या. अक्ष्या, सुऱ्या, अण्णा अन् समीर शेजारच्या बेडवर बसले होते.

मागोमाग हर्षला पण आत आली! कसे काय? - कुणाला काही कळत नव्हतं.

हर्षलानं झोपलेल्या जयाकडे बघितलं अन् का काय माहीत, पण तिनं रडायला सुरवात केली. मुलींना समजणं अवघड आहे बाबा!

अक्ष्यानं जयाला उठवलं, हर्षलानं जयाच्या हातावर तिचा रुमाल ठेवला.

“हे काय...?” - जया हर्षलाच्या रडणाऱ्या चेहऱ्याकडे बघत बोलला. त्याचा विश्वास बसत नव्हता, की हर्षला आज त्याच्यासाठी रडत आहे ते!

“काही नाही, तू पण ना! मारणारेस मला.. अन् स्वतःलाही..! सगळ्यांना चुकवून आले आहे मी. माझ्यासाठी स्वतःला नको रे काही करू! खूप स्वार्थी आहे मी - माझ्या घरचे कधीच ‘हो’ नाही रे म्हणणार, कसं समजावू तुला? एकदा का मी तुला ‘हो’ म्हटले, तर मग माझं मलाच कंट्रोल नाही होणार- मला कुणाला फसवायला नाही जमत... चल सोनिया.” - हर्षला डोळे पुसत सोनियाकडे बघत बोलली.

तिचे सुजलेले डोळे सांगत होते, की हर्षला रात्रभर झोपली नव्हती.

सोनियानं अक्ष्याकडे ओल्या डोळ्यांनी बघितलं अन् अक्ष्यानं सोनियाकडे! नजरेत दुरावा होता की आपलेपणा? दोघांनाही नाही कळलं.

सोनिया अन् हर्षला दोघीही जणी सर्वांसाठी नाश्ता घेऊन आल्या होत्या. त्यांनी तो टेबलवरती ठेवला अन् बाहेर गेल्या.

जयानं दुसऱ्या हातानं त्या रुमालाचा वास घेतला! हर्षला त्या रुमालात भासत होती - अन् तो रुमाल त्यानं उघडला.

'**I** AM SORRY' रुमालाच्या कोपऱ्यात लिहिलेले वाचून त्याची सगळी जखम दूर झाली.

१३

जया अन् हर्षलाची मनं बाकीच्या नजरेत नाही, पण एकत्र झाली होती.

अक्ष्या अन् सोनिया एकमेकांकडे बघत असत, पण काहीही बोलत नसत।

त्यात अक्ष्याला समजलं, की सोनिया विद्यापीठ सोडून जात आहे. चौथी सेमिस्टर आता संपत आली होती! चौथी सेमिस्टर हर्षलाबरोबर चोरून एकमेकांच्या त्या महिन्यात आलेल्या वाढदिवसाच्या पार्ट्या करण्यात गेली. हर्षला 'फाइव्ह स्टार्स' मध्ये आली आहे, हे फक्त हर्षला अन् फाइव्ह स्टार्सलाच माहीत होतं. परीक्षा संपली होती. सोनियानं तिसऱ्या वर्षापासून दुसऱ्या विद्यापीठात जायचा निर्णय घेतला होता, कदाचित 'प्रेम' अन् 'मजबुरी' अशी दोरीवरची कसरत तिला झेपत नव्हती! अक्ष्यावरचं तिचं प्रेम अन् अमितची मजबुरी तिला बऱ्याचदा रडवत असे, अन् अक्ष्याही तिला बोलायचंच काय पण तिच्याकडे बघायचंही टाळत असे!

सोनिया कॉलेजकडे तिच्या मैत्रिणीबरोबर जात होती! तिने टाईट जीन्स घातल्याने तिच्या शरीरावरच्या वक्ररेषा अजूनच भडक दिसत होत्या.

''काय पीस आहे यार अक्ष्या, काय 'फिगर' आहे! तुला नको असेल, तर मला तरी ट्राय करूदे -'' सुऱ्या अक्ष्याकडे बघत हसत बोलला.

अक्ष्या फक्त त्याच्याकडे बघून हसला! बोलायला काहीच शब्द नव्हते त्याच्याकडे! तिच्यापासून दूर जाण्याची हुरहूर त्याच्याही मनाला होती, पण तो कुणाला काही सांगू शकत नव्हता किंवा त्याला सांगावेसेही वाटत नव्हते.

दोन तास हॉस्टेलवर आपले केस ओढून झाल्यावर शेवटी न राहवून शेवटी अक्ष्यानं सोनियाला फोन केला, अन् वाडीतल्या गणपतीच्या मंदिराच्याकडे तिला भेटायला सांगितलं. सोनियानं कधीही अक्ष्याला कोणत्याही गोष्टीसाठी अडवलं नव्हतं. तिलाही कदाचित अक्ष्याला शेवटचं भेटायचं असेल...!

सोनियानं काळ्या रंगाचा 'टॉप' घातला होता, अन् आपली ओढणी गळ्याभोवती लपेटलेली होती. अक्ष्यानं तिला मंदिराबाहेरच्या बेंचवर बसलेलं येताना बघितलं. सोनियाच्या डोळ्यात प्रेम झळकत होतं. सोनिया त्याच्याकडे बघत पुढे चालू लागली, वाऱ्यावर तिचे उडणारे केस ती सावरत होती.

अक्ष्याकडे चोरून बघत तिनं गणपतीसमोर हात जोडले.

अक्ष्या बेंचवरून उठला अन् तिच्या शेजारी जाऊन उभा राहिला. तिनं आधीच हात जोडले होते अन् डोळे मिटले होते. कसलीतरी 'शक्ती' दोघांना एकमेकांकडे खेचत होती.

अक्ष्या तिच्या सुंदर चेहऱ्याकडे एकटक बघत होता. तिनेही त्याच्याकडे डोळ्यांच्या कोपऱ्यातून बघितले अन् ती मंदिराच्या मागे चालू लागली. अक्ष्या तिच्या मागोमाग चालत होता. त्याने खिशातून जयाचा मोबाईल काढला, अन् तिला फोन केला. कुणाला दिसणार नाही अशा ठिकाणी ते दोघेही गेले होते. येणाऱ्या अक्ष्याकडे बघत ती अजून दूर झाली. बोलायला शब्द नव्हते, पण डोळे सगळं बोलत होते. आधीची सगळी भांडण तिच्या डोळ्यांसमोरून वाहू लागली. अक्ष्या मावळत्या सूर्याकडे बघत होता. कदाचित हाच त्याचा सूर्योदय असावा! कोण जाणे!

दोघेही फक्त एकमेकांकडे बघत होते.

''बाय- जा रही हूँ मैं - हमेशा के लिये! खुष हो अब तो?'' -सोनियाने आपले मोठे डोळे अजूनच मोठे केले.

बेंगलोर ट्रेनमधलं सगळं अक्ष्याच्या नजरेसमोरून जात होतं! अन् का काय माहीत त्याचे डोळे भरून आले, ते बघून सोनियाचेही डोळे भरून आले. सोनियानं आपलं डोकं अक्ष्याच्या हातावर ठेवलं, अक्ष्याच्या मांडीवर ती विसावली, अन् क्षणातच तिच्या डोळ्यांतून अश्रू वाहू लागले!

''ये हमारे साथ ही क्यूँ हो रहा है?''

अक्ष्या कुठेतरी शून्यात बघत होता. सगळा भूतकाळ त्याच्या डोळ्यांसमोरून सर्रकन सरकू लागला! हॉस्टेलमध्ये एकटेच दरवाजा बंद करून रूममध्ये बसलेले! पहिल्यांदा सोनियाला बघितल्यावरचे तिचे हसणारे डोळे! सोनियाबरोबर मनसोक्त भटकलेले!

त्यानं रडणाऱ्या सोनियाच्या नाजूक गोऱ्या गालावरून हात फिरवायला सुरुवात केली. का कुणास ठाऊक; पण आज त्यानं अडवलेल्या सगळ्या भावना त्याच्या अंगाअंगातून पाझरत होत्या.

''मेरा सर दर्द कर रहा है, अक्षय!'' तिनं रडत आपलं डोकं अक्षयच्या कुशीत ठेवलं!

अक्ष्याची बोटं आपोआपच तिच्या कपाळावरून फिरू लागली! आजूबाजूला कोणी नव्हतं, अन् असलं तरी त्याची आज त्यांना काही पर्वा नव्हती! अक्ष्याचा हात चेहऱ्यावरून आता गळ्याकडे अन् गळ्याकडून अजून खाली सरकला होता! त्याचा हात गळ्यावर गेल्यावर सोनियानं त्याच्या डोळ्यांकडे बघितलं अन् तिच्या ओठांवर

एक हलकंसं स्मितहास्य फुललं. अक्ष्याचा हात अजून खाली गेला, तिनं घातलेल्या टॉपचा स्पर्श त्याच्या हाताला झाला. तिच्या गळ्याखालचं नाजूक हाड त्याच्या हाताला लागले. बऱ्याच वेळ तो तिथेच हात फिरवू लागला. त्याचा हात अजून खाली गेला अन् तिच्या नाजूक गरम स्तनांचा स्पर्श अक्ष्याला झाला अन् त्याचं मन सुन्न झालं!

सोनियानं तो हात तसाच वरून पकडला! डोळ्यासमोरून कितीतरी गोष्टी जोरानं भिरभिरत होत्या!

रात्री दोघं हॉस्टेलच्या बाहेर रस्त्यावर बसलेले... दोघांनी एकत्र मुव्ही बघताना घेतलेली कॉफी... सोनियानं अमितबद्दल सांगितल्यानंतर एकटे जागत ट्रेनच्या खिडकीत 'न दिसणारे' बघत बसलेले तारे! सोनिया तिकडे एकटीच वरच्या बर्थमध्ये भरलेल्या डोळ्यांनी बसलेली! आता पुढे काय? हा विचार करत दोघंही हातात हात घालून विचारात बुडालेले! तिच्यासाठी जयाबरोबर कितीतरी उघडलेल्या बिअर्स... भांडण झाल्यावर मैदानावर एकटीच वेड्याप्रमाणे धावणारी सोनिया..., कॉलेजमध्ये तिचा हात हातात घेऊन फिरायची इच्छा, पण कधी फिरू शकलो नाही याचं दुःख! 'फोनवरचे एकमेकांचे भांडण! कधी -कधी वर्गात ती एकटीच असताना तिच्याकडे गेलेली नजर अन् मध्येच दिसलेला अमित! GDवर ८-९ बिअरच्या बाटल्या व्हिस्की सोबत मिसळून पिताना समोर हसणारा जया! ट्रेनमधली तिची ती संमिश्र नजर आठवत पेटवलेली 'पहिली' सिगारेट! परीक्षा असतानाही वाचता वाचता बाल्कनीतून फेकून दिलेले पुस्तक... अमितचे पुन्हा पुन्हा येणारे फोनस्, अन् जीव देण्याची धमकी!

दोघेही तसेच बसले. वासनेचा एक कण अन् क्षणही नव्हता इथे! बघणाऱ्यांना कदाचित हे सगळं अश्लीलतेचा कळस वाटलं असेल!

दोघांच्या डोळ्यांतून दडवलेले अश्रू भरभरून वाहू लागले, अन् काही न बोलता दोघेही मनसोक्त रडू लागले! एकमेकांना मिठी मारली अन् सोनिया हुंदके देत रडू लागली!

काही वेळाने काही लोक तिथे आले. साला या लोकांना बाकी काही काम नाही का? - अक्ष्या मनातच बोलला.

अन् दोघांनीही एकमेकांना सावरत आपले डोळे पुसले! अश्रू दुसऱ्यासमोर चांगले नाहा दिसत ना!

दोघेही शून्य नजरेनं परत जाऊ लागले. आज एकमेकांच्या हातात हात गुंफलेले होते. १०-१५ मिनिटांनी हॉस्टेलजवळ आले, तरी दोघंही काहीही बोलत नव्हते.

"चल, आज बाहर जाते हैं!" - सोनिया त्याला बोलली.

"बाहर कहाँ?" - अक्ष्या खाली बघत बोलला.

"वैसे तो मैं कल घर जानेवाली थी, लेकिन आज ही जाती हुँ हॉस्टेलसे. आज रात पुणे जाते हैं; वहाँ किसी हॉटेल में रुकते हैं!"

"हं..." अक्ष्याला सोनियाचा सहवास हवाहवासा वाटू लागला होता.

सोनिया तिच्या 'बॅग्ज' घेऊन बस स्टॉपवर आली. अक्ष्या तिथे वाट बघत बसलाच होता. दोघेही बसमध्ये बसले. तासांचा प्रवास एकमेकांच्या कुशीत मिनिटासारखा संपला.

आय कार्ड्सच्या झेरॉक्स मारून झाल्यावर, अक्ष्या अन् सोनिया दोघेही हॉटेलच्या रूममध्ये आले

अक्ष्यानं सोनियाच्या मोबाईल चालू केला.

'I can be your hero baby!' Enrique मोबाईलमधून रडू लागला. सोनिया उठून हलक्याशा संगीताबरोबर वाहू लागली! अक्ष्या तिच्याकडे बघत हलकेच हसत होता!

'सुन मैंने एक ड्रेस खरीदी है, खास तुझे दिखाने के लिये! अन् सोनियाने तिच्या 'बॅग'मधून लहान ड्रेस काढला.

"पहनू मैं यहाँ?" डोळ्यांची विचित्र हालचाल करत सोनिया बोलली.

"हां किसने रोका है तुझे?" अक्ष्या हसत बोलला.

"सुन, ड्रिंक्स तो ऑर्डर करना, आज मुझे पागल होना है, लडकी तू है या मैं? पागल किया है तूने! इतना भी कोई अच्छा कैसे हो सकता है?" - सोनियाने आपली जीन्स उतरवली.

तिच्या गोऱ्या अन् रेखीव मांड्यांकडे अक्ष्या बघतच राहिला.

अक्ष्याने रूम सर्विसला कॉल केला अन् त्याने डबल ब्लॅक ऑर्डर केली. दरवाज्यावर रूम सर्विसची बेल वाजली, तशी सोनिया बाथरूममध्ये पळत गेली.

वेटर आला अन् बेडवरचे पडलेले कपडे डोळे चुकवून बघत बाटल्या टेबलवर ठेवल्या. वेटर गेला, तशी सोनिया बाहेर आली.

"सुन सोनिया, कब फ्लाईट है तेरी कल? i mean कितने बजे?" - अक्ष्या

"वो मत पूछ, मुझे आज जीने दे साले!" अन् सोनियाने तिचा टॉप काढला.

"मुझे पता नहीं था यार, की तू इतनी सेक्सी हो, वरना तुझे जाने नहीं देता मैं." - अक्ष्या तिच्या उघड्या अन् उत्तेजित करणाऱ्या स्तनाकडे बघत बोलला.

"अब तू मुझे फिरसे रुला मत, कमीने." - सोनिया रागाने बोलली.

"तुझे नहीं लगता, की हम गलत कर रहे हैं यार? एक तो तेरा बॉयफ्रेंड है और आज हम ऐंसे एक कमरे में?" - अक्ष्या पुन्हा 'नको त्या वेळी' आपले तत्त्वज्ञान पाजळू लागला!

काही वेळ रूममध्ये सुन्न झालं, शब्दासारखं दुसरं कोणतं शस्त्र नाही. काय झाले काय माहीत, पण सोनिया खूप चिडली.

“तुझे अब भी लगता है, की मैं ‘ऐसीवैसी’ लडकी हूँ? प्यार है तुझसे, तेरा प्यार ये सब करवा रहा है! तेरे सामने कपडे उतारे इसका मतलब ये नहीं की मुझे बस ‘वो’ चाहिये!” अन् ती रागाने बाथरूममध्ये रडत गेली!

बराच वेळ झाला, तरी सोनिया बाहेर आली नाही.

अक्ष्याला आता काळजी वाटू लागली, एकतर एकीकडे अमितने आत्महत्या करायच्या धमक्यांनी त्याच्या कितीतरी रात्री उडवल्या होत्या.

“सोनिया यार क्या कर रही हो अंदर? पागल हो?”

“हां... हूँ मैं पागल! तू डर मत, मै सुसाईड नहीं करुंगी - इतनी भी कमजोर नहीं हू मैं...! ये यहाँ ‘बंदा’ बैठा है, जिसे जानसे ज्यादा प्यार करती हूँ मैं, उसके लिये इस हद तक उतर आयी मैं, और उसे सब मझाक लगता है. हह! और अब भी तुझे मेरे लिये कोई रिस्पेक्ट नहीं है! तू ना अक्ष्या - मुझे जिंदगी में कभी समझ नहीं सकता! तुझे क्या लगता है! हः’ -” सोनियाचा राग तिच्या आवाजातून दिसत होता!

“सुन सोनिया, बाहर आ प्लीज! सॉरी बाबा.”

“मेरा सर दर्द कर रहा है, जल रहा है, पानी डाल रही हूँ सरपे, पागल ही हूँ मैं जो तेरे लिये यहा आयी.”

काही वेळाने सोनिया ओल्या केसाने बाहेर आली, अन् कॉटवर जाऊन रडू लागली!

अक्ष्याने तिला पकडले, “सोनिया गलत मत समझाना यार!” अक्ष्या आपलं डोकं निराशेनं खाजवत बोलला....

काही वेळ रूममध्ये कुणीतरी मेल्यासारखी शांतता पसरली! कदाचित त्याचं प्रेमच मेलं असावं!

“अच्छा सुन, चल मस्ती करते हैं, आखरी रात है यार अपनी. वैसे तो तूने पहले ही मेरा इमेल आयडी डिलीट किया है, G Talk,yahoo से भी मेरे id डिलीट किये हैं तूने! तू जिद्दी है पता है मुझे! पता नहीं जिंदगी में मिलेंगे या नहीं! बस कर रोना धोना! तुझे पता है ना की मैं पागल हूँ!” अन् अक्ष्यानं तिला समजवत कुशीत घेतले.

लहान मुलीसारखी सोनिया त्याच्या कुशीत पडून रडू लागली -

“तुझे पता नहीं की किस हद तक तुझसे मैं प्यार करती हूँ! जान दे दूँ?”

“ना रे राणी, मत बोल ऐसा!” अक्ष्या सोनियाला कधी कधी राणी म्हणायचा.

अक्ष्यानं मोबाईलवर दोघांचं आवडतं गाणे Me, Myself And I लावलं अन् तो बेडवरून उठला अन् हलकेच नाचू लागला.

काही वेळानं त्याच्याकडे बघून सोनिया हसू लागली. प्रेम किती विसरभोळं असतं ना?

बघता बघता रात्रीचे ३ वाजले...

"आज रात मुझे बिलकूल सोना नहीं है अक्षय, अपनी आखरी रात है, मेरे जिंदगी की आखरी रात बना दे!" अन् सोनिया रडू लागली.

"ओये फिल्मी! ओये होये! सुन तो तेरे इतने बढिया मार्क्स है? तू क्या बनाना चाहती है?"

"तू भी ना अक्षय, अब ये मार्क्स कहाँ से आये बीच में?" सोनिया जोराने हसू लागली.

भावनाही त्याचं एकदाचं हसणं अन् रडणं ऐकून कोड्यात पडल्या.

"अरे, बता ना!"

"अच्छा सुन, इंडिया और पाकिस्तान के PM-- जब अपने टॉप सिक्रेट्स शेअर कर रहे हो, तब मुझे वहां उनकी टीम में होना है! उनकी सिक्रेट फाईल exchange करनी है मुझे मेरे हाथ से!', दुनिया के सारे ऐसे राज जानने हैं जो एक आम आदमी नहीं जान सकता!"

"IFS?"

'करेक्ट' अन् सोनिया तिचा एक डोळा झाकत हसली अन् तीही बरोबर नाचू लागली!

दोघेही वेडेपणात धुंद झाले, अन् एकमेकांना बिलगून नाचू लागले!

सोनियासारखी एवढी सुंदर पोरगी आपल्याबरोबर एवढ्या कमी कपड्यात अशी असेल असा विचार अक्ष्यानं स्वप्नातही केला नव्हता. तिनं घातलेला शॉर्ट ड्रेस काहीही न घातल्यासारखा होता! दोघांनी एकमेकांचे 'चुंबन' घ्यायला सुरुवात केली. त्या चुंबनात आत्ता सोनिया त्याच्यात उतरत आहे असा त्याला भास होत होता!

सकाळचे ५ वाजले होते. दोघंही बेडवर दमून पडले. अक्ष्यानं तिचा ड्रेस तिच्या शरीरापासून वेगळा केला. सगळ्या बाटल्या संपल्या होत्या!

दोघांची शरीरं एकमेकांना बिलगली!

"अक्षय, i want to feel u inside me please fxxx me"

"I can't rani, feels like m cheating on someone, on u r life, on my life, on our life, on u r —mit."

या दोन वाक्यांनी दोघांना खूप दूर सारलं! काहीही न बोलता काही वेळ दोघंही तसेच पडून राहिले.

काही वेळाने सोनिया उठली, अक्ष्या तसाच विचारात पडून होता.

"पता है, शायद तेरे यही नेचरसे मैं इतना प्यार करती हूँ! तू बहोत अच्छा आदमी है अक्षय! तेरी होनेवाली बीवीसे नफरत करनेवाली मैं पहली लडकी होनेवाली हूँ! तू तो मेरे नसीब में नहीं है! लेकिन एक याद रख, मैं हमेशा तुझसे प्यार करूंगी!' सोनियाचे डोळे अजून एकदा भरले की ते रात्रभर खाली झाले नव्हतेच?

सोनिया बाथरूममध्ये आवरण्यासाठी गेली.

अक्ष्या तसेच डोळे उघडून पडला होता!

काही वेळाने सोनिया आवरून बाहेर आली. तिने आपल्या बॅग्ज उचलल्या.

"चलो मैं तो चलूंगी! [illegible] हूँ मैं। एक बात याद रख, तू माने या ना मान - तू मेरा पहला और आखरी प्यार है! जिंदगीसे लढना सिख अक्षय! वरना तू जिंदगी में कुछ नहीं कर पायेगा!" गालावर ओघळणारे अश्रू तिने पुसले. अल्कोहोल अन् रात्रभर न झोपल्यानं तिचे डोळे लाल झालेले होते.

तिने डोळे मिटले, अक्ष्याच्या गालाचे एक चुंबन घेतले, अन् मागे न वळता झपाझप पावले टाकत ती निघून गेली! कायमची! पुन्हा कधीही परत न येण्यासाठी! अक्ष्या उघड्या डोळ्यांनी तिच्याकडे बघतच राहिला.

काही वेळ अक्ष्या एकटाच रडत बेडवर पडून होता! फ्रेश होऊन तो खाली आला. काय चाललं आहे, हे कळायला काही मार्ग नव्हता. का मी सोनियाला जाऊ दिलं? बहिणीचं लग्न करायची जबाबदारी आहे माझ्यावर म्हणून? नशेत वाहणाऱ्या बापापासून आईला थोडंसं सुख द्यायचंय म्हणून? मी मरणाला भीत नाही - मग का? डोकं सुन्न झालं त्याचं! त्याने रूमच्या चाव्या रिसेप्शनवर ठेवल्या.

"काय केलं साहेब, पोरगी रडत गेली! चांगल्या घराची दिसते ती!" -चावी घेणारा ३५ शीचा कामगार त्याला हसत बोलला.

"काम करा ना तुमचं! आयला, कुणाचं काय तर कुणाचं काय! शॉट साला डोक्याला!" अक्ष्या रागानं बोलला अन् चाव्या टेबलवर फेकल्या!

घर, आई, सोनिया,बहीण सगळं चक्र डोळ्यांसमोरून फिरू लागलं अन् डोळ्यासमोर अंधारी आली!

जयाचा मित्ररूपी उजेड त्याला दिसू लागला!

अक्ष्यानं जवळचा कॉईन बॉक्स शोधला अन् जयाच्या मोबाईलवर फोन केला अन् सगळा मनातला अंधार त्याच्यासमोर मांडला!

"अबे साल्या... नको तेव्हा एवढा 'उठतोस' अन् मग काय झालं होतं काल?" - जया हसत बोलला

"माहीत नाही यार!" - अक्ष्याच्या डोळ्यातील अश्रूतून सोनिया वाहू लागली.

"काहीही म्हण अक्ष्या, ती फालतू पोरगी नव्हती यार! हर्षलाने मला सांगितले,

तुझ्यासाठी पागल झाली होती ती, मला वाटतंय, की तिला असं जाऊ देणं तुझ्या आयुष्यातील सर्वांत मोठी चूक असू शकेल.'' जया दबलेल्या आवाजात बोलला.

इतक्या वर्षांपासून अडवलेला हुंदका ओरडला अन् अक्ष्या रस्त्यावर जोरजोराने रडू लागला!

१४

जयाशी बोलणं झाल्यावर आंधळ्या मनानं, अक्ष्या सरळ बसमध्ये बसला अन् घरी गाला.

घरी आल्याने आई खूश होती अन् सहजकीचं त्याच्या आवडीचं जेवण तिनं बनवलं होतं. जेवण झाल्यावर तो बाहेर आला. घरी एकटाच असल्यानं त्यानं सरळ जुन्या कॅसेट्स काढल्या अन् आपली आवडती गाणी ऐकू लागला, पहिल्यांदा त्यानं त्याच्या आवडत्या आशिकीची गाणी लावली, नंतर किशोर कुमार, मोहम्मद रफी, आशा भोसले, रेहमान, RHTDMD... -

मन कुठल्याच गाण्यावर थांबेना. एकेक गाणं तो पुढे ढकलू लागला- एकेक गाणं तो अर्ध्या- एक मिनिटासाठी ऐकू लागला अन् पुन्हा बदलू लागला.

काही वेळानं ही सगळीच गाजलेली सुपरहिट मनाच्या जवळ असणारी, आवडीची गाणी त्याला फालतू वाटू लागली अन् २-३ कॅसेट्स त्यानं सरळ भिंतीवर आपटल्या- कदाचित त्याच्या मनाचं दुःख दूर करण्याची ताकद संगीतात नव्हती. च्या मारी हे साले, कसली कसली स्वप्नं दाखवतात या मूव्हीजमधून भोXXX! घरी असल्यानं उघड-उघड तो शिव्या देऊ शकत नव्हता, मनातल्या मनात त्यानं आपला राग व्यक्त केला.

मन सोनियाला शोधत कुठेतरी अंधारात धडपडत होतं...

त्यानं हेडफोन कानाला लावला अन् शेवटी 'आर्ट ऑफ लिव्हिंग'च्या गिटारवर वाजणाऱ्या भजनाच्या कॅसेट्स लावल्या, आता त्याला जरा बरं वाटू लागलं. मन काही वेळासाठी तरी कुठेतरी उजेड दाखवू लागलं होतं, पण काही वेळानं सोनियाचे विचार पुन्हा त्याच्या मनात पिंगा घालू लागले.

"अक्षय तू जिंदगी में कुछ नहीं कर सकता!"- सोनियाचं हे वाक्य त्याच्या मनात वादळ भरत होतं. काही वेळानं तो बाहेर आला अन् ११ वी, १२ वीची फिजिक्स अन् मॅथ्सची पुस्तकं शेजारच्या बारावीला असणाऱ्या राजाकडून घेतली.

जुनी पडलेली आपलीच एक वही उचलली अन् वेड्यासारखे तो फिजिक्सचे प्रॉब्लेम्स सोडवू लाग. दोन वर्षांपूर्वी अवघड वाटणारे प्रॉब्लेम्स त्याला आज सहज

सोपे वाटू लागले. कदाचित जीवनातील प्रॉब्लेम्सही असेच असावेत, वेळेप्रमाणे सोप्पे वाटत जाणारे!

काय वेडे होतो आपण त्या वेळी. एवढी सोप्पी गणितंही आपण सोडवू शकत नव्हतो! - मीही काही वर्षांनी असे म्हणेन की त्या वेळी मला सोनियाचं गणित नाही सोडवता आलं- असं त्याला वाटू लागलं!

कदाचित आयुष्यही असंच असावं असं त्याला वाटू लागलं अन् कधी एकदाची ही ३-४ वर्षं निघून जातायेत अन् आपण सोनियाला विसरतोय, असं त्याला झालं!

सेकंड इअरनंतर एका महिन्याचं industrial training अनिवार्य होतं.

आत्ता मात्र मार्क्सच्या जातिव्यवस्थेनं फाईव्ह स्टार्सना वेगळं केलं. समीर अन् अण्णा टॉपर्स लिस्टमध्ये असल्यानं त्यांना ट्रेनिंगसाठी चांगली इन्स्टिट्यूट मिळाली होती. अक्ष्यानं जाणूनबुजून गावाशेजारची कंपनी निवडली होती! त्यात त्याला हवा तेवढा वेळ मिळणार होता अन् ट्रेनिंग पूर्ण केलं याचं 'प्रमाणपत्र' मिळणार होतं, शिवाय खर्चही वाचणार होता. जया अन् सुऱ्या उत्तर प्रदेशमध्ये कुठेतरी गेले होते.

"तू जिंदगी में कुछ कर नहीं सकता अक्षय।" हे सोनियाचे बोल अक्ष्याच्या कानाच्या पडद्यांवर पुन्हा पुन्हा आवाज घालत होते! अन् त्याच रागात तो CATसाठी pitch तयार करत होता! इंग्लिश ग्रामर, quantitative aptitudeचे फंडे क्लिअर करू लागला अन् वर्ड पावर मेड इसी हे पुस्तक घोकून घोकून पाठ करू लागला. त्यालाही माहीत नव्हतं, की जे तो वाचतोय, त्याचा कितपत फायदा होणार होता!

CAT इज नॉट कप ऑफ टी - CAT पास झालेल्या एका सिनिअरचं बोलणं त्याच्या हृदयात धडधडत होतं! गावातल्या इंटरनेटवर जाऊन त्याने CATचा सगळा अभ्यास प्रिंट काढून घेतला.

'वर्ड पावर मेड इसी' हे पुस्तक त्यानं जवळ जवळ घोकलं होतं, - सोनियाने त्याच्या डोक्याला शॉट दिला होता! एका मुलीचं ४-५ अक्षरांचं एक वाक्य अक्षयला एवढं बदलेल हे त्याला स्वप्नातही वाटलं नव्हतं.

साला जी पोरं प्रेमाला सुरुवातीला टाईमपास समजतात, तीच एवढी वेडी का होतात? कदाचित 'प्रेम' त्यांच्याशी बदला तर घेत नसेल?

सोनियाचे बोल आपल्याला एवढ सिरिअस करतील याची त्यानं स्वप्नातही कल्पना केली नव्हती.

तो ट्रेनिंगला फक्त आठवड्यातून एकदा जायचा अन् तिथल्या एका मित्राकडून सगळे रिपोर्ट्स कॉपी करून आणत असे.

"आपली शैक्षणिक पद्धत एवढी विचित्र आहे की, जे आपल्याला 'कॉलेजमध्ये' विषय शिकवतात, ते पुस्तकी ज्ञान, अन् काम करतो त्याचा घंटा संबंध १०-१५ %, एवढाच! एवढं शिकायचं इंजिनिअरिंगमध्ये अन् पुढे काय तर फक्त एक्सेल शीट! डिग्री फक्त दरवाजा आहे नोकरी मिळण्याचा." त्या कंपनीत काम करणारा त्याचा एक मित्र त्याला सांगत होता.

डोळ्याची पापणी लवते न लवते तोच, ट्रेनिंगचा १ महिना संपला अन् पुन्हा सगळे कॉलेजवर आले.

थर्ड इअर

थर्ड इअरपासून हॉस्टेल बदलत असल्यानं, अन् प्रत्येकाला वेगळी रूम मिळत असल्यानं मन अन् शरीरही थोडं मोकळं मोकळं झालं होतं! कधीही काहीही वाचा रूममध्ये, अन् वाचताना कसेही वाचा, काहीही करा - डिस्टर्ब करणारं कोणी नव्हतं!

पण तरीही हॉस्टेल बदलल्यानं आता जरा आपण सिनिअर झालो आहोत, हे खरंच भासत होतं!

खरंच २ वर्षं गेली अशीच उडत, काही कळलं नाही. आता फक्त शेवटची २ वर्षं हातात! अक्ष्या विचार करत रूममध्ये आला!

— हॉस्टेल' थर्ड इअरसाठी होतं, B हॉस्टेलमध्ये आधीच फायनल इअर राहत होतं!

— आणि B हॉस्टेल ३ मजल्यांचं, ग्राउंड फ्लोरवर M.tech. 'नावाला' करणारे पण MPSCसाठी वर्षानुवर्षं घासणारे सिनिअर्स राहत होते. शेजारीच रेक्टर ऑफिस होतं अन् त्याच्याच शेजारी सामूहिक फोन होता.

पहिला अन् दुसरा मजला थर्ड इअरच्या पोरांना होता. जास्त मार्क्स असणारे वरच्या मजल्यावर, कमी असणारे मध्ये, मार्क्सनुसार रूम्सची विभागणी सुरू झाली.

समीर, अण्णा अन् अक्ष्या एका लॉबीमध्ये वर आले, जया अन् सुऱ्या खाली गेले!

मैत्रीमध्ये असं वेगळं जाणं बरं नसलं तरी, नवीन मित्र हे आयुष्यभर नव्या जागेनुसार येतच असतात.

जयानं आपल्या दादागिरीच्या जोरावर त्याच्या फ्लोअवरती रस्त्याच्या शेजारी हिरवळ दिसणारी चांगली रूम शोधली होती, खासकरून त्याच्या हर्षलाला बघण्यासाठी! बघता बघता नवीन हॉस्टेलवर सगळे सेट झाले.

दिवस भर्रकन उडून जात होते. थर्ड इअरपासून जवळजवळ सगळेच सिरिअस झाले होते, नवीन आलेल्या ज्युनिअर्स अन् नव्या पोरींमध्ये आता जास्त काही रस नव्हता.

कदाचित करिअर नावाचं भयाण टेन्शन मागे लागलं असावं!

इंटरनेट अन् याहू चाटने सुऱ्यासकट सगळ्यांना वेडं करून सोडलं होतं.

कॉलेजच्या कॉम्पुटर लॅब मध्ये इंटरनेट फ्री होत; रात्री १० वाजेपर्यंत कुणीही ते वापरू शकत होतं. शक्यतो थर्ड अन् फायनल इअरची मुलेच असत लॅबमध्ये.

रॅगिंगमुळे फर्स्ट अन् सेकंड येणारं कुणी नसे!

सुऱ्या कायम याहूवर चाट करत पडीक होता! वेगळ्या वेगळ्या ग्रुपस्वर टाइमपास करत असे, पोरींना शोधत! कदाचित खऱ्या आयुष्यात ज्यांना पोरी पटत नाहीत, अशीच सुऱ्यासारखी मुलं नेटवर पाखरं शोधत असातीत.

'—ny hot girl for hot chat? असा मेसेज त्याने एका हॉट ग्रुपवर टाईप केला.

'Hi' - अन् त्याला एक रिप्लाय आला.

अन् मग तो दररोज न चुकता त्या 'hi' रिप्लाय आलेल्याशी चाट करत होता!

१०-१५ दिवस कोणत्या तरी 'पिया' नावाच्या पोरीशी तो चाट करत होता, ती खरंच पोरगी आहे की पोरगा, हे त्याला माहीत नव्हतं! अन् त्याचा जास्त फरक ही त्याला पडणार नव्हता! कल्पनाशक्तीची शक्ती भयाण असते!

पहिल्याच दिवशी सेक्स चाट केल्याने, त्याची लव्ह स्टोरी उलट्या प्रवाहाने वाहू लागली होती! ७- ८ दिवस बोलून झाल्यावर, त्याचा तिला पहिला प्रश्न - व्हॉट्स युअर रिअल नेम? असा होता!

पण ठरलेल्या वेळेप्रमाणे ती ही ऑनलाईन येत असल्याने पलीकडे चाट करणारी मुलगीच आहे, याची शक्यता जरा जास्त वाढली होती! सर्वसामान्य - साधारण प्रेम हे डोळ्यातून सुरू होऊन प्रणयापर्यंत जातं, पण ह्या आभासी दुनियेत ते वासनेने सुरू झालं होतं! त्याची एकेक रात्र पियाशी नको त्या गप्पा करण्यात अन् online sex करण्यात जात होती. काही दिवसांनी तेच तेच बोलणे कंटाळवाणे वाटू लागले अन् तिने तिचे काही फोटो सुऱ्याला मेल वर पाठवले!

तिच्या कपड्यांवरून ती श्रीमंत घराण्यातली दिसत होती. अजूनही त्याला माहीत नव्हते, की खरंच आपण जिच्याशी बोलतोय, ती पोरगीच आहे का? पण त्याचा दिवस रात्रीची वाट बघण्यात निघून जात असे. आता ते जी मेल (gmail) वर बोलू लागले होत. त्याने या आभासी पियाचा विषय कुणालाच सांगितला नव्हता.

अक्ष्या,अण्णा अन् समीर आपापल्या करिअरच्या मागे लागले होते! जया अन् हर्षलाची लव्ह स्टोरी फुलत होती.

सुऱ्या अन् पिया आता सेक्स सोडून प्रेमाच्या गोष्टी करू लागले होते.

एके दिवशी सुऱ्याने तिला तिचा मोबाईल नंबर मागितला अन् तिने तो द्यायला नकार दिला. २-३ महिने असेच दररोज न चुकता जात होते.

पियाचे वडील खूप श्रीमंत होते, पण तिला तिच्या घरात राहणं आवडत नसे. कायम तिचं अन् तिच्या वडिलांचं भांडण होत असे. एखाद्या राजकुमारीसारखी तिची रूम होती. बंगाली असल्यानं घर जास्त कडक होतं. उमलणाऱ्या तिच्या वयाला कदाचित घरातली बंधनं आवडत नसत. दोघंही स्क्रीनवर I love you टाईप करून वेडे झाले होते.

पॉर्न वेबसाईट वरच्या सगळ्याच कॅटेगरीजमधून त्यांचा 'रोल प्ले' करून झाला होता.

खरंच तारुण्य एवढं बेधुंद असतं का?

पुन्हा एकदा मोबाईल नंबरवरून त्यांच्यात वाजलं! ती सुऱ्याला तिचा नंबर द्यायला तयार नव्हती!

सुऱ्याला आता तिचा आवाज ऐकायचा होता, तिने पाठवलेले फोटो तिचेच की अजून कुणाचे हे कळायला मार्ग नव्हता!

सुऱ्याने त्याचे फोटो तिला पाठवले होते,

२-३ दिवसाआड त्यांच्यात भांडण होत होतं. पिया का त्याच्यात गुंतली होती हे तिलाही माहीत नव्हतं, कदाचित खऱ्या आयुष्यात कोणी पोरगा तिच्या मागे लागावा, एवढीही ती सुंदर नव्हती म्हणून... कदाचित...?

त्यांच्यात भांडण अन् प्रेम फुलत होतं!

का काय माहीत, पण पियालाही सुऱ्या आपला वाटत होता.

कसे शक्य आहेत हे असले मनाचे खेळ? ज्याला आपण कधी पाहिलं नाही, ज्याला आपण कधी भेटलो नाही - ते मनाच्या एवढ्या जवळ कसे काय येऊ शकतात?

एक दिवशी सुऱ्या तिच्याशी खूप भांडला, अन् पुन्हा तिच्याशी चाट करणार नाही असं तिला बोलला. रात्रभर तो झोपला नाही, प्रेम कितीही टाइमपास म्हणून करा, भावना थोड्या जरी खऱ्या असल्या की वाट लागणार हे नक्की!

दुसऱ्या दिवशी सकाळी - सकाळी तो नेट कॅफेमध्ये गेला अन् आपला मेल बॉक्स उघडला. रात्री २ वाजून ४३ मिनिटांनी पियाने नवीन शॉर्ट इंग्लिश भाषेत टाईप केलेला मेल तो वाचू लागला...

Hey Surya,

Damm scared of mailing u.... love u surya.... Promise me u wont leave me even if i doooooo big mistakes even if i shout at u wont leave me.... U knw i want to say sumthng since past sooo many days par couldnt tell u...sooo jst mailing u.... .. Im a big liar surya... i lied u manythngs i dont knw how to accept my mistake.... im ready to do anythng for removing my mistakes...Plz dnt hurt urself after all dis bcoz im d criminal n i seriously would be in pain if u hurt ureself.

1. My name is —agni nt piya...my frst lie pata hai wat made me lie u on dis

2. real me im attaching my photo wid me.... .

PS : plz plz plzz plzz plzzz plzzz plzzzz donot leave me.... .. plzzz plzzz.... .. i beg u Surya... plzzzzzzzz..... :(:(:(:(

im ver very srry for wat i hav done.... i trust u completely...... Surya aaje se aise nahi hoga.... baby i love u im very srry plz if u can mujhe maaf karnaa... ill be waiting for u rply.....

I LOVE U.... .donot leave meeeeeeeeeeee plzzzzzzzzzzzzzzzzzzz

I knw difficult to trust me pan plzz trust me..... i love u soo i said u all d truth.. im nt hiding anythngg frm u knw promiceee....

N D MOST IMP OF —LLL IMd RE—DY TO DO —NYTHNG TO GET U B—CK... PLZ SURY— KNW UR —NGER... M—YBE IMd RE—DY FOR —LL D PUNISHMENTS.. —NY U GIVE JST DONT STOP T—LKING WID ME... BCOZ C—NT LIVE IF U DOOO D—T.. PLZZ SURY—.... I TYPED DIS M—IL — LONG —GO B—S HIM—T N—HI HO R—HI THI KE I SEND U... NW CNT LIE U —NY MOREE... III LOVEEE U SURY—IMd SRRY... MY B—BY PLZZZZ......

I love u surya.. i really dooo......

U knw i didt wont to hurt u.. by saying d truth pan didnt hav d courage to face u... after dis im saying d truth bcoz i nw feel for u..n i dnt wat u to come to knw all dis by any other means...

One more last request wont be able to face u or chat after dis plz plz plzz my request to rply dis i knw bahut gussa hoge tum yeh padhe kare pan i wont u to trust me... i dnt wont to break d trust when u come to knw frm oders i knw im liar.... pan i cnt stay widout u...... i wont to u to mail mee.. keep ur promice plzzzz plzzz plzzz dnt leave mee

i said dis lie in begining uske baad i trust u completely i havnt lied anythng to u n i promice i wont lie ever.... N yes one more thing i get more scared den u when u ask about our future... bcoz mujhe nai pata wat is going to happen in my future I wont u only.. bt i dnt knw will i get u.... when u say ki im der for u.... .. i feel all my probs r solved pan when u i tension asking me d same ques i get lost.. i dnt knw wat to ans... n when i rply.. ke im der n ill be der.. its actually im consoling my self....

I LOVE U.. ILL BE W—ITING FOR U M—IL RPLY.... I WONT BE —BLE TO H—V D COUR—GE TO RPLY UR CH—T UNTIL I RE—D UR M—IL

१५

पियाचा मेल वाचत, सुऱ्या डेस्कटॉपच्या 'स्क्रीनकडे' धडधडणाऱ्या छातीने, अन् धावणाऱ्या विचाराने बघत गालातल्या गालात हसला.

का काय माहीत, पण एक वेगळाच आनंद त्याला झाला होता. पटकन त्याने याहूवर लॉगिन केलं, अन् पिया त्याला ऑनलाईन दिसली. भावना पण किती विचित्र असतात नाही? दोघेही अर्धा-एक तास एकमेकांना ऑनलाईन बघत होते पण कुणीच काही बोलत नव्हतं.

चुंबकाच्या सारख्या बाजू जशा एकमेकांना दूर ढकलतात, तशीच दोघांची खोटी मनं एकमेकांना दूर ढकलत होती. तसंही सुऱ्या पियाला सोडून ग्रुपमध्ये मिळेल त्याच्याशी चाट करायचा.

सुऱ्याने तिचे फोटो 'ओपन' केले.

अगोदर तिने पाठवलेल्या फेक फोटो इतपत सुंदर नव्हती, हे त्याला जाणवले - तरी पण हजारात एक तरी नक्कीच होती. फोटो बघताच त्याने तिला मेसेज टाकला.

'Hi, piya'

'Sorrrryyyyyy' पापणी लवते न लवते तोच तिचा रिप्लाय आला

'Don't worry Jaan'

So Sorry baby, muuuhhaaa, plzzzz donnnttt leeaavee meeeee'

Na re, You look beautiful

Really ?'

yes, beautiful than your friends pic which you send earlier'

सुऱ्या सरळसरळ फेकत होता अन् हे त्यालाही १००% माहीत होतं. पोरांना पोरी पटवण्यासाठी खोटं बोलायची कला कदाचित जन्मजात असावी.

कदाचित प्रेमविवाह असफल होण्याचे हे पण एक कारण असावं. आधीच एवढं खोटं बोलून झालेलं असतं तिला मिळवण्यासाठी, अन् मिळाल्यानंतर खोटं बोलायची गरज भासत नाही, अन् खरं बोलता येत नाही.

पियाने पाठवलेल्या मेलचा परिणाम हा झाला की, पियाने त्याला तिचा

मोबाईल नंबर दिला अन् त्याचबरोबर 'स्काईप आय.डी.पण दिला.

रान आता मोकळे झाले होते. पियाने आधी तिच्या मैत्रिणीचे फोटो सुऱ्याला पाठवले होते, कारण पियाचं अन् तिच्या त्या मैत्रिणीचं पटत नसे. जर कदाचित सुऱ्याने फोटोचा गैरवापर केला तर फसणार पियाची मैत्रीण होती, पिया नाही - I am the criminal surya हे पियाचंच वाक्य त्याला बऱ्याचदा खरंही वाटत असे.

अजून एक खोटं पिया बोलली होती, की तिचं वय २२ वर्षं आहे, पण ती अजून १८ची पण नव्हती, हे माहीत असूनही, सुऱ्या पियाच्या अधीन झाला होता. एक दिवसही तिच्याशी न बोलता जात नव्हता. व्हिडीओ कॉलिंग - स्काईपने सोप्पं केल्याने, दररोज तिच्याशी बोलणं आता कॉलवर सुरू झालं. तिच्या उघड्या शरीराचे कितीतरी स्क्रीन शॉटस् त्याने सेव्ह करून ठेवले होते. दिवसही अशाच वेडेपणात ओले जात होते.

पियाचे वडील एका मोठ्या उद्योगसमूहाचे मालक होते. तिच्या घराचे फोटो बघून अन् व्हीडीओ कॉल करताना तिची बेडरूम बघून आजच्या काळात जर राजकुमारी असेल तर ती पियाच! असं तो कितीतरी वेळा म्हणत असे. एकंदर हा फक्त टाईमपास आहे, अन् कोणत्याही परिस्थितीत तिच्याशी आपलं पुढे काही होणार नाही, हे त्यालाही माहीत होतं अन् तिलाही!

पियाचे आई अन् बाबा दोघेही बिझिनेस वाढवण्याच्या नादी लागल्याने, मुलीला जास्त वेळ देऊ शकत नव्हते. मोबाईल, टीव्ही, कॉम्प्युटर, इंटरनेट, गाडी, रुपये दिलं म्हणजे आपण पालक होण्याची सर्व कर्तव्यं पार पाडली, अशा प्रकारात मोडणारे ते पालक होते.

बाहेरून नियमबद्ध पण आतून पिया पार वाहून गेली होती!

तिच्या बाबांना फक्त तिचे मार्क्स हवे होते अन् त्यातच तिच्या आईचं अन् तिच्या बाबांचं पटत नसे. दोघांच्या भांडणाच्या वैफल्यात तिचं उमलणार कोवळं वय वाहून जात होतं! दोघंही तिला कडक शिस्तीत अडकवत होते. त्यामुळे तिला जास्त मैत्रिणीही नव्हत्या. मुलगी वयात आल्याने तिच्या आई-बाबांनी तिच्यावर बंधने घातली होती, कुणाला किती वेळ भेटायचं ...वगैरे. जितके तोकडे त्यांचे कपडे होते तितकेच तोकडे त्याचे विचारपण!

वर्गात दिवसभर काय झाले, कोण काय बोलले? इत्यादी बोलायला तिच्या आई-वडिलांकडे वेळ नसे. कॉलेज संपलं की तिचा ड्राइव्हर तिला घ्यायला येत असे. तिच्या ड्रायव्हरला त्यांनी तिचा जासूस बनवला होता, तिच्या क्षणाक्षणाची खबर तो ठेवत असे.

आपल्या आई-वडिलांचा स्वतःच्या मुलीपेक्षा जास्त विश्वास आपल्या ड्रायव्हरवर आहे- हा विचारच पियाच्या कोवळ्या मनाला टोचत असे.

अन् म्हणूनच कदाचित तिचाही स्वतःच्या आई-वडिलांवरून विश्वास उडत होता. सहसा दिवसभर कोणी घरी नसल्याने ती ऑनलाईन विश्वासासाठी सहारा शोधू लागली, मग पॉर्न वेबसाईट, अन् मग सेक्स... -इंटरनेटला काही सीमा आहे का? अशातच तिला सुऱ्या सापडला.

सोन्याचा पिंजरा ज्याला म्हणतात ना तेच हे! कितीतरी वेळा ती सुऱ्याशी बोलताना आत्महत्या करायचा विचार बोलून दाखवत असे.

तिचं वय कमी असूनही, तिला कोणाच्या तरी सहाऱ्याची गरज आहे, हे सुऱ्याला पटत होते, कदाचित ह्यामुळेच तो तिच्याशी बोलत होता!

'साला - जे जे भेटतात, त्यांना आत्महत्या करायचीय आजकाल! काय चाललंय काय हे!' सुऱ्या कधीकधी स्वतःशीच बडबडत असे!

एक दिवस सुऱ्याने आधी आपली चॅट हिस्ट्री डिलीट करून तिचा पासवर्ड विचारला, कारण मग सुऱ्यालाही त्याचा पासवर्ड देणे भाग होते. पियाने त्याला पासवर्ड दिला नाही अन् त्याच्यावरून दोघांत बरंच वाजलं, कदाचित चॅट हिस्ट्री डिलीट करायला वेळ न दिल्याने असावे!

त्यानंतर पिया त्याच्याशी बोलेनाशी झाली. सुऱ्या दिवसातून ३-४ वेळा 'सॉरी' चे मेसेजेस तिला टाकू लागला. दिवसभर सुऱ्या नुसता स्क्रीनच्यासमोर तिच्या रिप्लायची वाट बघू लागला - 'वेळ अन् रुपये' वाया घालवत असे!

आठवडाभरानंतर तिचा त्याला मेसेज आला. अन् पुन्हा त्यांच्या प्रेमाची गाडी धावू लागली. अन् हे चक्र असंच सुरू राहिलं!

बघता बघता पाचवी सेमिस्टर संपत आली. दिवस असे भर्रकन उडून जात होते.

जया अन् हर्षला ह्यांचे धागे जुळले होते. HDच्या धाकामुळे दोघांना कॉलेजमध्ये भेटणे जमत नव्हते. पण फोनमुळे त्याचं 'सुरू' होतं.

अक्ष्या आता CAT शिवाय दुसरं काही बघत नव्हता. सोनियाच्या धक्क्यातून तो एकदम शांत झाला होता. हे प्रेम, सेक्स, सगळं क्षणिक आहे, असं त्याला जाणवलं होतं, तरीही सेकंड इयरची 'राणी' CAT मुळे त्याची मैत्रीण झाली होती.

खरं प्रेम करायचं वय २५ आहे, सगळं सेट झाल्यावर - त्या आधी सगळी बालिश प्रेमप्रकरणं! चायनीज मोबाईलसारखी! किती दिवस चालेल याची काही खात्री नाही' - सोनियाच्या प्रकरणानंतर त्याचा एक मित्रासारखा असलेला मामा हे त्याला नेहमी सांगत होता अन् ते त्याला आता पटलं होतं. त्यामुळे त्यानं राणीला आधीच सांगितलं होतं, की प्रेम अन् भावनांत गुंतायचं नाही!

समीर अन् अण्णा दोघंही MPSC, UPSC करण्याच्या मागे लागले होते. MPSC करणाऱ्यासाठी एवढं काही खास नाही, पण जे UPSC करत होते,

त्यांचा कॅम्पसमध्ये एक वेगळाच थाट होता. हा अन् UPSC करणारा टॉपर्स लिस्टमध्ये असेल तरच!

अक्ष्या लायब्ररीमध्ये जात नव्हता, रूममध्येच तो अभ्यास करत असे.

सगळं कसं अनोळखी वाटत होतं. जया अन् हर्षला प्रेमात अजून रंग भरत होते अन् सुऱ्या इंटरनेटवर पडीक होता, अक्ष्या अन् राणी CAT च्या अभ्यासाच्या निमित्तानं भेटत असत!

आज बऱ्याच दिवसांने 'फाईव्ह स्टार्स' एकत्र GD वर गेले होते, आपापल्या [illegible] आता पहिल्या दोन वर्षांसारखं वातावरण नव्हतं। का काय माहीत पण अचानक अक्ष्याची दारू अन् सिगारेट सुटली. व्यसनांचा विळखा सुटायला खरंच कसल्यातरी मोठ्या झटक्याची आवश्यकता असते, सोनियाने तो त्याला दिला होता.

पाचही जण मस्त नेहमीच्या जागी बसले. मागच्या दोन वर्षांचे किस्से डोळ्यांसमोरून भर्रकन सरकत होते. जयाने व्हिस्की ऑर्डर केली. काही वेळाने चिंटूभाई बाटली घेऊन भेटायला आला.

"और क्या हाल है, जयंतभाई - बहोत दिनों के बाद?" चिंटूभाई आपली पंजाबी दाढी कुरवाळत बोलला!

"सब, बढिया, क्या करे, लगभग सबकी सेटिंग हो गयी है अब - और लडकियोंको पीनेवाले बॉयफ्रेण्डस् पसंद नहीं!"

जया अक्ष्याकडे बघत थोडंसं हसत बोलला.

"चलो, आज मेरी तरफ से एक बॉटल फ्री- क्या अक्षय भाई - सही है ना?" - चिंटूभाई अक्ष्याकडे बघत बोलले.

"नहीं यार... छोड दी मैंने -" अक्षय हसत बोलला.

"अच्छा, और एक बात जयंत भाई - वो HD सर से जरा बच के रहना - १५ दिन पहिले आया था यहां- तुम्हारे बारे में पूछ रहा था - मेरे लिये तुम भी दोस्त और वो भी दोस्त! बस आप लोग यहा कुछ मत करणा..."

"अरे वो क्या उखडेगा बXXXX?" जया त्याच्या बोलण्याकडे दुर्लक्ष करत बोलला.

"ठीक है - चलो भाई'- सगळ्यांना हाय, हॅलो करत चिंटूभाई निघून गेला.

सुऱ्याने बाटली उघडली अन् पेग बनवायला सुरुवात केली. जाणूनबुजून त्यानं अक्ष्यासाठी पण पेग बनवला. मित्रांना दुसऱ्याने वाईट झालेले चालते, पण चांगले झालेले चालत नाही, असा मैत्रीचा एक नियम असावा.

समीर, जया, सुऱ्या तिघांनी ग्लास उचलले!

"ओये... अक्ष्या... काय झाले? उचल ना XXX - बस का हीच का दोस्ती शोलेची?'' - सुऱ्या

"नाही रे, मन नाही करत आता'' - अक्ष्या.

"सोनियाने 'देवदास' बना दिया था, राणी अब 'हरिशचंद्र' बना रही है!'' - जया हसत सुऱ्याकडे बघत बोलला अन् टाळी देऊन हसू लागला!

"नाही बे XXX, राणी फक्त मैत्रीण आहे -, दमलोय यार या प्रेम शब्दामुळे! फालतूगिरी नुसती! किती वेळा जरी म्हटलं ना 'एकमेकांशिवाय नाही राहू शकत! मरून जाऊ एकमेकांशिवाय! अन् अजून काय काय चXXXX - पण मी जगतोय ना अजून, सोनिया जिवंत आहे ना?'' - अक्ष्या निराशेनं बोलला.

"अबे, वो तेरा प्यार नहीं था साले, सोनिया के साथ, वासना से भरा गंदा नाच था!'' - समीर मध्येच हसत बोलला.

अन् सगळेच हसायला लागले.

"मानो तो जिंदगी, न मानो तो कुछ भी नहीं, और मैंने तो माना था!''- सोनियाबरोबरचं नातं फक्त वासना नसून आपलं प्रेम होतं, हे पटवण्यासाठी अक्ष्याचा हा प्रयत्न!

"अबे, जाऊ दे ना, आपला 'रूल' माहितेय ना, पिण्यासाठी कोणी कुणाला फोर्स करणार नाही, अन् तसाही मी एकटाच न पिणारा होतो ग्रुपमध्ये, मलाही आत्ता पार्टनर मिळाला -'' अण्णानं हसत विषय बदलला!

"चिअर्स...''

जसं जसं अल्कोहोल पोटात जाऊ लागलं, तसंतसं सुऱ्यानं आपलं झाकलेलं मन उघडायला सुरुवात केली.

इतक्या दिवसांचं एकटेपणाने तोललेलं पियाच्या किश्शांचं ओझं त्यानं हलकं करायला सुरुवात केली. पिया अन् त्याचा 'ऑनलाईन प्रेम/सेक्स' किस्सा सगळ्यांना सांगायला सुरुवात केली.

ऑनलाईन प्रेमप्रकरण ऐकून जयानं जोरजोरानं हसायला सुरुवात केली. अन् मागोमाग अण्णा, समीर अन् अक्ष्या पण जोरानं हसू लागले.

"सुऱ्या XXX, जाम लागणारे तुझी ह्यात'' - जया हसत बोलला.

"तुझी काय कमी लागतेय त्या हर्षलामुळे?'' - सुऱ्या

अक्ष्या गालातल्या गालात हसला.

"तू काय हसतोय लXX -'' अण्णा अक्ष्याकडे हसत बोलला.

"आबे साल्या... आम्ही पटवल्या तरी - तुझ्यासारखं नाही - 'हाथ ही मेरा साथी', नाही का जया...'' अक्ष्या जयाकडे बघत जोरानं हसत अण्णाला बोलला.

अन् सगळेच जोरजोराने हसू लागले. काही वेळानं हसून आपोआपच शांत झाले.

“आपलं बरंय रे - एकटा जीव सदाशिव - लग्न झाल्यावर तर सगळं होणारच ना - घाई कशाला, जे ते ज्या त्या वयात करावं.... .! आणि आम्ही एक जबाबदार नागरिक म्हणून जगणारेय.” समीर चकणा खात अन् ग्लास उचलत बोलला.

“बरोबर आहे यार तुझं, या प्रेमात काही ठेवलं नाही” - अक्ष्या पेप्सी पीत बोलला.

“पण सुऱ्या, तुझं भारीये रे, आधी म्हणत होतास डायरेक्ट कलेक्टर पटवायची, तू तर बिझिनेस मॅनच्याच पोरीला पटवलं, तेरावा इथेच करणार की बंगालमध्ये?” - अण्णा हसत बोलला.

“तिच्या बापाची पोहोच लांब आहे रे, तूच तर बोलला ना, कमिशनर तिच्या बापाचा मित्र आहे, अन् कायद्याने अजून अडल्ट नाहीये ती,” सायबर क्राईम ऐकलं आहे ना! - दांडा घातला ना - मग कळेल.” जया अल्कोहोलमध्ये डुबत बडबडत होता.

“बरोबर आहे रे, अजून १८ पण नाही ती १७ आहे, पण यार जीव अडकलाय तिच्यात” - सुऱ्या पीत पीत बोलला. “काय करणार यार - मन नाही लागत तिच्याशिवाय! अन् पुढच्याच महिन्यात होणारेय ती १८ - अन् आपण काय एवढे ‘नीच’ आहोत काय तिचा फायदा घ्यायला?”

“अडकू दे - मरणार आहेस ह्यात, सोड नाद तिचा, - आयला, तुम्हाला सांगून काही फायदा नाही अन् एक सांगू का सुऱ्या, एक काम कर. अजून एक महिना तिच्याशी बोलू नकोस ती १८ पूर्ण करेपर्यंत; जर या महिन्यात ती तुला विसरली नाही तर बघू मग! पण दूर राहा, डिप्रेशनमध्ये वाटते पोरगी, जर काही केले ना तिने आपल्या जिवाचे मग गेलास तू! हे सायबर क्राईमवाले काही उपटत नाहीत बसले.”

“हो ना यार! म्हणून तर तिच्याशी बोलतोय, हे प्रेम पण ना कितीही टाइमपास म्हणून करा, जीव अडकला की अडकला! बोलणं नाही थांबवू शकत, पण बाकी फालतुगिरी नाही करणार ती महिनाभर”...सुऱ्या गंभीर चेहऱ्याने बोलला.

“अबे वो तेरा प्यार नहीं है पिया के साथ, वासना से भरा गंदा वेबकॅम है”- समीर हसत बोलला.

अन् पुढची ४-५ मिनिटे सुऱ्या अन् अक्ष्या सोडून बाकीचे सगळेच जोराने पोट धरून हसू लागले.

“पण जया तुझा काय सीन आहे हर्षलाबरोबर?” सुऱ्याने विषय बदलला.

“चाललं आहे यार, बोलतेय, लाईन देतेय, i love you बोलून झालं, मोबाईलवरच किस करतोय. एकंदर काय, तर तुझ्यात अन् माझ्यात जास्त फरक नाही. एकाच कॅम्पसमध्ये असूनही साला साधं भेटू पण शकत नाही, बोलू पण शकत नाही - जाम घाबरतेय ती तिच्या भावाला, आत्ता ऐकलं ना तो चिंटूभाई काय बोलला ते HD बद्दल?” - जया

“तो तिचा एक क्लासमेट पण तिच्या मागे लागलाय असं ऐकलंय, अन् तो HDच्या मित्राचा भाऊ आहे... UPSC करतोय... हुशार पण आहे... तुझा पत्ता बहुतेक कट होणार असं दिसतंय,” - समीर हसत बोलला

“नाही बे, असं नाही होणार -” जया थोडा रागानं बोलला.

थोडा वेळ जरा शांतता झाली.

“अबे सुऱ्या, तुला डीननं मागच्या आठवड्यात केबिनमध्ये बोलावलं होतं ना... अटेण्डन्स कमी आहे म्हणून? काय झालं?” - जयानं विषय बदलला - आपली लागणार हे कळलं की लगेच विषय बदलण्यात जया पक्का मास्टर होता.

“दिवसभर सायबर कॅफेमध्ये पडून राहिल्यावर काय होणारेय दुसरं? आयला मला वाटलं, पोरानं MPSC जरा सिरियस घेतली आहे. You Tube वर लेक्चर्स करत असेल -” अक्ष्या मध्येच बोलला.

“अक्ष्या तू सोड, साल्या या सेमिस्टरपासून बराच सज्जन झालायेस तू” - सुऱ्याने अक्ष्याकडे बघून उत्तर दिले - “ काही नाही रे, त्यांना सांगितले खो -खो च्या प्रॅक्टिस ला गेलो होतो,” अन् जयाकडे बघत त्यानं आपलं बोलणं संपवलं.

“मग.. ?” जया ग्लास उचलत बोलला.

“मग काय यार, आपला बाटलीवाला ऐकेल तर खरं! ते बोलले की, ‘खोखोचा अन् अटेण्डन्स’चा काय संबंध? खो खो तर क्लासनंतर असतो ना?’ -

डीनच्या चष्म्याची भिंगं एवढी मोठी होती की, ग्लासच्या बाटलीचे बूड कापून त्यांनी चष्मा बनवला आहे असं लॉजिक एकदा सुऱ्यानं लावलं, अन् तेव्हापासून डीनचं नामकरण ‘बाटलीवाला’ असं झालं.

“मग रे ? जाम कडक आहेत आपले डीन - आय मीन आपले बाटलीवाले.” - अण्णा.

“जाम वैतागलो मी- बोललो सर, की गोट्या दुखत होत्या प्रॅक्टिसमुळे!”

हाहाहा... -पाचही जण आता जोरजोराने पोट धरून हसू लागले.

“खरंय यार... दुखतात खऱ्या.... आम्ही पण खेळतो खो -खो..... पण अबे असं कोण बोलतं का डीनला? मैत्रीत ठीकेय पण.... .?” समीर मध्येच जोरजोराने हसू आवरत बोलला.

“मग काय बोलले ते?हाहाहा...”

“काय बोलणार- बोलती बंद बाटलीवाल्याची. ‘बरं जा तू बाळा-’ असं बोलले’, आयला ह्यांना ट्रॉफ्या पाहिजेत फक्त!” सुऱ्या रागाने बोलला. सुऱ्या हसत नव्हता.

त्यांच्या हसण्याने सगळा GD दणदणून गेला होता. बाथरूमला जाण्यासाठी जया हसत हसत उठला. सगळे जण अजूनही हसत होते!

परत येताना जयानं पाहिलं अन् तो स्तब्ध झाला. ३-४ टेबल्स सोडून त्याच्याच कॉलेजमधले एक कडक प्रोफेसर- कदम सर त्याला दिसले.

कदम सरांनी फुल्ल 'टल्ली' असलेल्या जयाकडे बघितलं. प्रॅक्टिकलमध्ये आपली 'वाट' लागणार, हे त्याला कळलं. पण एकटा 'बळीचा बकरा' बनेल तो जया कसला?

'फसलो तर सगळ्यांनाच घेऊन फसेन' असं त्यानं मनाशी ठरवलं अन् प्रसंग समजून तो आपल्या टेबलजवळ येऊन कदम सरांकडे बघत, त्यांना आवाज येईल एवढ्या जोरजोराने ओरडत बोलला.

"[illegible]?"

"अक्ष्या साल्या - जागा दे मला...."

"चंद्या, अण्णा UPSC / MPSC करायचं सोडून काय पीत बसलाय इथं?" सगळ्यांची नावं कदम सरांना ऐकू गेल्याचं समाधान झाल्यावर जया जोरजोरानं हसत खाली बसला.

"अबे XXX, एवढं काय ओरडतोय, बहिरे नाही झालो आम्ही"- अण्णा जरा रागाने बोलला.

"काही नाही रे, ते कदम सर शेजारी बसलेत, त्यांनी मला बघितले, त्यांचा गैरसमज होऊ नये, की मी एकटाच पितोय म्हणून तुमची नावं घेतली... आता निवांत आहे मी, उचला ग्लास. हाहाहा!" डावा डोळा झाकत हसत जया अण्णाला बोलला.

१६

सेमिस्टर ६ (२००५)

सुट्टीवरून पुन्हा कॉलेजला परत आल्यानंतर 'सम' सेमिस्टरची मस्ती सुरू झाली. अक्ष्या सोडला तर, काही कुणाचे जास्त मार्क्स बदलले नाहीत. नेहमीप्रमाणे समीर, आण्णा, अश्विनी टॉप लिस्टमध्ये, अक्ष्याचे मार्क्स जरा चांगलेच सुधारले होते. अन् पहिल्यांदाच तो टॉप ७मध्ये आला होता, एकंदर 'फाईव्ह स्टार्स'चे ३ तारे पहिल्या १०मध्ये होते.

सुऱ्याचे दोन विषय उडाले होते, नेटवर पाहिजे तितकी मस्ती केल्याने असेल कदाचित!

जया कसाबसा पास झाला होता. परीक्षेच्या काळात १-२ महिने तो 'वरच्या' मेरीट लॉबीत येऊन राहत असे. समीर, अण्णा अन् अक्ष्यावर त्याला टॉपिक समजावून द्यायची जबाबदारी असे! फर्स्ट सेमिस्टरच्या 'जयंत नोट्स'चा दरारा आता 'कालबाह्य' झाला होता.

पुन्हा एकदा इंटरकॉलेज स्पर्धा सुरू होणार होत्या. या वेळी आपण युनिव्हर्सिटी टीममध्ये जागा पटकवायचीच, असा निर्धार समीर, तात्या, अक्ष्या अन् सुऱ्यानं केला होता.

जयानं कधीच क्रिकेटमध्ये अन् बॅडमिंटनमध्ये युनिव्हर्सिटी टीममध्ये जागा पटकावली होती. या वेळी त्याची नजर खो-खोच्या टीममध्ये जागा पटकवण्याकडे लागली होती. युनिव्हर्सिटी टीममध्ये जागा पटकवणे महत्त्वाचे होते. सगळ्याच जणांना ते जमत नसे, जे अभ्यासात पुढे ते खेळात मागे- फाईव्ह स्टार्स त्याला अपवाद होते.

अक्ष्यानं त्याच्या वक्तृत्व स्पर्धेची तयारी सुरू केली.

अण्णा, समीर, जया तिघंही खो-खोची प्रॅक्टिस करत असत. ३-४ तासांच्या सरावानंतर त्यांची पार वाट लागून जाई. धड नीट चालताही येत नसे! अण्णा खो-खो टीमचा कप्तान, तर अक्ष्या वक्तृत्वस्पर्धेचा! सहसा कॅप्टनची निवड होतंच असे असं साधारण गणित होतं.

गेली २ वर्षं कॉलेजच्या टीममध्ये असूनही, आपली युनिव्हर्सिटी टीममध्ये निवड झाली नाही, याचं दुःख होतंच!

युनिव्हर्सिटात निवड झाली, की कॉलेजच्या वार्षिक मॅगझिनमध्ये फोटो अन् सर्टिफिकेट, शिवाय स्पर्धापरीक्षेत मुलाखतीसाठी स्पोर्ट्स'चं सर्टिफिकेट असलं, की वजन पडतंच!

ग्राऊंडवर नवीन 'हिरवळ' जरी असली, तरी आता त्यांना त्यांच्यात काही इंटरेस्ट राहिला नव्हता. वेळेनुसार मस्तीची पातळीही उंचावत जाते किंवा खाली येते.

अक्ष्याची CAT जवळ आली होती. अण्णाची MPSCची पूर्वपरीक्षाही जवळ आली होती, त्यामुळे ही सेमिस्टर खूप महत्त्वाची आहे, हे सगळ्यांना समजलं होतं.

त्यातच शिवजयंतीचा उत्साह! शिवजयंती साजरी करण्यासाठी एक खास प्रथा कॉलेजमध्ये होती. साधारण १०० किलोमीटर दूर असलेल्या एका गडावरून ज्योत पेटवून आणायची. ज्योत विद्यापीठाच्या गेटवर आल्यानंतर जवळजवळ सगळ्याच वर्षांची मुलं घोषणा देत ती गर्ल्स हॉस्टेलकडून पुढे यायची. गर्ल्स हॉस्टेलच्या समोर ज्योत कुणी पकडायची हे आधीच ठरलेलं असायचं, अन् त्यातही मुख्य करून फायनल इयरच्या स्टुडंट्स कौन्सिलच्या चेअरमनला मान होता.

ज्योत तिथून पुढे मग बॉईज हॉस्टेलच्या TV हॉलमध्ये- महाराजांच्या फोटोसमोर- ती ठेवली जायची अन् मग रात्री मिरवणूक!

महाराजांवर व्याख्यान द्यायला दिवसा ऑडिटोरिअममध्ये एक चांगला वक्ता बोलावला जाई! त्यातच या वेळी कुणीतरी एक वक्ता ज्यानं शिवरायांचे खरे शत्रू ब्राह्मण कसे होते, हे पटवून देणारं पुस्तक लिहिलं होतं.

भाषणात त्यांनी त्याचा काहीही उल्लेख केला नाही. त्याचे भाषण संपल्यावर सुऱ्यानं त्यांना त्यांच्या पुस्तकांचा संदर्भ देत प्रश्न विचारला की - 'जर ब्राह्मण शत्रू होते, तर मग बाजीप्रभू देशपांडे कोण होते?' सुऱ्याच्या या 'बालिश' प्रश्नाचं उत्तर त्या तत्त्वज्ञाला देता आलं नाही; त्यांनी कसंबसं आवरतं घेतलं.

रात्री ७ वाजल्यापासून हॉस्टेलचं वातावरण लाईट्सनी उजळून निघालं होतं. समोर DJ /साऊंड सिस्टिम, मिरवणुकीसाठी ट्रॅक्टर सजवले जायचे, ट्रॅक्टरवर महाराजांच्या फोटोशेजारी कोण 'मावळे' असणार हे आधीच शिवजयंती कमिटीने ठरवलेले असे! असे मावळे बनण्याचाही एक वेगळाच थाट होता, कारण शिवजयंतीचा एक फोटो तरी कॉलेज मॅगझिनमध्ये नक्की असे. फर्स्ट इयरचे बकरे जयंतीत नाचवले जायचे.

'फाईव्ह स्टार्स' या सगळ्यापासून दूरच होते!

त्यांच्या मैत्रीत 'जातपात' असा काही उल्लेख नव्हता. सगळे सगळ्या वेगवेगळ्या जातींचे! फक्त एका मैत्रीने ते बांधले होते.

हॉस्टेलच्या समोर सगळे जमा झाले.

भगवे फेटे मुद्दामहून दर वर्षीप्रमाणे फक्त शिवजयंती कमिटीच्या मेम्बर्ससाठी काही मोजकेच आणले होते. शक्यतो फक्त कमिटीच्या मुलांसाठी !

तिथेच सुऱ्या भगवा फेटा बांधून नाचत होता. संग्राम हा शिवजयंतीचा प्रमुख होता. त्याला एक फेटा कमी पडला, म्हणून त्यानं सुऱ्याचा फेटा जबरदस्तीनं डोक्यावरून हिसकावून घेतला. सुऱ्या कमिटीत नव्हताच.

बस्स! सुऱ्याच्या तळपायाची आग मस्तकात गेली. सुऱ्याला हे अपमानास्पद वाटलं अन् तिथंच तो मिरवणुकीत संग्रामला भिडला.

"का बे संग्राम- तू फेटा का काढला...? साले तुम्ही मराठा - तर, महाराज फक्त तुमचेच काय? फक्त पोरींना बघितल्यावर - 'शिवाजी महाराज की जय' पार बेंबीच्या देठापासून ओरडता. तेव्हाच महाराज आठवतात साले तुम्हाला? गाडीच्या मागे महाराजांचा फोटो चिकटवून अन् इथं फोटोशेजारी उभं राहून कुणी मावळा होत नाही, समजलं?..या अण्णांचा आदर्श घ्या जरा... तो पण मराठाच आहे ना?" - सुऱ्या आपला राग बरळत होता.

"तुम्ही, करा ना मग," १४ एप्रिलला जयंती अन् नाचा दारू पिऊन समोर, करा धिंगाणा, मागास साले तुम्ही—! बिचारे गेले 'बाबासाहेब' तुम्हाला वर आणण्यात - काय बोलले ते 'शिका, संघटित व्हा, संघर्ष करा', साला इथे- शिकणं बाजूला राहिलं, संघटित होण्याचं तर नाव नाही, सतराशे साठ पक्ष एकाच जातीचे, — फक्त संघर्ष करण्यात पुढे, काहीही झालं की 'रास्ता रोको'! " संग्रामनं जशास तसं उत्तर दिलं.

"संग्राम, वर्गणी गोळा करताना कितीचा घोटाळा केला आहे हे माहितेय, अन् दारू पिऊन धिंगाणा करण्याबद्दल बोलत असशील तर, पिलाय तर तू पण आज. साल्या 'फेक' वर्गणीपुस्तकं छापलीत तुम्ही ! उगीच बोलत नाही म्हणून पाहिजे ते बरळू नको - अन् जातीचं राजकारण कॉलेज संपल्यावर करायचं - इथं फक्त शिकायचं -" जया मध्ये पडला.

"जया, त्या हर्षलाला पटवली म्हणजे लय शॉट समजू नको स्वतःला! "- संग्रामचा मित्र अन् शिवजयंती कमिटीचा संचालक प्रताप मध्ये पडला.

"बेहनचोद... तिला मध्ये आणू नको, त्या वक्ताला तुम्हीच बोलावलं होतं ना? का दंगल करायचीय कॉलेजमध्ये? -" समीर मध्ये पडला.

"ओ, साहेब... ए बामणा - तू बाजूलाच राहा ह्यातून, साला एक पक्ष चालेना महाराजांच्या नावावर, म्हणून आता दुसरा काढलाय ह्यांनी! आपणच चुतिया साले - पळतोय मागे ह्यांच्या! 'महाराष्ट्र' स्वतःच्या बापाचा असल्यासारखे बोलतात! स्वतः AC रूममध्ये बसून दंगली भडकवायच्या... महाराजांची औलाद असाल ना तर रस्त्यावर यायचं हातात दगड अन् तलवारी घेऊन. महाराज लढायला स्वतः

जात होते; फक्त माईकसमोर बडबडत नव्हते - 'जय भवानी...जय शिवाजी! -' कमिटीचा खजिनदार रितेश समीरवर ओरडला.

बस्स! जया अन् संग्राममध्ये जुंपली. कुणी कुणाचं ऐकायला तयार नाही. फायनल इयरच्या स्टुडन्ट कौन्सिलनं 'फाईव्ह स्टार्स'ना रूमवर जायला सांगितलं. त्या वर्षी शिवजयंतीची मिरवणूक निघाली नाही. कॉलेजच्या प्रथेला तडा पडला. रेक्टर हॉस्टेलवर आले, अन् सगळ्यांना लेखी नोटीस देऊन निघून गेले.

मुली त्या वर्षी बॉईज हॉस्टेलवर पूजेसाठी आल्या. हर्षलाला फोटो पुजण्याचा मान होता. तिनं रागानं वरच्या लॉबीत असणाऱ्या जयाकडे बघितलं.

[illegible] - वगैरे, वगैरे... अन् सर्वधर्मसमभावाचं लेक्चर देऊन निघून गेले.

अण्णा वैतागून रूमवर आला - 'एकही सेमिस्टर भांडणाशिवाय गेली नाही, वाटलं होतं ही तरी सेमिस्टर नीट जाईल; पण नाही!'

एक-दोन आठवडे तणावात गेले अन् पुन्हा एकदा जैसे थे!

पिया अन् सुऱ्या अजूनही रोज ऑनलाईन बोलत असत, पण ते एकदाही प्रत्यक्ष भेटले नव्हते, जे होतं ते फोन आणि chatting.

पिया सुऱ्यात पूर्ण अडकली होती, अन् तसाच सुऱ्या पण पियात पूर्ण अडकला होता. पिया शक्यतो त्यांच्या घरच्यांबद्दल बोलत असे... कसं तिला तिच्या घरी राहावंसं वाटत नाही, कुठेतरी पळून जावंसं वाटतं..., जीवनात काही रस नाही वगैरे वगैरे!

सेक्सचं प्रमाण आता नगण्य झालं होतं. आठवड्यातून एकदा, किंवा १५ दिवसांतून एकदा.

सुऱ्याला अन् पियाला दोघांनाही कळत होतं की पुढं त्यांचं काहीच होणं शक्य नाही, पण 'प्रेम' नावाच्या मृगजळात ते अडकले होते. काय करावं, हे दोघांनाही कळत नव्हतं.

एकमेकांचे फोटो बघून दोघंही थकले होते. ७-८ महिने झाले, तरी फक्त फोनचाच त्यांना आधार होता. 'फाईव्ह स्टार्स' सोडले, तर कुणालाही पिया अन् सुऱ्याच्या किश्शाची खबर नव्हती.

जया अन् हर्षला दोघांचंही प्रेम नाशिकला लग्नाला जाऊन आल्यापासून खूप फुललं होतं!

सेमिस्टर संपत आली होती, अक्ष्याची CAT मध्ये रँक आली होती, पण ॲडमिशन मिळेल एवढी नव्हती. तरीही थर्ड इयरला असताना CATचा स्कोर येणं हे काही कमी नव्हतं! अक्ष्याला अजून प्रयत्न करायची गरज आहे, हे जाणवलं होतं. अण्णानं MPSC पूर्वपरीक्षा दिली होती अन् मेन्सला सिलेक्ट होईल याची खात्री होती. 'फाईव्ह स्टार्स'च्या सगळ्यांचीच युनिव्हर्सिटी टीममध्ये निवड झाली होती, त्यामुळे त्यांची हवा जरा जास्तच झाली होती.

थर्ड इअरनंतर अजून एक इंडस्ट्रियल ट्रेनिंग करायचं होतं. सुऱ्या अन् जयानं ट्रेनिंग बंगालला घ्यायचं ठरवलं!

कारणही तसंच होतं- सुऱ्याला पियाला भेटता येणार होतं, तसंच जया अन् हर्षलाला दोघांनाही वेळ एकत्र घालवता येणार होता, HDच्या धाकाशिवाय!

आपला परिसर, आपला नेहमीचा समाज सोडला, की सगळे 'सांड' बनायला रिकामे! दुसरं कारण म्हणजे ट्रेनिंगच्या सीट्स मेरिटनुसार भरल्या जायच्या, अन् पश्चिम बंगालला कोणीच जात नसे, तो शेवटचा प्रेफरन्स होता; त्यामुळे सीट मिळणं शक्य होतं. अक्ष्यानं पुन्हा एकदा जवळचं ट्रेनिंग घेतलं, काहीही करून त्याला IIMd ची सीट मिळवायची होती. त्यानं त्याच्या एका मित्राकडून IMS च्या नोट्स तयारीसाठी बरोबर आणल्या होत्या.

समीरनं दिल्ली, तर अण्णानं पुण्याला ट्रेनिंग घेतलं होतं.

इकडे पियानं सुऱ्या भेटायला येणार म्हणून प्लॅनिंग सुरू केलं.

पियानं खूप विचार केल्यानंतर ती या निर्णयावर पोहोचली की, सुऱ्याला भेटण्यासाठी फक्त सकाळचीच वेळ मिळणार होती, ज्या वेळी तिचा ड्रायव्हर कामालाही येणार नव्हता. घरी संशय येऊ नये, म्हणून महिनाभर आधीच तिच्या एका मैत्रिणीबरोबर सकाळी जॉगिंग सुरू केलं होतं. रोज सकाळी ती ६ वाजल्यापासून ते ७ वाजेपर्यंत जॉगिंगसाठी दररोज जात असे. पियाच्या एका मैत्रिणीला सुऱ्याबद्दल माहीत होतं.

ट्रेनिंगला जाण्यासाठी २ दिवस राहिले होते, अचानक हर्षलाचं ट्रेनिंग HDनं कॅन्सल केलं अन् तिला तिच्या गावाशेजारीच कुठल्यातरी फॅक्टरीत पाठवलं. हर्षला रात्रभर रडली अन् जया रात्रभर पीत बसला. HDची सेटिंग वरपर्यंत असल्यानं त्याला हे शक्य झालं. जयाला झक मारत पश्चिम बंगालमध्ये जावं लागलं.

ट्रेनमधून जाताना जया 'दिलजले' प्रकारची गाणी ऐकत होता, तर सुऱ्या रोमँटिक!

शेवटी ते कलकत्त्याला पोहोचले. सुऱ्याला माहीत झालं, की पियाला भेटणं त्याला दररोज शक्य होणार नव्हतं. ट्रेनिंग सकाळी ८ वाजता सुरू होई, अन् त्याला

पियाला भेटून पुन्हा ३०- ४० किलोमीटर ट्रेननं परत यावं लागणार होतं. पिया बरीच नाराज झाली, कारण सुऱ्याची पहिली ट्रेन ८ वाजता सुरू होई. शेवटी त्यांनी दर रविवारी भेटायचे ठरवलं. सुऱ्यानं एक दुचाकी भाड्याने शोधली, त्याच्याच इन्स्टिट्यूटच्या सिक्युरिटी गार्डची.

दर रविवारी तो, सकाळी ५.३० वाजता निघत असे! अनोळख्या राज्यात तो भटकत होता, ठरलेल्या ठिकाणी त्यानं शेवटी पियाला बघितलं. काही मुली फोटोपेक्षा खऱ्याच जास्त सुंदर दिसतात. पिया त्यातली होती.

खूप दिवसांनंतरची त्यांची प्रतीक्षा संपली होती.

सुऱ्याला बघताच ती त्याच्या मागे बाईकवर येऊन बसली, अन् तिनं त्याला घट्ट मिठी मारली. दोघं काहीही बोलत नव्हते, दोघांची शरीरं एकमेकांशी बोलत होती.

खूप दिवसांनंतरची ओढ एकमेकांना अजूनच जवळ ओढत होती. पियानं हळूच त्याच्या कमरेला डिवचलं अन् हसत एक वीज त्याच्या शरीरातून वाहू लागली. काही वेळानं सुऱ्याने आपला एक हात मागे नेला अन् पियानं त्याचा हात हातात घेतला. खूप वेळ ते तसेच बाइकवर भटकत होते. काही वेळानं शहराच्या थोडं बाहेर गेल्यानंतर त्यांनी एका शेतात त्यांची गाडी उभी केली.

दोघंही मस्तीत तिथंच एकमेकांचं चुंबन घेऊ लागले. पियाचा गरम श्वास त्याच्या ओठांना स्पर्शून जात होता. त्यानं तिच्या ट्रॅक पॅण्टवरून हात फिरवला अन् अजूनच तिला जवळ ओढलं. पिया त्याच्या गालाचे, ओठांचे, छातीचे चुंबन घेऊ लागली.

सकाळ असल्यानं त्या रस्त्यावर काहीच वर्दळ नव्हती. रस्ता तसा आडोशालाच होता. थोडंसं दूर जाऊन त्यांचा प्रणयाचा खेळ सुरू झाला. उघड्यावरच त्यांचा प्रणय सगळ्या आसमंतात वाहू लागला.

काही वेळानं ते दोघंही एकमेकांना बिलगले. सुऱ्याला हे सगळं स्वप्नवत् वाटत होतं. काही वेळानं ते दोघंही रस्त्यावरून चालू लागले. बिनधास्त! कुणाची भीती नाही, दोघंही मस्त हसत, खेळत बागडत होते.

त्यानं तिला उचलून घेतलं अन् आपल्या कमरेवर ठेवलं. पियानं आपल्या पायाची घडी त्याच्या कमरेभोवती घातली. तिनं त्याच्या ओठांवर तिचे ओठ टेकवले.

"पिया, तुमसे खूबसूरत लडकी मैंने आजतक नहीं देखी -" सुऱ्या आता मनापासून बोलत होता.

"अच्छा - सच में, मेरे से ज्यादा खूबसूरत तो वो मेरी दोस्त है, जिसके पिक्स मैंने तुम्हें सेंड किये थे".. कदाचित, मुली मुलांपेक्षा जास्त हुशार असतात.

"ना रे, जान, मेरे लिये तो बस तुम हो - सच्ची!"

"हाहा, अच्छा - शायद मैं तुम्हारे होनेवाली बीवीसे ज्यादा खूबसूरत लगू!"

अन् पियाच्या डोळ्यांतून अश्रू वाहू लागले - 'अपना तो जिंदगी में कुछ नहीं हो सकता सुर्या - लेकिन मुझे तुम प्लीज, प्लीज मत भुलाना! क्या येही होता हैं पहले प्यार का सबके साथ? बस तुम मेरे ख्वाबोंमें आना मत बंद करना - हम मिले या ना मिले, बस तुम मेरी यादों को मिलना, जब तुम्हे ये रोशनी छूए, जब तुम्हे ये हवा छूए - समझो की वो मुझे छूकर ही आई है - तुम्हे छूने!"

"अरे तुम तो शायर हो पिया - जान ले लोगी तुम मेरी -" सुऱ्या तिला खाली उतरवत हसत बोलला

"पहले ही बोला था मैंने क्रिमिनल हूँ मैं..." असं म्हणत ती आपले ओले डोळे पुसत त्याच्यापासून दूर पळाली.

१७

सुऱ्याचे दिवस आनंदात न्हाऊन सरत होते. स्वप्नातही त्याने त्याला पियासारखी गर्लफ्रेंड मिळेल असा विचार केला नव्हता. स्वर्ग जर कुठे असेल तर इथेच पियाच्या मिठीत! अजून २ वेळा तरी त्याला पियाला भेटता येणार होते. त्याचे दिवसरात्र पियाच्या गरम श्वासांच्या आठवणीत जात होते - स्वर्ग कुठे असेल तर इथेच!

अन्, दुसरीकडे एकाच रूममध्ये राहून जयाला काहीच चांगले भासत नव्हते! ऐन वेळी हर्षलाचे 'ट्रेनिंग' बदलल्याने, तो दिवसातून २०-२५ वेळा तरी तिला कॉल करत असे, पण तिचा नंबर लागत नव्हता. दुसऱ्या कुणाला फोन करायची सोय नव्हती. महाराष्ट्रापासून दूर असल्याने त्याला काय करावे, हे कळत नव्हते. एकेक दिवस एकेक वर्षासारखा जात होता. तो सुऱ्याशीही जास्त बोलत नसे.

एकटाच, शांत, विचित्र, शून्यात राहत होता तो - नरक कुठे असेल तर इथेच!

प्रेम पण काय विचित्र खेळ खेळत असतं ना? एकाच रूममध्ये राहून दोघंही आपल्या परीनं स्वर्ग अन् नरकाचा अनुभव घेत होते.

शेवटचं ट्रेनिंग संपलं अन् दोघंही सर्टिफिकेट घेऊन परत आपापल्या घरी निघाले. ट्रेनमध्ये जया फक्त एकच गाणं पुन्हा पुन्हा ऐकत होता - सच केह रहा है दिवाना दिल, दिल ना किसीसे लगाना...! गाणं ऐकून झालं, की तो हर्षलाला कॉल करत असे, पण फोनवरून नेहमीचं उत्तर - 'तुम्ही डायल केलेला नंबर अस्तित्वात नाही!'

जयाला काही कळायला मार्ग नव्हता! - कदाचित त्याचं प्रेमच अस्तित्वात नव्हतं.

"यार सुऱ्या, काय झालंय हर्षलाला माहीत नाही - तिचा फोन लागत नाही, पण ती तर फोन करू शकते ना यार! -" आधीच जागून-जागून सुजलेल्या डोळ्यांवर हात ठेवत तो सुऱ्याला बोलला.

"यार, तिची पण परिस्थिती समजून घे, कदाचित तिच्या घरच्यांनी तिचा मोबाईल तिच्याकडून काढून घेतला असेल- सिम कार्ड फेकून दिले असेल!"

"माहितेय मला; खरंच एवढे वाईट आहोत काय यार आपण?" जयाचे डोळे भरून आले.

‘कधी एकदा हर्षलाला भेटतोय असे झाले आहे! कधीकधी वाटते, या ट्रेनमधून उडी मारावी’’ - जया ट्रेनमधल्या फिरणाऱ्या पंख्याकडे बघत निराशेने बोलला.

‘‘मार मग येडXX... काय होणार त्याने? हर्षला मिळेल तुला?’’ - सुऱ्या वैतागून बोलला, ‘‘अश्विनी पण फोन उचलत नाही माझा. तिलाही माहितेय, की मी हर्षलासाठीच तिला फोन करेन.’’

‘‘ भेटशील रे हर्षलाला, नको काळजी करू. ’’

थोडा वेळ शांतता. दोघांनाही काय बोलावं कळत नव्हतं.

‘‘हं, जातो मी- दरवाज्यात बसतोय!’’ अन् जया दरवाज्यात बसायला निघाला.

‘‘जा, अन् उडी नको मारूस, पागल झालायेस तू’’ - सुऱ्या थोडं हसत बोलला.

जया काहीच बोलला नाही. जया जाताना थोडासा लंगडत होता. हर्षला मिळावी म्हणून दोन आठवड्यांपूर्वी तो कुठल्यातरी एका मंदिरात गेला होता. तिथे कुणीतरी त्याला सांगितलं की जो कुणी या २००-२५० पायऱ्या गुडघ्यावर चढून जातो, त्याची प्रत्येक इच्छा पूर्ण होते. काहीही विचार न करता हर्षलाच्या आठवणीत तो सगळ्या पायऱ्या चढला, परत आला तो पॅण्टवर रक्त घेऊन. हर्षलाला मिळवण्यासाठी त्यानं आपले गुडघे फोडून घेतले होते.

विरह माणसाकडून काय काय करून घेतो!

सुऱ्याला हे सारं माहीत होतं; पण बोलणार काय? उगीच त्याला अजून कशाला दुखवायचं, म्हणून त्यानं पुन्हा त्याला काहीच विचारलं नाही !

जया ट्रेनच्या दरवाज्यात वारा तोंडावर घेत, पळणारी झाडं बघत बसला. मन सुन्न झालं होतं! हर्षलाचे भरलेले डोळे अन् नाराज चेहरा त्याच्या डोळ्यांसमोरून जात होते, वाहणारा वारा तो मुठीत पकडण्याचा केविलवाणा प्रयत्न करत होता.

हर्षला पण त्याची वाट बघत आहे, असं त्याला वाहणारा वारा सांगत होता. तलावातील वाहणारं पाणीही कुणाचीतरी ‘आसवं’ आहेत, असा त्याला भास होत होता. मावळणारा सूर्य विरहानं निघून जात होता. त्याचा विरह फक्त एका दिवसासाठीचा होता, पण जयाला हर्षलासाठी अजून वाट बघावी लागणार होती. भरधाव धावणाऱ्या ट्रेनमधून उडी मारावी, असं सारखं सारखं त्याचं मन त्याला सांगत होतं, अन् हर्षलाचे वाट बघणारे डोळे त्याला अडवत होते. केसांवरून हात फिरवून त्यानं सिगारेट पेटवली. बंगालच्या समुद्रकिनाऱ्यावर त्यानं अनेक क्षण एकटेच तिच्या प्रेमाची निशाणी हातात घेऊन घालवले होते. विद्यापीठात दोघांनी एकत्र घालवलेले कितीतरी क्षण डोळ्यांसमोरून सरकत होते.

सुऱ्या आपल्या सीटवर आरामात बसला होता. पियाची आठवण त्याच्या मनात त्याला हसवत होती. पियाच्या हाताचा स्पर्श, तिच्या केसांचा सुगंध, तिच्या कमरेचा गरम स्पर्श, आपल्या आयुष्यचं सार पियाच आहे, याची अनुभूती कदाचित त्याला आली असावी. त्याचं मन धावणाऱ्या ट्रेनसोबत पियाच्या आठवणीत नाचत होतं.

सेमिस्टर : ७ (फायनल इयर)

बघता बघता तीन वर्षं निघून गेली होती. कळलंच नाही, की वेळ इतक्या लवकर कशी काय निघून गेली? आता अधिकृतरीत्या फाईव्ह स्टार्स सिनिअर्स होते कदाचित शेवटच्या वर्षाला आल्याने आता आपल्यात दुनियादारीची समज वाढली आहे, असा समज त्यांचा झाला होता.

ट्रेनिंगवरून परत आल्यावर जयाच्या वेडेपणात अजूनच भर पडली. एकतर HDने हर्षलाचं ट्रेनिंग ऐन वेळी बदलून जयाच्या प्रेमाला आव्हान दिलं होतं.

लाखो विचारांच्या वादळात जया बॅग्ज घेऊन सरळ अक्ष्याच्या रूमवर गेला. आधीच तिथं बाकीचे चार जण बसले होते.

सुऱ्या, अक्ष्या अन् अण्णा पत्ते खेळत होते, तर समीर हिस्टरीचं पुस्तक घेऊन वाचत बसला होता. त्यांनी जयाला रूममध्ये येताना बघितलं.

आधीच हर्षलाचं ट्रेनिंग बदलल्याचा किस्सा माहीत असल्यानं कुणी त्याला काहीच बोललं नाही.

"कळलं का तुम्हाला; त्या दुसऱ्या युनिव्हर्सिटीची पोरगी UPला ट्रेनिंगला गेली होती. बिनधास्त, डेअरिंगबाज पोरगी होती यार... रात्री ८ वाजता ती शॉपिंगसाठी गेली. रिक्षावाल्याने तिला कोपऱ्यात नेलं, त्याच्या मित्रांना बोलावलं अन् तिच्यावर 'गँगरेप' केला... तिनं त्याच रात्री रूमवर येऊन फाशी लावली स्वतःला.... बिच्चारी... तिची बॉडी आणायला पण किती त्रास झाला तिच्या आई-वडिलांना...

"अन् युनिव्हर्सिटीने पण नाव खराब होऊ नये, म्हणून साधी केस पण रजिस्टर नाही केली... कारण काय, तर तिचा रेप महाराष्ट्रात झाला नाही, त्यांच्या विद्यापीठात झाला नाही... साला ह्या रेप करणाऱ्यांची मानसिकता कळत नाही बाबा आपल्याला...! असं कसं जबरदस्तीने कुणावर... अशा..." - हातातील एक पत्ता खाली टाकत सुऱ्या शांतता फोडण्याच्या उद्देशाने डोक्याला हात लावत बोलला.

"सगळा दोष आपल्या सिस्टमचा आहे! हे पोलीस, राजकारणी, आपला समाज.... काय करतात काय माहीत?"... - जया निराशेनं हातातील बॅग्ज खाली ठेवत बोलला.

'सिस्टममध्ये लोक पण येतात... जया! तू, मी.. आपण सगळे... संविधानाने आपल्याला अधिकार अन् कर्तव्ये दिली आहेत.... इथं सगळ्यांना फक्त अधिकार पाहिजेत... कर्तव्य म्हटलं की सगळ्यांची तोंडं बंद...! तसा दोष नाही म्हटलं, तरी आपल्या पोरींचा पण आहे, ह्यांना वेस्टर्न कल्चरचं अनुकरण करायला पाहिजे, कमी कपडे घालायला पाहिजेत, पण जर कुणी हात लावला, तर ओरडायला पाहिजे फक्त... बचाओ बचाओ...''

''त्या पोरी पर्समध्ये मिरचीची पूड किंवा स्प्रे घेऊन फिरतात, वेळ पडली की स्वतःच्या रक्षणासाठी! अनुकरण करायचं तर पूर्ण करावं, ते म्हणतात ना ' आधा ग्यान... गधे के बराबर... वेस्टर्न पोरींच्या डेअरिंगचं पण अनुकरण केलं पाहिजे। आपल्या पोरींनी धाडशी व्हायला पाहिजे... काय असतं रे पुरुषात? लवड्यावर जोराने लाथ मारली की आऊट होईल तो... अशी किती ताकद लागते तिथं लाथ मारायला, नाहीतर हातात मिळेल त्यानं तिथं सडकवायला? पण नाही, आपली सगळी ताकद ह्या बचाओ... बचाओ...मध्ये!''

''त्या मुलीचं मलाही खूप वाईट वाटतंय...! मी मला जर पोरगी झाली ना, तर पहिलं तिला सेल्फ डिफेन्स शिकवेन... -'' पत्त्यातून मान वर काढत अक्ष्या बोलला. अक्ष्याच्या पण आवाजात नाराजगी होती!

''खरंय रे अक्ष्या! पण तिच्यावर ३-४ जणांनी रेप केला, बिचारी काय करणार ती एकटी...?''

''आपल्या देशातील पुरुषांच्या मानसिकतेतच काहीतरी चूक आहे... साला रेप करणाऱ्यालाना सरळ फाशी दिली पाहिजे -'' अण्णा रागानं हातातील राणी टाकत मध्येच बोलला.

''नाण्याच्या दोन बाजू असतात अण्णा, उद्या जर का असा कायदा झाला, तर कितीतरी महिला पहिला कसल्यातरी किश्शाचा बदला घेण्याच्या उद्देशानं मुद्दामहोऊन रेपच्या केसेस दाखल करण्याची शक्यता आहे...! बदला घेण्याचा सोपा मार्ग.'' - समीर पुस्तक खाली ठेवत बोलला.

''अरे पण सिस्टमचा पण दोष आहेच ना ? नाही का..? रेप करून जर काहीच शिक्षा होत नसेल, तर कोण घाबरणारच नाही रे.... ! पोलिसांना कोण अन् किती घाबरतं, आजकाल? त्यामुळेच मी स्पर्धापरीक्षेचा नाद सोडला...'' - अक्ष्या हातातील सगळे पत्ते खाली टाकून मध्येच बोलला.

''नाद सोडलास की घाबरलास?...... अरे, मग तू बदल ना सिस्टम... तू पण भाग आहेसच ना ह्या सिस्टमचा? मी करतोय MPSC...'' अण्णा.

''अरे बाबा, आमची परिस्थिती तुझ्याएवढी चांगली कुठंय? घरी गेलो की सगळे विचारतात - अजून किती दिवस बापाला काम करायला लावणार आहेस?

नोकरी लागते की नाही? तुम्हाला फक्त रिजर्व्हेशनच्या नावाने ओरडायला जमते. अण्णा तुझ्यासारखे नाही रे आमचे. तुला अजून ५-६ वर्षं नोकरी नाही लागली तरी काही फरक नाही पडणारेय...'' - अक्ष्या वैतागून बोलला.

''काय उपयोग म्हणा... अण्णा... एवढी घासून...? पुढं जाऊन काय तर पुढाऱ्यांची चाकरी करा... नमस्कार घाला वाकून... ज्यांना वाचताही येत नाही... त्यांच्यासमोर-'' जया डोक्यावरून हात फिरवत कुत्सितपणे बोलला.

''जया बोलणं सोपं आहे रे, करणं अवघड... तुला काय, उचलली जीभ... लावली टाळ्याला''... समीर जयाला थोड्या रागाने बोलला...

''तू पण त्यातलाच कॅटेगरीतला... तुही काय नवा नवखे साहेब होणार, साले हे UPSCवाले.... !, अन् पुन्हा युनिटी करा UPSCवाल्यांची सिस्टममध्ये गेल्यावर...! ट्रेनिंगनंतर 'मलई' जास्त मिळणाऱ्या रीजनसाठी झगडतात हे साले... हे काय देशाची प्रगती करणार...का? स्पर्धापरीक्षा पास करायला जेवढा खर्च केला, तेवढा एका महिन्यात बाहेर काढायला? खरंय ना समीर? आम्हाला माहीत नाही बाबा, ऐकलंय आम्ही फक्त...! तू UPSC करणारा... - अन् अक्ष्या लXX... काहीही झालं की साल्या तुला रिझर्वेशनचा विषय मध्ये आणायला पाहिजेच...'' जया तेवढ्याच रागानं बोलला. जयाला नेमका कशाचा राग आला होता काय माहीत!

''तसं नाही रे जया, पण वस्तुस्थिती आहे ना - या अण्णांची अन् समीरची परिस्थिती माहितेय ना तुला?'' - अक्ष्या

''मग ह्या सुऱ्याचं काय? ह्याची तर तगडी परिस्थिती आहे, मग का घेतो हे रिझर्व्हेशन?'' - जया

''आयला... माझी का मारताय तुम्ही?'' - सुऱ्या

''ते सोडा रे...! बॅक टु पॉईंट. 'मलई'बद्दल बोलायचे झाले तर.. अजून मी प्रिपेअर करतोय UPSC पास नाही झालो... माहीत नाही यार... पण सगळेच सारखे नसतात...! अन् एवढीच चीड आहे ना, तर तू कर ना UPSC. तुला कुणी अडवलंय?'' - समीर

'मुलाखतीतच यांचा खोटेपणा सुरू होतो, किती कलेक्टर्स आहेत आपल्या देशात? जितके जिल्हे तितके..... बरोबर..... ? कुणाचं नाव लक्षात आहे तुम्हाला? १-२ फक्त? ते पण सिस्टममध्ये रगडले आहेत... बाकीचे काय करतायेत रे? कसली समाजसेवा... अन् कसलं काय? आपापली घरं भरायचे धंदे साले.'' - अक्ष्या मध्येच बोलला.

''अन् तू काय करणारेस साल्या! MBA... साला शिकायचं आपल्या देशात अन् पुढे जाऊन चाकरी करा, अमेरिकेची... अन् बाहेर गेल्यावर बाकीच्यांना फक्त

तत्त्वज्ञान शिकवा आपल्या देशाबद्दल! पावडर, साबण अन् कोला विका मल्टिनॅशनल कंपन्यांचा... हे देशाचे भावी तरुण काय आपला देश बळकट करणार? कसंय दुरून डोंगर साजरे...! आम्ही निदान प्रयत्न तर करतोय रे... बघू झालो पास तर पुढे... अन् तसंपण सगळ्यांना दुसऱ्याच्या ताटात चांगलं आहे असंच वाटतं ना... प्रत्येकाला दुसऱ्याचीच बायको सुंदर वाटते -'' अण्णा हसत बोलला.

जया शांततेनं ऐकत होता. हर्षलाचं दुःख अजूनही त्याच्या मनात सलत होतं.

"पण जर का मी MPSC केली तर... नाव लक्षात ठेवा... जयंत... DySP... साला १० वेळा सस्पेंड होईन करियरमध्ये, पण लाच घेणार नाही... जयंत... बुलेटप्रूफ.....!'' आपल्या छातीवर हात मारत जया बोलला.

"हाहा, अन् बाकीच्यांनी काय पोती घातली का रे येडझव्या..... MPSCचा सिलॅबस तरी माहितेय का तुला जया?'' अण्णा मध्येच हसत बोलला.

"जया. ऐक.... पोलिटिकल प्रेशर नावाचं काही असतं का नसतं? अन् भ्रष्टाचाराचं बोलताय, तर पगाराची तुलना करा प्रायव्हेट अन् सरकारी! पोलीस घरापेक्षा जास्त विचार या देशाचा करतात, त्यांच्यामुळे आपण निवांत मजा करत बसलोय इथं... सगळे सण त्यांना रस्त्यावर साजरे करावे लागतात.... त्यात २४ तासांची ड्यूटी... अन् पगार किती त्यांना या प्रायव्हेट कंपन्यांच्या तुलनेत? अन् अक्ष्या प्रायव्हेट कंपनीत काम केल्यावर तू तुझंच घर भरणारेस... दुसऱ्याचं नाही... च्या मारी... खरं तर माझ्या मते, सरकारने पोलीस म्हणजे त्यांना काजू, बदाम दिले पाहिजेत सरकारने! तगडे बनवले पाहिजेत. मानाचा तुरा घातलेला फेटा बांधला पाहिजे, त्यांना चांगलं घर द्या... त्यांच्या मुलाबाळांचं भविष्य सिक्युअर करा... मग बघा भ्रष्टाचार कमी होईल की नाही... भीती नाहीच रे कुणाची आपल्या देशात. च्या मारी गल्ली गल्लीत एक गुंड...! खून करा बाहेर या... रेप करा बाहेर या.... म्हणून तर त्या बिच्चाऱ्या मुलीचा रेप झाला... कसा काय क्राईम कमी होणारेय? आपण नागरिक म्हणून आपली कोणती कर्तव्यं पार पाडतो रे? -शेवटी कसंय ना, ज्या रंगाचा चस्मा घालाल, तशी दुनिया दिसेल...'' समीरनं आपलं प्रशासनातलं उमलतं ज्ञान पाजळलं!

"जया बोलतोयस आत्ता... पुढं जाऊन पण हे लक्षात ठेव... म्हणजे झालं..... काही नाही होणार यार या देशाचं. - अरे, आम्ही निदान खोटं तर बोलणार नाही, लोकांनी रक्त सांडून, काम करून भरलेल्या टॅक्सवर मजा तर नाही मारणार.....खोटं तर नाही बोलणार... समीर.... माझ्या गावाशेजारची एक पोरगी IAS झाली, बोर्डात आली होती दहावी अन् बारावीला... सत्कार समारंभात बोलत होती, की तिच्या घराची परिस्थिती किती वाईट होती अन् कसा संघर्ष करून ती वर आली.... पण तिचा चुलत भाऊ DySP आहे हे तिनं नाही सांगितलं... तीच

काय किती उदाहरणं देऊ तुला? आयला इकडे आमदार - खासदारांचे नातेवाईक... पण स्टेजवर कसं लहान गावातून संघर्ष करून वर आलो हे बरळायचं... जी खरी परिस्थिती आहे, ती सांगायला काय होतंय? का उगीच बिचाऱ्या नवीन पोरांची दिशाभूल करायची? अन् एवढाच संघर्ष केला, तर सिस्टममध्ये आल्यावर काय होतं तुम्हाला?'' - अक्ष्या आपला राग शब्दांवर काढत होता - अक्ष्या वैतागून बोलला.

''तुझ्यासारखं पब्लिक आहे आपल्या देशात हेच आपल्या देशाचं दुर्भाग्य.... बंद कर यार...! तुझ्याशी बोलायचं म्हणजे मलाच डिप्रेशन येतं- जातो यार मी...'' अण्णा रागानं अक्ष्याला ओरडला अन् अण्णा [illegible] बाहेर निघून गेला.

''अक्ष्या, शितावरून जरी भाताची परीक्षा करता येत असली, तरी तांदळाला भात होण्यासाठी गरम पाण्यात उकळावं लागत...! निदान आम्ही इथं राहून तरी प्रयत्न करू... तुझ्यासारख्या पळवाटा तरी नाही शोधणार...'' असं बोलून त्यापाठोपाठ समीर रूममधून निघून गेला.

''आयला अक्ष्या मूडची आयघातली ना...?'' सुऱ्या रागानं बोलला.

अक्ष्या, जया अन् सुऱ्या काही वेळ तिथेच बसले. कुणी कुणाशीच बोलत नव्हतं.

अण्णा :

मी तावातावानं रागानं माझ्या रूमवर आलो...! टेबलवर ठेवलेलं 'पब्लिक ॲडमिनिस्ट्रेशनचं पुस्तक उचलून जोरानं टेबलवर आपटलं, अन् आपल्या टेबलवर ठेवलेल्या टार्गेट MPSC २००८ या नेमप्लेटकडे निराशेनं बघू लागलो.

हे काय यार? यासाठी करतोय का कॉम्पेटेटिव्ह आपण? माझ्याच मनाला प्रश्न सतावू लागला, कारण मी काहीतरी बदलायच्या उद्देशाने हे सगळं करत होतो. मला पुढे जाऊन पैसा खायचा नव्हता...

ते पुस्तक माझ्याकडे कितीतरी आशेनं बघत होतं... बोलत होतं की - स्वप्नील ऊठ... झाड मनाला... तुला अजूनही कितीतरी अशा या आव्हानांशी संघर्ष करायचा आहे भविष्यामध्ये...! ही तर सुरुवात आहे...

आपणही युवाशक्ती जमा करू जी देश बदलेल... स्वामी विवेकानंदांनी म्हटलं होतं ना, मला फक्त १००० तरुण द्या मी हे जग बदलवेन...

कुठं गेलेत यार हे १००० तरुण?

स्वातंत्र्यानंतर अजूनही नाही मिळाले हे १००० तरुण?

किती टाइम लागतो यार सिस्टम सुधरवायला...? पण नाही... हे जे आधी घासून पोस्ट काढून बसलेत ना, त्यांनाच नाही काही करायचं का? अन् मग असे

कॅलिबर असणारे अक्ष्यासारखे कितीतरी तरुण वाया जातायेत हे कधी लक्षात येणारे या आपल्या सिस्टमच्या?

माहितीये ना साला कोण कोण करप्ट आहे- मग करा ना जेलमध्ये बंद... का त्यांना अजून घोटाळे करायला सोडलेत बाहेर?

किती गुंड आहेत समाजामध्ये? साला त्यापेक्षा जास्त पोलीस फोर्स आहे आपल्याकडे... हो ना? मग सरळ का नाही बंद करत गुंडांना?

एक नोटीस देऊ दे सरकारने पोलिसांना - सगळे भ्रष्टाचारी गजाआड होतील... त्याने कदाचित पुढील पिढी तरी अशी होणार नाही... निराशावादी!

२०२०चं स्वप्न बघणारे आपले कलाम अन् आम्ही...

आग सगळ्यातच असते, आहे... पण विझवावी लागते या नियमापुढे... काहीतरी बनण्यासाठी...!

अन् ही आग निघते मग कुणातरी जयासारख्याकडून...! काय चूक आहे त्याची जर त्यानं कुणातरी मुलीवर जिवापाड प्रेम केले.... काय चुकतंय काय आपल्या समाजाचं?

कुठे जात अन् मोर्चे घेऊन बसलेत आज....साला जपानने राखेतून देश निर्माण केला, अन् आपण या देशाची राख करायला निघालोय...

देश सुधारण्याची जबाबदारी देशातील प्रत्येक नागरिकावर आहे, हे कधी समजणार आहे या लोकांना? सगळ्यांच्या अपेक्षा फक्त प्रशासकीय अधिकाऱ्याकडून!

हे पण खरं आहे की- जर या देशातील प्रत्येक पोलीस अन् प्रशासकीय अधिकारी खऱ्या ताकदीने उभे राहिले तर साला या 'सो कॉल्ड' गुंडांना चड्डी सांभाळायला वेळ नाही मिळणार... पण का नाही हे होत?

युवाशक्तीची ताकद फक्त मूव्हीज बघण्यासाठी नाहीये यार...

साला कदाचित १००० खरे ऑफिसर्स मला भेटले पुढे, तर जगाचं माहीत नाही, पण देश नक्की बदलेन...

'या जयासारखी, सुऱ्यासारखी - लाथाबुक्क्या मारायची ताकद आहे माझ्यात.... रस्त्यावर येऊन तोडफोड करायची ताकद आहे माझ्यात.... पण ह्याने काय होणार आहे?

एकदा पोस्ट निघू दे; मग बघ कशी सिस्टम सुधरवतो तो... भ्रष्टाचारी नेत्यांना कॉलरला पकडून बाहेर काढेन.

.... माझ्या मनाशीच मी बोलत होतो.

भांडणात काय ठेवलं आहे? ही दारू, गर्लफ्रेंड म्हणजेच कॉलेज लाइफ असतं का? आपलं काही कर्तव्य नाही का ह्या समाजाप्रति? हे कधीतरी जयाला, अक्ष्या अन् सुऱ्याला कळेलच... ! फक्त वेळ वाया गेल्यावर कळू नये म्हणजे झालं!

आज मी ही पोपटपंची करतोय, पण पुढे सिस्टममध्ये गेल्यानंतर मीही त्यांचाच एक भाग बनू नये, याची भीती वाटते आज मला...

जयाने आपल्या बॅग्ज उचलल्या अन् आपल्या रूमकडे निघाला.

संमिश्र विचाराने तो खालच्या मजल्यावर आला अन् त्याच्या रूमवर पोहोचला.

रूमच्या दरवाज्याकडे बघून त्याच्या मनात अजूनच आग भडकू लागली.

त्याच्या रूमचे 'लॉक' तुटलेले होते, फक्त दरवाज्याला कडी लावली होती. कुणीतरी त्याची रूम फोडली होती. क्षणातच त्याला कळले, की हे काम HD सिवाय दुसरं कुणीच करू शकत नाही. तसंही जयाच्या मागे पुढं कुणी लागणारही नव्हतं.

हॉस्टेलवर कधीच चोरी होत नसे, त्यामुळे रूममधून चोरीला काही जाईल याची त्याला काळजी नव्हती. पण त्याची एक महत्त्वाची गोष्ट रूममध्ये होती, त्याची त्याला जास्त काळजी लागली होती.

धडधडत्या काळजाने त्याने रूम उघडली. रूम जराशी अस्ताव्यस्त होती. HDने बहुतेक सगळी रूम चाळली होती.

हर्षलाच्या प्रेमाने भरलेली कितीतरी प्रेमपत्रं, ग्रीटिंग्स कार्ड्स अन् दोघांनी लपून काढलेले फोटो- याची जयाने एक सिक्रेट फाईल केली होती. ती फाईल त्याने कपाटात कुलूप लावून ठेवली होती. ती फाईल कपाटातून गायब होती.

त्याच्या अंगावर भीतीनं काटा आला अन् तेवढाच रागही!

काहीतरी वाईट होणार आहे, याची त्याला चाहूल लागली होती..

रागानं किंवा भीतीनं त्याचा हात थरथरू लागला. त्यालाच कळत नव्हतं, की तो का एवढा थरथरत होता. आता त्याला हर्षलाशी बोलायची गरज भासू लागली. कुणी 'डिस्टर्ब' करू नये, म्हणून त्यानं रूम आतून बंद केली अन् हर्षलाला फोन केला. कदाचित कॉलेजला परत आल्यानं तिचा नंबर सुरू झाला असेल, असं त्याला वाटले होतं, पण नाही- पुन्हा एकदा 'आपण डायल केलेला नंबर अस्तित्वात नाही!' अशीच रेकॉर्ड ऐकू आली.

शेवटी त्यानं गर्ल्स हॉस्टेलच्या लँडलाईनवर कॉल केला.

"हां बोल" - हर्षलाचा कोरडा आवाज त्याला ऐकू आला.

तिचा आवाज ऐकून त्याच्या जळणाऱ्या ह्रदयात थोडासा गारवा आला.

"फोन का नाही केला यार, मागच्या महिन्यापासून? एक तर तुझा फोन लागत नाही, काय चाललंय काय?" - जयाच्या आवाजातून त्याच्या प्रेमाची मागितलेली भीक अन् राग एकदमच स्पष्ट होत होता.

"तसं नाही रे! घरी होते ना मी, माझं ट्रेनिंग माझ्या गावाशेजारीच होतं!

माहितेय ना तुला.... '' हर्षलाच्याही आवाजात कसलीतरी अनामिक भीती होती.

''हं..., माहितेय! भेटायचंय मला तुला, आज, आत्ता!'' निराशेने डोक्यावरून हात फिरवून तो बोलला.

''नको ना रे, नाही रे जमणार - माहितेय ना, दादाने काय केलं ते!'' - हर्षलाचा आवाज बोलताना कापत होता.

''घाबरतेयेस काय तू, जानू? मी आहे ना!''

''अरे, मग काय? आपली सगळी 'लव्ह लेटर्स' त्याच्या हातात आली, माझा पासवर्ड कसा त्याला माहीत झाला काय माहीत, आपले G - Talkचे सगळे चाट वाचलेत त्याने, कॉपी करून घेतलेत. माहितेय ना काय काय लिहिलं होतं त्यात मी, तो हे वाचूच कसं शकतो? किळस आलीय मला त्याची आता! घरात मला आता लाज नसलेली पोरगी म्हणून सगळे बघतायेत, प्रेम करणं खरंच एवढा मोठा गुन्हा आहे का रे? अन् मी ते फक्त तुलाच लिहिलं होतं ना! -'' अन् ती मोठ्याने रडायला लागली.

''रडू नको गं'' -

''मी काय करू जया? मला घरचे पण महत्त्वाचे आहेत, अन् तू पण! असं पळून जाऊन मी नाही रे लग्न करणार. अन् माझ्या घरचे कधीच आपल्या लग्नाला हो नाही म्हणणार!''

''अरे, मी कुठे म्हणतोय, की आपण पळून जाऊ? समजावू त्यांना - आपण थोडीच लगेच लग्न करणार आहोत?''

''मग मी काय करू? सांग तू, मला कळत नाही रे!''

''ते सोड, सांग आधी कुठे भेटायचं? १-२ महिने झाले तुला बघितलं नाही मी'' - जया

''नको ना रे, भेटलं की मला आवरणार नाही अन् मला धमकावलंय की पुन्हा मला तुझ्याबरोबर बघितलं तर मला काढून टाकतील कॉलेजमधून! -'' हर्षला अजून रडतच होती.

''का? आवरणार नाही म्हणजे काय? हाहा... - 'किस'करशील काय?'' - जया आपले अश्रू दाबत, हसत बोलला. वातावरण थोडंसं सौम्य करायचा केविलवाणा प्रयत्न.

''गप ना, अन् जयंत, रडू नको तू आता, तू रडलेले मला पाहवत नाही -'' हर्षलाला कसं कळलं की जयाच्या डोळ्यांत अश्रू आहेत?

''नाही गं, वेडी आहेस काय? रडत नाहीये मी' - जया डोळ्यांतून पाझरलेले अश्रू पुसत अन् हुंदका आवरत बोलला ''तुझी आई काय म्हणाली? ते महत्त्वाचं आहे आपल्यासाठी! तुझ्या भावाचा मी जास्त विचार नाही करत!''

''ती म्हणतेय, तिने माझ्यावर एवढा विश्वास ठेवला, अन् मी तिचा विश्वासघात केला. लहानपणापासून काहीही झालं, की मी तिला सांगत असे, अन् एवढी मोठी गोष्ट मी कशी काय अन् का नाही तिला सांगितली? — तू सांग असं कसं सांगू मी आईला की माझं अफेअर सुरू आहे ते? अन् तसंही मी सांगणारच होते ना यार!''

''हं...''- जया

''मला कळत नाही रे की मी काय करू? कधी कधी वाटतं, जगून तरी काय करू मी? मी दुसऱ्याशी लग्न केलं, तरी मी तुला आयुष्यभर नाही विसरू शकणार अन् [illegible]...''

''मग हे तुझ्या आईला सांग ना''

''सांगितलं रे, ती म्हणतेय की मुलाकडच्यांना आपण सगळं आधीच सांगू या, मग तू फसवलं असं नाही होणार, चांगली मुलं मिळतील, जी तुला स्वीकारतील, आता हे तरी प्रॅक्टिकल आहे का यार?''

''अच्छा, बरंय तुझं', तू निदान दुसऱ्याशी लग्न करायचा विचार तरी सुरू केलायस.'' - जयाला आता काय बोलावं हे कळत नव्हतं.

''गप ना, मी काय करू तूच सांग - '' अन् अजूनच जोरानं तिचं रडणं सुरू झालं.

''आई म्हणत होती की, तुझ्याशी असलेल्या १-२ वर्षांच्या नात्यासाठी, आमच्याशी असलेलं २०-२१ वर्षांचं नातं तोडणार का? खूप रडते रे ती, सारखी. धड बोलत नाही माझ्याशी. आधी मी तिच्या कुशीत झोपत असे, आजकाल माझ्याकडे कशी बघते ती! तिची नजर पूर्ण बदलली आहे! मला तुझ्याशिवाय नाही राहायचं, अन् आईशिवाय पण.''

''हं...!''

''तू घरी सांगितलंस का?''

''नाही अजून, पण कदाचित त्यांनाही कळलं असावं, माझ्या घरून तरी काही प्रॉब्लेम नाही होणार!''

''हो ना, माझी आई पण हेच म्हणत होती की - तुझ्या घरच्यांना काय एवढी सुंदर, श्रीमंत, शिकलेली सून मिळेल!''

''बरं, एवढं झालं अन् साधा तुला मला एक कॉल करता नाही आला महिनाभर?'' - जया वैतागून बोलला.

''फोन माझ्याकडे नव्हता रे! अन् आत्ताही माझ्याकडे फोन नाहीये! अन् मी पण तुला विसरायचा प्रयत्न करत होते. मला तुझी खूप काळजी वाटते रे. तुला काही झालं तर -''

"विसरायचा म्हणजे?" जयाच्या काळजात धस्स झालं.

"काही नाही होणार रे, तू माझी नको काळजी करूस."

" बरं, एक सांग तुला काय वाटतंय?"

"कशाबद्दल?"

"कशाबद्दल काय? आपल्याबद्दल? आपल्या दोघांबद्दल?" - जया वैतागून बोलला.

"मला नाही माहीत, मला नाही कळत काय करू ते? - खरंच! मी कशाला तुला 'हो' म्हणाले? कशाला मी तुझ्या आयुष्यात आले? सगळं माझ्यामुळेच होतंय। इकडे तू दुःखी, तिकडे माझी आई दुःखी !"- हर्षला डोळे पुसत बोलली

"असं कसं तुला नाही माहीत? प्रेम करताना वाटलं नव्हतं, की एक दिवस असाही येईल..."

"नव्हतं वाटलं, त्यात तू असा - काय ठरवलंयस तू तुझ्या भविष्याबद्दल? भांडण करून आयुष्य नसतं रे सरत! तू फायनल इयरमध्ये आहेस. आता काय करणारेस पुढे? MPSC / UPSC / GATE / CAT की काहीच नाही?"

थोडा वेळ दोघांच्याही मनात अंधार भरला.

"हां बोल तू, ऐकतोय मी" - काही वेळापूर्वी झालेल्या आपल्या मित्रांच्या बोलण्याचं सार आठवत जया बोलला.

"आपण ब्रेक-अप करू या जयंत! अन् तूही विसर! उगीच माझ्या भावाच्या नको नादी लागूस!" - हर्षला आता लहान पोरीसारखी रडू लागली! "ठेवतेय मी, मला नाही बोलवत आता."

"काय? ब्रेक अप? एवढं सोपं आहे का? तुला काय, तू तर खूषच दिसतेयस." - जयाचा राग आता अनावर झाला होता.

"मी खूष? जर तू माझ्यावर एकदाही खरं प्रेम केलं असशील, तर विसरून जा मला." अन् तिने फोन कट केला.

'ब्रेकअप' हा शब्द त्याच्या मेंदूला हलवू लागला. अंगातून वारं गेल्यासारखा तो भिंतीचा आधार घेत, चालत बाल्कनीत आला. कुणाला दिसणार नाही अशा ठिकाणी खाली बसला, अन् गुडघ्यात डोके घालून ढसाढसा रडू लागला. मध्येच रडताना तो रिकाम्या आभाळाकडे बघत होता. डोळ्यांतून आसवं वाहत होती; पण त्याला ती पुसावीशी वाटत नव्हती. मध्येच रागानं तो दगडी भिंतीवर हात आपटू लागला. हर्षलाचं हसणं, रडणं दोन्ही त्याच्या काळजात घुमत होतं. हर्षलाचे सुंदर डोळे त्याच्या डोळ्यांसमोर दिसत होते. मोठ्यानं रडताही येत नव्हतं... शेवटी मुलगा होता तो!

सर्रकन डोळ्यांसमोरून दोन वर्षं सरकत होता- हर्षलाला पहिल्यांदा भेटल्यापासून

ते आतापर्यंत. अन् पुढे काय याचा विचार. विचारांच्या लाटेत तो कुठेतरी घुसमटून जात होता!

काही वेळानं तो दरवाजा उघडण्यासाठी आला. सुऱ्या बराच वेळ त्याचा दरवाजा वाजवत होता.

तो उभा राहिला, पाण्याची बाटली उघडली अन् तोंडावर पाणी मारलं. टॉवेलनं तोंड पुसून तो दरवाज्यासमोर आला.

“अबे, थांब ना XXX, एवढा काय दरवाजा वाजवतोय? कुणी मेलं की काय?” - त्याचंच प्रेम मरतंय हे त्याला कळत होतं.

“काय रे जया, काय झालं? झोपला होतास काय?” - सुऱ्या त्याच्या टेबलवर पडलेल्या, जयानं घरून आणलेल्या डब्यातून एक लाडू उचलत बोलला.

“कुठं काय? काही नाही!” जया आपला चेहरा दुसरीकडे वळवत बोलला.

“मग डोळे एवढे लाल का? रडलायेस का तू?” कदाचित खऱ्या मित्रांच्या नजरेतून काहीच सुटत नसावं!

“नाही रे, साल्या! काहीपण काय? हाहा”

“काय सीन आहे? तुझा अन् हर्षलाचा, काही बोलणं झालं का?” - जयाची अवस्था बघून त्यानं हर्षलाबद्दल विचारलं.

“ब्रेक अप करायचं म्हणतेय ती” - जया सरळ छताकडे बघत बोलला.

“काय? ब्रेक... अप...” सुऱ्यानं उचललेला लाडू परत डब्यामध्ये ठेवला. कदाचित त्याला काही गोडवा जाणवला नसावा.

“काय मजाक आहे काय राव! ब्रेक-अप!” सुऱ्या छतावर फिरणाऱ्या पंख्याकडे बघत बोलला. कॉम्प्लिकेटेड ‘आहे रे हे प्रेम.”

“मग तू काय ठरवलंयस? HD पण हॉस्टेलवर आहे.”

जयाला काही बोलावंसं वाटलं नाही. थोडा वेळ रूममध्ये शांतता पसरली.

“बरं सोड, स्टुडंट्स कौन्सिल फॉर्म करण्यासाठी नोटीस लागलीय. डीननं उद्या नावं मागितलीत, रेक्टर येणारेत हॉस्टेलवर आज.” सुऱ्या बाल्कनीत येत जयाशी विषय अन् मूड बदलण्याच्या उद्देशानं बोलला.

“मग, मी काय करू? मला काही इंटरेस्ट नाही कौन्सिलमध्ये!” जया वैतागून बोलला.

“अरे, त्यांच्या गँगमधला टॉपर चेअरमन होतोय! समीरसकट बाकीच्या ३ टॉपर्सनी चेअरमन व्हायचं नाकारलंय! पॉलिटिक्समध्ये कशाला पडायचं, म्हणून.

“अन् अण्णा?”

“तो पण नको म्हणतोय!”

“जाऊ दे यार, आपल्याला पण नाही पडायचं या किश्शात!’ - जया

"बरं, चल जातो मी." - असं बोलून सुऱ्या रूममधून निघून गेला.

काही वेळानं जया आवरून लॉबीतून जात होता. रिकाम्या मनानं त्याला वेडं करून सोडलं होतं. अन् समोर बघतो तोच त्याला HD दिसला. HDच्या डोळ्यांत आग भडकत होती.

दोघं रागानं एकमेकांसमोरून जात होते.

"साले, भोXXX चोर, MPSC करताय तर- दुसऱ्यांच्या रूम्स फोडून चोऱ्या करायचं बंद करा - महाराष्ट्र सरकार तरी कशी चोरांना नोकरी देतं? XXXX!, ह्या असल्या लोकांमुळे प्रगती होईना यार महाराष्ट्राची!" - जया स्वतःशीच HDला ऐकू जाईल एवढ्या जोरानं ओरडत बोलला.

"बXXXX! उडायचं नाही इथं-" HDनं जयाची कॉलर पकडली!

जया आवेगानं HDच्या अंगावर गेला - "फायनल इयरमध्ये आहे आत्ता मी! तू-तू जास्त उडू नकोस आता! - अन् स्टुडंट्स कौन्सिलचा सेक्रेटरी आहे मी! माहितेय ना स्टुडंट्स कौन्सिल? तू इथं दुसऱ्याच्या हॉस्टेलवर, दुसऱ्याच्या रूमवर राहतोयेस माहितेय ना? रिफ्युजी आहेस तू... नीट राहा, दुसऱ्याच्या फाईल्स चोरू नकोस, रूम्स फोडू नकोस, नाहीतर हॉस्टेलवर पाय ठेऊ देणार नाही, MPSCची मेन्स दिलीये ना, इंटरव्ह्यू द्यायला तोंड जागेवर ठेवणार नाही!" - जयाचा राग बडबडत होता.

जयाने 'मी स्टुडंट्स कौन्सिलचा सेक्रेटरी आहे' असे का बोलावे, हे त्यालाही कळलं नाही. पण HD थोडा शांत अन् जरा घाबरलेला त्याला दिसला.

एक-दोन शिव्यांची अदलाबदल झाली. क्षणातच HDचे मित्र लॉबीमध्ये जमा झाले. रेक्टर ऑफिसमधून गोंधळ ऐकून बाहेर आले, अन् दोघांनीही तिथंच आवरतं घेतलं.

काहीही झालं तरी स्टुडंट्स कौन्सिलच्या एखाद्या कमिटीचा सेक्रेटरी होणं किती महत्त्वाचं आहे, हे HDच्या शांततेनं त्याला पटवून दिलं होतं. HDला आपलं पण काही महत्त्व आहे, बॅचमध्ये 'जया' पण महत्त्वाचा आहे, हे दाखवायची संधी आहे, हे त्याच्या ध्यानात आलं. स्टुडंट्स कौन्सिलमध्ये असणं, हे मानाचं समजलं जाई. तसंही मान-अपमान व्यक्ती, जागा, अन् पोझिशन्स बदलल्या, की बदलतात जगामध्ये!

"सुऱ्या, स्पोर्ट्स सेक्रेटरी मीच होईन - भाXXX गेले सगळे!" - जया सरळ सुऱ्याच्या रूममध्ये गेला.

"अन् तुला स्पोर्ट्स सेक्रेटरी व्हायचा एवढा किडा का? मेरिटमध्ये नाहीयेस तू! कौन्सिल मेरिटवर होते, माहितेय ना?"

"ते सोड, मीटिंग कधी आहे?"

"आज रात्री TV हॉलमध्ये, पण नको पडू या फंद्यात!"

स्टुडंट्स कौन्सिल :

स्टुडंट्स कौन्सिलमध्ये चेअरमन अन् बाकीचे ७ वेगवेगळ्या कमिटीज्चे सेक्रेटरी निवडायचे होते. सालाबादप्रमाणे मेरिटनुसार कौन्सिल फॉर्म करण्यासाठी आज TV हॉलमध्ये फायनल इयरची मीटिंग होणार होती. मेरिटनुसार घोषणा होई अन् जर एखादा टॉपर इंटरेस्टेड नसेल, तर पुढच्या मेरिटहोल्डरला संधी मिळत असे. GS अन मॅग्झीन सेक्रेटरी ही त्यातील २ पदे आधीच मुलींकडे मेरिटनुसार गेली होती. अश्विनी GS झाली होती. कॉलेजमध्ये कदाचित मुलगी टॉपर असली तरी काहीही झाले तरी चेअरमन मुलगाच बनत असे. पुरुषांचं वर्चस्व/इगो असेल कदाचित.

रात्री ८ वाजता जवळजवळ सगळं फायनल इयर TV हॉलमध्ये जमलं.

कौन्सिलची मीटिंग सुरू झाली. आधीच सगळं ठरलेलं असलं, तरीही वातावरण एकदम तापलेलं होतं. जयाचं अन् HDचं भांडण सगळ्यांना माहीत झालं होतं.

मीटिंग सुरू झाली. रेक्टर मीटिंगसाठी हजर होते.

समीर अन् अण्णाची नावं मेरिटनुसार घेतल्यानंतर दोघांनीही नकार दिला. दोन मुली आधीच सेक्रेटरी निवडल्यानं ५व्या टॉपरला चेअरमनची संधी मिळाली. एकेक करून जागा भरू लागल्या. स्पोर्ट्स सेक्रेटरीसाठी मेरिटनुसार संग्रामचं जेव्हा नाव घेण्यात आलं, तेव्हा जया सरळ उभा राहिला.

"सर, बाकीच्या कमिटीज्च्या सेक्रेटरीची निवड तुम्ही मेरिटवर करा; पण स्पोर्ट्स सेक्रेटरी अन् मेरिटचा काहीही संबंध नाही."

रेक्टरनं त्याचं बोलणं ऐकून घेतलं. "जो स्पोर्ट्स सेक्रेटरी होणार आहे, त्याची पण युनिव्हर्सिटी झाली आहे क्रिकेटमध्ये. मेरिट अन् युनिव्हर्सिटी दोघेही त्याच्याकडे आहेत. तुझं मेरिट कुठेय? तू कसा काय विचार करतोयस, की तू सेक्रेटरी होशील?" रेक्टर रागानं बोलले.

"हो सर, नियम का बदलायचा? आणि याला प्रत्येक वेळी राडा करायची सवयच आहे!" - संग्राम जयाकडे बोट दाखवत रागानं बोलला.

"सर, हा जयंत- फर्स्ट इयरपासून ३ वेळा युनिव्हर्सिटी झालाय अन् तेही ३ वेगवेगळ्या स्पोर्ट्समध्ये... प्रत्येकानं आपापल्या ट्रॉफ्या आणाव्यात इथं, ज्याच्या ट्रॉफ्या जास्त, तो स्पोर्ट्स सेक्रेटरी!" - सुऱ्यानं जयाला सपोर्ट केला.

जयानं अण्णा, अक्ष्याकडे बघितलं!

"हो सर, आम्हालाही हेच वाटतं, की स्पोर्ट्स सेक्रेटरीसाठी मेरिटचं बंधन

नसावं. -'' अण्णा, अक्ष्या अन् समीरनं रेक्टरकडे मागणं घातलं. दोघेही टॉपर्स असल्यानं आपोआपच त्यांच्या शब्दाला वजन होतं.

''पण सर, हे कसं शक्य आहे? या जयाचा फर्स्ट क्लास पण नाही.'' - रितेश रागानं बोलला.

''तर मग आम्ही ही कौन्सिल फॉर्म होऊ देणार नाही'' - सुऱ्या

''अशी कशी होऊ नाही देणार?'' संग्राम

''शांत, एकदम शांत.... आजपर्यंत असं कधी झालं नाही, उद्या डीनशी बोलून निर्णय होईल!'' - रेक्टर रागाने बोलले. बाकीच्या कमिटीज्चे सेक्रेटरी निवडून डीन रागानं निघून गेले.

अन् जाताना जयंत अन् संग्रामला धमकी दिली की, जर हॉस्टेलमध्ये रात्री काही भांडण झालं, तर दोघांनाही स्टुडंट्स कौन्सिलमध्ये तर सोडाच, पण हॉस्टेलमध्येही जागा मिळणार नाही.

''हर कुत्ते का दिन आता है'' असं जयाकडे म्हणत संग्राम रूमवर निघून गेला.

''तो कल तेरा आयेगा... जा बे'' - स्पोर्ट्स सेक्रेटरीच्या पदासाठी जयाला आज त्याच्याशी भांडायचं नव्हतं.

दुसऱ्या दिवशी नोटीस बोर्डवर नवीन स्टुडंट्स कौन्सिलची नावं लागली. जयाचं नाव स्पोर्ट्स सेक्रेटरीच्या समोर होतं. कसं काय माहीत, पण डीननी हा निर्णय घेतला होत. ज्या विद्यार्थ्यांना आक्षेप आहे, त्यांनी आजच डीनला ५ वाजेपर्यंत कळवायचं होतं- अन् बाकीच्या कुणी ऑब्जेक्शन घेतलं नाही. संग्रामला हॉस्टेल/मेसच्या कमिटीचं सेक्रेटरीपद मिळालं होतं.

आपलं नाव वाचून जयाची छाती आनंदानं फुलून आली. लगेचच त्यानं हर्षलाला फोन केला.

''हर्षला, मी आत्ता स्पोर्ट्स सेक्रेटरी आहे स्टुडंट कौन्सिलमध्ये.''

''माहितेय कसा झालायेस ते, अन् तुला काय गरज होती माझ्या भावाशी भांडायची? तुला कळतंय ना काय करतोयस तू ते? हहह! सुखानं मला राहू देशील की नाही इथे?'' - अन् रागानं हर्षलानं फोन ठेवला.

१८

हर्षला अन् जयंत :

हर्षला अन् जयामध्ये ऊन-पावसाचा खेळ सुरू होता. दोघांनाही एकमेकांना परिस्थितीवर आवरता नसे, पण मनाला आवर घालण्याशिवाय दुसरा कोणता पर्याय पण नव्हता. अधूनमधून ते एकमेकांशी फोनवर बोलत असत. बोलताना त्यांचं भांडण होई अन् मग पुन्हा कधीच बोलायचं नाही, असं ते ठरवत असत; पण पुन्हा १०-१५ दिवसांनी पुन्हा जसेच्या तसे!

हर्षला पूर्ण कोमेजून गेली होती. तिची परिस्थिती तिच्या आईला बघवत नव्हती; पण काय करावं, हेही कळत नव्हतं. हर्षला एकटी एकटी राहू लागली होती. जयाची नवीन मैत्रीण त्याच्या रूमची बाल्कनी झाली होती. जयानं हर्षलाला हॉस्टेलवर जाताना बघितलं. न आवरल्यामुळे पुन्हा बऱ्याच दिवसांनी जयानं तिला फोन केला.

" किती वजन उतरलंय तुझं? हर्षे काहीतरी खात -पीत जा," - जया पुन्हा तिचा मूड बदलण्याच्या उद्देशानं बोलला. त्याला तिला असं नाराज बघायचं नव्हतं. आता त्याचं मन ती मिळाली किंवा नाही मिळाली, तरी ती हसत राहिली पाहिजे, असं सांगत होतं.

"तुला काय ना? तुला तर वाटतं, की मी सुखात आहे," -हर्षला जरासं नाराज होत बोलली.

"तसं नाही गं, माहितेय ना तुला, मी कसा आहे ते! रागात बोललेलं एवढं मनाला नको लावून घेत जाऊस... ते सोड. तसंही, तुझी फिगर अजूनच 'फटाका' झाली आहे!" - जयाने थोडंसं हसत उत्तर दिलं.

"हाहा, काय फटाका नालायक..... ! अरे ऐक ना, माझ्या मैत्रिणी पण हेच म्हणत होत्या मला."

"हाहा, तसंही तू मला नालायक म्हटलेलं आवडतं मला."

"हो का? यू हू.. यू हू...." हर्षलानं नकली खोकला तोंडावर आणला.

"कॉल केलास का तू आईला?" - जया.

"हो... ऐक ना..."

"बोल."

“अरे, मी घरी गेले होते, तेव्हा माझ्या आईच्या बेडखाली मला एक चिठ्ठी सापडली, त्यात लिहिलं होतं - ‘ हे दक्षिण दिशा, माझ्या मुलीच्या मनातून जयंत नावाचा माणूस निघून जाऊ दे’- ते आमच्या घरचे पुजारी आहेत ना, त्यांना भेटतेय आई बहुतेक! बहुतेक आई कसली तरी पूजा करते आहे, मी तुला विसरावं म्हणून!” - हर्षलाचा आवाज थोडासा घाबरलेला होता.

“हाहा, असंच पुजाऱ्यावर सगळं सोडायचं तर मग पोरीला इंजिनिअरिंग करायला कशाला पाठवलंय?”

“हो का? असं काही नाही, या दुनियेतलं अजून बरंच आपल्याला माहीत नाही, इंजिनिअरिंगच्या पण पुढे.”

“तुला वाटतंय का, की आपलं प्रेम एवढं दुबळं आहे, जे असल्या पूजेनं फसेल?”

“ते मला नाही माहीत; पण फार जीव आहे रे आईचा माझ्यावर. तिनं तुला फोन करायला सांगितलं आहे. मी तुला सांगितलं होतं ना? तू फोन का करत नाहीस?”

“मी करू? अन् काय बोलू? भीती वाटते यार तुझ्या घरच्यांची! एक तर तुझा तो डॉन भाऊ!”

“गप रे! हो कर फोन, आई म्हणत होती की, तुझ्याशी बोलायचंय तिला, बघ पोरीसाठी काय काय करावं लागतंय माझ्या आईला? बिच्चारी माझी आई!” - हर्षला थोडं हसत बोलली.

“मग एवढ्या चांगल्या घरात तुझा तो भाऊ कसा जन्माला आला?” - जयानं खोचक विचारलं.

“गप ना! माझ्या भावाला तू काहीही बोललेलं मला खपणार नाही. कळलं? अन् माझ्या घरच्यांना काहीही बोलायचं नाही, आधीच सांगतेय- तुझ्यापेक्षा जास्त प्रेम माझं माझ्या घरच्यांवर आहे- जर आपल्यात काही वाजलं, तर ते तुझ्या अशा या बोलण्यानंच होईल.”

“बरं बाबा, नाही बोलत!”जया शांत राहत बोलला. -“एक काम कर ना, तू टाटा इंडिकॉम घे, टाटा टु टाटा फ्री आहे.”

“माहितेय! त्या राणीकडे आहे. तू कॉल करत जा तिच्या मोबाईलवर. तिला काही प्रॉब्लेम नाही, चांगली मैत्रीण आहे माझी ती, अन् ऐक ना मला वाटतंय की, ती अक्षयवर मरते.”

“हाहा, साला अक्ष्या, त्याला मात्र पोरी आरामात पटतात, पण सोनियाच्या किश्श्यापासून तो प्रेम या शब्दापासून फार दूर आहे; तो नाही पडणार फंदात आता, भाजलाय चांगलाच तो!”

"हं, बिचारा अक्षय; असं का बोलतोस रे त्याला?"

"हाहा! बिचारा, अन् तो?"

"मग काय, कसला अवतार केलाय त्यानं; कॉलेजमध्ये पण दिसत नाही आजकाल!"

"CATनं त्याला खुळं करून सोडलंय. दाढी पण करत नाही तो आजकाल! रूम बंद करून असतो दिवसभर. काय करतो काय माहीत? रूमच्या भिंती फॉर्मुल्यांनी भरल्या आहेत त्याच्या! Don't fall in Love, Rise in Love! त्याच्या टेबलसमोर लिहिलं आहे. तो कुठल्यातरी भोंदूबाबांचाच फॅन आहे, बाबा [illegible] तो! [illegible] भजनं ऐकत असतो तो, हाहा!"

"बघ, शीक काहीतरी त्याच्याकडून, नाहीतर तू, काय तू जया!" - हर्षला त्याला डिवचण्याच्या उद्देशानं बोलली.

"हाहा, बरं, सोड- त्याच्याबद्दल काय बोलतोय आपण!"...जयानं विषय बदलला. "ते सोड, तुझ्या आईचा नंबर दे, अन् काय बोलू मी तिच्याशी? आय मीन- त्यांच्याशी?"

"जरा आदरानं, सासूबाई आहेत तुझ्या."

"बरं, बरं."

जयानं हर्षलाकडून तिच्या आईचा नंबर घेतला. फोन करण्याआधी काय बोलायच, याचा विचार तो करू लागला. काहीच सुचेना. मग मनावर दगड ठेवून धडधडत्या काळजानं त्यानं नंबर डायल केला. रिंग वाजू लागली तशी त्याच्या हृदयाची धडधड अजून वाढू लागली.

'हॅलो, आई, मी जयंत.'

हर्षलाची आई कसल्यातरी कामात होत्या, किंवा कोणत्यातरी लहान मुलीशी खेळत होत्या. जयाला नक्की काही कळलं नाही.

"कोण जयंत?, जयंत? आच्छा जेयं sst, थांब हं जरा" - त्या त्याच्याशी बोलायचं की नाही ह्याचा विचार करू लागल्या!

२-३ मिनिटं कुणीच काही बोललं नाही.

"शोनू ये, हे घे"- जयाला हा आवाज ऐकू आला, कदाचित त्या कोणत्यातरी लहान मुलीशी खेळत असाव्यात! जयाला त्यांनी पुन्हा अजून २-३ मिनिटे होल्ड वर ठेवलं अन् त्या लहान मुलीशी पुन्हा बोलता बोलता खेळू लागल्या. त्या लहान मुलीचं हसणं जयाच्या फोनवर बॅकग्राऊंड म्युझिक देत होतं.

"ऐक जयंत, आम्ही पण शिकलोय, असं अडाणी नाही आम्ही पण, हां! आणि माझ्या मुलीशिवाय मला दुसरं काही महत्त्वाचं नाही! जीव तुटतो रे माझा

तिच्यासाठी! त्यामुळे तिचा नाद सोड, घरच्यांना बोलून योग्य वेळ आली, की योग्य मुलीशी लग्न कर, बघितलीये ना तिची तब्येत... कशी झालीये ती? असं कसं रे तुम्ही आजकालची मुलं प्रेमात पडता? काय खेळ समजलंय काय संसार, लग्न म्हणजे? संसार म्हणजे काय चहा करण्याएवढं सोपं आहे का?''

''आमचं प्रेम आहे एकमेकांवर'' - जयानं नेहमीप्रमाणे सरळ उत्तर दिलं.

''अरे, कसलं प्रेम? समाज नावाची काही गोष्ट असते की नाही? या समाजात राहायचंय आपल्याला, कळतंय का मी काय बोलतेय ते?''

''हं.''

''अन् दुसरी गोष्ट - तुमची कुंडली बघितलीये मी- ५ ही गुण जुळत नाहीत तुमचे - कसे राहणार एकत्र आयुष्यभर तुम्ही?''

''माझा या कुंडलीबिंडलीवर अजिबात विश्वास नाही; जीवनात प्रेम असलं म्हणजे झालं!''

''तुझा नसेल, माझा आहे; अन् त्यात तुमचं लग्न झालं तर १-२ वर्षात तुझ्या जिवाला धोका आहे- असं लिहिलंय, तूच विचार कर आता! तुझ्या घरच्यांना हे चालेल का? माझं झालं, तर मला माझ्या मुलीचं तुझ्याशी लग्न लावून तिला विधवा नाही बघायचंय!''

''मला काही फरक नाही पडत, त्यात काय लिहिलंय ते.''

''ऐक, मी तुझ्याशी ह्यासाठी बोलतेय की- हर्षला अजून लहान आहे. तिला काही कळत नाही, दुनियादारी काय असते ती! तूच समजाव तिला, ती तुझं ऐकते, म्हणून मी तिला सांगितले होते की, मला तुझ्याशी बोलायचं आहे, पुन्हा नाही सांगणार तुला! शेवटचं बोलतेय मी तुझ्याशी. ते पण फक्त मला माझ्या मुलीच्या भविष्याची काळजी आहे म्हणून! आत्ता मी शांतपणे बोलतेय याचा अर्थ हा काढू नकोस, की मी तुम्हाला 'हो' म्हणतेय!

''हं... असं कसं सांगू मी तिला? माझ्याच पायावर धोंडा मारून घेऊ मी?''

''ऐक, आईचं प्रेम वेडं असतं, परीक्षा नको घेऊ माझ्या प्रेमाची! जर तू तिला समजावून तिच्यापासून दूर नाही गेलास, तर मला काय करायचंय ते मी करेन. अन् तसाही तू उद्धटच आहेच, माहीत होतं मला; पण मला वाटलं आधी तुझ्याशी बोलून घ्यावं! तसंही हर्षलानं तुझे कारनामे सांगितलेत मला.''

का काय माहीत, पण जयाला आत्ता राग आला होता. - ''तुम्हीही ऐका- माझ्या अन् हर्षलात एका नवरा-बायकोत जे होतं ते सगळं झालंय. राहिलंय ते फक्त लग्न करायचं! समजलंच असेल तुम्हाला. जर तुम्हाला तरीही तिचं लग्न दुसऱ्याशी लावून द्यायचं असेल, तर तुम्हीच विचार करा.''

''हर्षला, खरंच बोलत होती तुझ्याबद्दल, तुला काही बोलायची अक्कल आहे

की नाही? आत्तापर्यंत मीच तिला आवरत होते!''

अन् त्यांनी रागानं फोन ठेवला. जयाला काय वाटत होतं हे त्यालाच कळत नव्हतं. पण सगळं सरळसरळ बोलण्यानं त्याला जरा बरं वाटतं होतं.

थोड्या वेळानं जयंतचा मोबाईल वाजला.

''तुला काही कळतं का, कुणाशी काय बोलावं? काय बोललास काय तिला?'' - हर्षला रागानं बोलत होती.

''काय झालं?'' - तितक्याच शांततेनं जयंतनं विचारलं.

''आई चिडलीये जाम! ती मला विचारतेय, तुमचं नातं कोणत्या थराला पोहोचलंय? काय सांगू मी? काय बोललास तू सांग आधी?''

''अरे काही नाही, मी बोललो, की एका नवरा-बायकोत जे होतं ते सगळं झालंय आमच्यात; फक्त लग्न करायचं बाकी आहे. आता यात चुकीचं काय बोललो?''

''तू कुठे कधी चुकीचं बोलतोस रे? सगळी चूक माझीच! माझीच अक्कल जास्त वरती आलीये. कशाला मी तुला तिला कॉल करायला सांगितलं काय माहीत! तिनं विचारलंय तुम्ही दोघांनी 'संभोग' केला आहे का? हहह! हेच ऐकायचं राहिलं होतं आत्ता, तेही माझ्या आईकडून! तू ना... तुला कुणाशी काय बोलायची अक्कल नाही!'' - हर्षला होता नव्हता तेवढा राग काढून बोलली.

''ते मी त्यांना सांगितलंय!''

''काय? तू पण ना, जया, हहह!''

''तू काय बोललीस मग?''

''मी काय बोलू? मी शांत बसले. मला पुढच्या आठवड्यात घरी बोलावलंय. कुठेतरी पुन्हा पुजाऱ्याकडे न्यायचंय मला, ...कसला तरी काळसर्प योग आहे म्हणे माझ्यात...! पूजा करायचीय माझी!''

''हर्षे, तुझी आई माझ्यावर ब्लॅक मॅजिक तर करत नाही ना? ही दक्षिण दिशा काय... कसला योग काय... पूजा काय... अशानं तू विसरशील मला?''

''मला नाही माहीत, तू पण ना, अशाने...'' हर्षला निराशेनं बोलत होती- ''मला किती बरं वाटलं होतं! वाटलं होतं की आता सगळं ठीक होईल अन् तू? तू सांगितलंयस का घरी?''

''हो...''

''मग?''

''फादर मानत नाहीत, पण माझा मोठा भाऊ समजून घेतो मला - तो बोलला की अभ्यासाकडे लक्ष दे. डिग्री मिळाली की बघू काय करायचंय ते!''

"ऐक, दादाची MPSC होईपर्यंत तो काही नाही करणार - पोलीसमध्ये केस गेली, तर त्याच्या एवढ्या वर्षांचे कष्ट वाया जातील, तुला काय!"

"हो ना, मला काय! हह.. अन् त्या 'अनाकोंडाची' पूजा करून काय होणारेय?"

"अनाकोंडा?"

"काळसर्प रे... तुझा तो योग!"

"हहह... चल ठेवतेय मी."

सुऱ्या अन् पिया :

सुऱ्याचे दिवस असेच ऑनलाईन चॅटिंगसोबत जात होते. त्यातच सुऱ्याला खबर मिळाली, की दोन दिवसांसाठी पिया पुण्यात त्यांच्या पाहुण्यांच्या घरी कुणाच्यातरी लग्नासाठी येणार होती. मग काय, सुऱ्यानं आधीच सगळी तयारी केली होती, तिला भेटायची. मित्राची रूम, वेळ, प्लॅन सगळं तयार!

पियाने २-३ तास घरच्यांकडून मूव्हीसाठी काढले होते. मूव्ही बघण्यासाठी ती एकटीच जाणार होती. तिने 'पुरावा' म्हणून तिकीट काढले अन् सरळ सुऱ्याला भेटायला सुऱ्याच्या मित्राच्या रूमवर गेली. २-३ महिने ते एकमेकांना भेटले नव्हते, अन् आता त्यांचं ऑनलाईन येणं पण कमी झालं होतं.

तेच तेच ऑनलाईन बोलून-बघून त्यांना आता कंटाळा आला होता. काहीतरी कुठेतरी चुकीचं करतोय, याची जाणीव दोघांनाही झाली होती; पण शरीराची ओढ एकमेकांना आवरत नव्हती. पियाची आई तिला आता वेळ देत होती, त्यामुळेच कदाचित तिला आता सुऱ्याची एवढी गरज भासत नव्हती.

पिया रूममध्ये आली अन् सुऱ्यानं दरवाजा बंद केला. ती सुऱ्याच्या समोर उभी राहिली. आपले ओठ चावत तिनं डोळ्यानेच त्याला 'किस' करायला सांगितलं. सुऱ्यानं क्षणातच आपले ओठ तिच्या ओठांवर टेकवले. तिचा आसुसलेला हात त्याच्या केसांना अन् खांद्यांना ओरबाडू लागला. पिया त्याच्या 'बेधुंद' श्वासात वाहू लागली, जणू तिला कसलीतरी नशा झाली होती. त्याच्या मिठीत तिचं मन ओलं झालं होतं. ते २-३ तास रूममध्ये कितीतरी वेळा प्रणयात वाहून गेले होते, बऱ्याच दिवसांनी भेटल्यानं दोघंही धडपडत होते. आज सुऱ्याला तिचे रेशमी, मुलायम केस टोचत होते...!

काही वेळाने दोघेही शांत झाले, बोलायला काहीच राहिलं नव्हतं. दोघांचीही मनं कोरड्या विहिरीसारखी फक्त दगडांनी भरली होती.

लग्नानंतर पिया परत तिच्या घरी गेली. आता तिला जरा समजायला लागलं होत. सुऱ्याचं अन् आपलं पुढे काहीही होणार नाही, हे तिला कळलं होतं. कदाचित सुऱ्या

पण फक्त टाइमपास म्हणून पियाकडे बघत होता.

तिच्या चुलत बहिणीला त्यांचं ऑनलाईन प्रकरण कळलं होतं. घरी कळलं तर काय होईल, या विचारानं ती कापू लागली होती.

इकडे सुऱ्या पण 'पुढे काय?' या विचारानं शांत असे. फक्त एखादी पोरगी पटवली याचं कसलंतरी समाधान त्याच्या मनात होतं.

एके दिवशी जया सुऱ्याच्या रूमवर गेला. सुऱ्या पियाचे सेव्ह केलेले फोटो बघत होता.

"काय झालं रे?"

"काही नाही यार. पियाच्या चुलत बहिणीला माहीत झालंय आमचं प्रकरण [illegible]!"

"मग?"

"मग काय? ती म्हणतेय, की जिथे आहात तिथेच थांबा! नाहीतर ती पियाच्या वडिलांना सांगेल! अन् मलाही कळत नाही की हे प्रेमच आहे की फक्त सेक्स?"

"अन् तुझी पिया काय म्हणतेय?"

"ती म्हणतेय की, आपण ऑनलाईन भेटलो होतो- अन् ऑनलाईन प्रेमाचा काय भरोसा? तिला वाटतंय की चूक झाली मला भेटून. ती पण म्हणतेय, की आपण जेव्हा जेव्हा भेटलो ते फक्त सेक्ससाठी? मग यात प्रेम कुठंय?"

"चुकीचं तर ती काहीच बोलत नाही! तू पण ना सुऱ्या, सोड विषय!"

"असा कसा सोडू रे, तूच सांग- तू हर्षलाशी शेवटचं कधी केलेलं?"

"काय यार, माहितेय ना तुला - एकदाच.... ! अरे करायचं सोड साल्या. हाहा. किस पण नाही ५-६ महिने झाले, सेक्स अन् प्रेमात फरक आहे रे! मला तुमच्या दोघांची सायकॉलॉजी नाही कळली. ऑनलाईन भेटलास; खरे भेटला तेव्हा सरळ सेक्स? कधी कधी वाटतं तुम्ही दोघे पण चुकीचे आहात!"

"एक सांगू का जया, तू नशीबवान आहेस रे! हर्षलासारखी चांगली मुलगी मिळाली तुला, नाहीतर आजकाल ब्रेकअप म्हणजे सगळ्या इंजिनिअरिंगच्या पोरांच्या आयुष्याचा भाग झालाय. एवढं होऊनही हर्षला अजून तुझ्याशी बोलतेच ना? घरच्यांना हॅण्डल करतेच ना ती?"

"हाहा, माहीत नाही यार, बघू काय होईल ते!" -*हर्षलासारखी चांगली मुलगी मिळाली तुला*- सुऱ्याच्या या वाक्यानं जयाला हसू आलं.

"चल जातो मी, तुझं चालू दे-" असं म्हणत जया निघून गेला.

सुऱ्या पुन्हा विचारात पडला. आता पिया अन् सुऱ्या १०- १२ दिवसांतून कधीतरीच एकदा बोलत असत. वेळेने त्यांना त्यांच्या प्रेमाची खरी 'ओळख' करून दिली होती. सुऱ्यानं पियाला मेसेज केला. त्याला तिला कॉल करायचा होता; पण

तिला कॉल करण्याआधी अगोदर मेसेज करायचा, अन् तिचा रिप्लाय आला तर मग फोन करायचा, असा अलिखित नियम पियाचं प्रकरण तिच्या घरी कळू नये म्हणून होता. पण तिनंच या वेळी त्याला कॉल केला.

"हेल्लो" - पियाच्या आवाजात भीती होती.

"हां बोलो जान."

"सुनो, मैंने बोला था ना की, मेरी दीदी को सब पता चला है." पिया घाबरत बोलत होती.

"क्या?"

"अपने बारेमें, और क्या? हह।"

"हां तो?"

"तुम भी ना.., मुझे तुमसे कुछ बोलना है, व्हेरी अर्जंट.... सुनो मेरे पिरियड्स.... मेरे पिरियड्स.... मिस हो गये हैं!" - दचकत दचकत पिया बोलली. पियाच्या आवाजात तिची भरलेली भीती जाणवत होती, तिचा आवाज कापत होता.

"क्या? सुऱ्याचं मन भीतीनं भरलं गेलं! लेकिन हमने तो प्रोटेक्शन यूज किया था, और तुमने 'आय पिल' भी तो ली थी " - सुऱ्याची छाती धडकायला लागली.

"मुझे नहीं पता. आय पिल तो मैंने पहले भी ली थी, लेकिन उस वक्त इतने भी लेट नहीं हुए थे! तुम भी ना - मुझे बिलकूल अच्छा नहीं लगता, कितना दर्द होता है मुझे फिर, तुम्हें क्या? इस बार ३ वीक्स डीले है, मुझे कुछ समझ नहीं आ रहा है! मै प्रेग्नण्ट तो नही हुई ना सुऱ्या?"- पिया रडत बोलू लागली.

"क्या?- और तुमने मुझे क्यूँ नहीं बताया?" - सुऱ्या थरथरायला लागला होता.

"मुझे लगा की थोडा डिले हुआ होगा." अन् पिया जोराने रडायला लागली.

सुऱ्याचे डोळे भिरभिरायला लागले. एका मुलीला ऑनलाईन फसवून प्रेमाच्या जाळ्यात फसवले- अशी येणारी पेपरमधली बातमी त्याच्या डोळ्यांसमोरून फिरू लागली! जरी आत्ता तिने तिचे १८ वर्ष पूर्ण केले असले तरी, त्याला भीती अजूनच जास्त वाटत होती.

तिच्या वडिलांनी आपल्याला पकडून जिवे मारले किंवा त्याच्या स्वतःच्या वडिलांनी त्याला मारले! –असाही भविष्यकाळ त्याच्यासमोर नाचू लागला. कॉलेजमध्ये समजले तर काय होईल... असे अन् अजून काय काय विचार त्याच्या डोळ्यांसमोरून फिरू लागले. अन् त्याच्या मनाला वाट्टेल तिथे आपटू लागले.

'मस्ती जिरणे' किंवा 'पायाखालची जमीन सरकणे' म्हणजे काय असते, हे तो प्रत्यक्ष अनुभवत होता. भीतीने त्याच्या अंगावर काटा आला. सुऱ्याचे वडील पोलिसात होते, एकदम कडक! शिस्तप्रिय! ते कधीच सुऱ्याचं हे काम खपवून

घेणार नव्हते.

आता पियाच्या गरम श्वासाची त्याला आठवण येत होती, पण तो श्वास त्याला जणू जाळत आहे, असं भासत होतं. आता पियाच्या रेशमी केसांची त्याला आठवण येत होती, पण तिच्या सुगंधी केसांत त्याला आता गुदमरायला लागलं होतं. तिच्या कंबरेवर तर त्याला हात ठेवायची पण सोडा, पण तिच्या कंबरेची आठवणही काढायची हिम्मत होत नव्हती. सेक्स एक किळसवाणी गोष्ट त्याला वाटू लागली. त्याचे पूर्ण शरीर थरथरू लागले.

दोघांच्या मनातील आधीच थकलेल्या प्रेमाला आत्ता कुठेतरी दूर निघून जावंसं वाटत होतं... [illegible]!

"सुनो ना- मैं क्या करूँ...? मुझे कुछ समझ मे नहीं आ रहा - मैंने दीदी को बताया है -" पियाच्या आवाजानं तो पुन्हा भानावर आला. तिकडे पियाही भीतीनं थरथरत होती. "अभी मुझे कॉलेज करना है, जीना है, ये तुमने क्या किया मुझे?"

"तो वो क्या बोली, तुम्हारी दीदी?" - सुऱ्या स्वतःला सावरत बोलला.

"उसकी एक दोस्त डॉक्टर है, उससे मिलने जाना है! मैं क्यूँ तुमसे मिली? क्यूँ मैंने उस वक्त 'कंट्रोल' नहीं किया? तुम लडकोंको बस एक ही चीज चाहिये होती है! वो तुम्हें मिल गयी, अब मैं क्या करू? मेरी जिंदगी तुमने बरबाद कर दी I ऍक्च्युली मै अब एव्हरीडे भगवान से प्रार्थना करती हूँ की - कुछ भी करो लेकिन अब मुझे प्रेग्नंट नहीं होना है, "- पिया हुंदके देत बोलत होती. आपण प्रेग्नंट झालो आहोत, या कल्पनेचं वजन त्या कोवळ्या वयाला अन् कोवळ्या मनाला मरणाहून जास्त वेदना देत होतं.

"मैंने तुम्हारी जिंदगी बरबाद की?" - सुऱ्या थरथरू लागला होता.

"अगर मेरे डॅड को पता चला, तो वो मुझे मार देंगे! और तुम्हेंभी!"

इतके दिवस विसरलेले आई-वडील आता सुऱ्याच्या डोळ्यांसमोर आले. कदाचित अशा वेळीच देवाची अन् आई-वडिलांची आठवण जास्त येत असावी! का आपण पियाला भेटलो? हे प्रेम आहे? नक्कीच नाही, फक्त वासना.

सुऱ्या सरळ तडक गणपतीच्या मंदिराकडे गेला. दोन्ही हात जोडून धडधडत्या छातीने मनातल्या मनात बोलू लागला- 'मला माफ कर देवा, पियाला काही शिक्षा नको देऊस, चूक माझी आहे, तिला प्रेग्नण्ट नको होऊ देऊस... प्लीज... प्लीज... प्लीज...' असं १००-१५० वेळा म्हटल्यावर तो हॉस्टेलवर आला. सगळा आसमंत मनातल्या भीतीने भरला होता.

दोघांनीही एकमेकांचा विचार सोडला. दोघेही एकमेकांना कॉल करत नव्हते, पिया 'प्रेग्नंट' या विचारानेही तो पुरता घाबरून गेला. रात्रभर त्याला नीट झोप लागत

नव्हती. तो पियाला विसरायचा प्रयत्न करत होता. आठवडाभर त्याने मेल चेक नाही केले नाही. तो ऑनलाईन होता. पियानेही त्याला कॉल नाही केला, मेसेज केला नाही.

सुऱ्याला काही सुचत नव्हते. तो सायबर कॅफेमध्ये गेला अन् त्यानं पियाचं अकाऊंट ओपन केलं. मेसेजेस काहीच नव्हते, म्हणजे कंटाळा आला, म्हणून त्यानं खूप दिवसांनी पियाचं अकाऊंट ओपन केलं. तिची 'चाट हिस्टरी' वाचताना तो अजूनच चिडला!

पिया सुऱ्याला सोडून अजून बाकी ५-६ मुलांबरोबर ऑनलाईन फ्लर्ट करत होती किंवा ती मुलं तिच्याशी फ्लर्ट करत होती. हे त्याला रागाच्या भरात कळलं नाही, डोळ्यासमोरून मेसेजेस वरून खाली सरकत होते. रागानं तो वेडा झाला. घाबरलेल्या मनात राग तयार झाला.

तेवढ्यात त्याला तिचा कॉल आला.

"सुनो, मै प्रेग्नंट नहीं हूँ, वो बस ज्यादा स्ट्रेस से पीरिअड्स शिफ्ट हुए थे! भगवान ने मेरी सुन ली फायनली! आजसे ऐसी मिस्टेक कभी नही करूँगी!" - पियाच्या आवाजात कुठल्यातरी भीषण नरकातून सुटल्याचा दिलासा होता.

दोघांनाही खूप बरं वाटलं. स्वर्ग, आनंद जर कुठे असेल तर इथेच! आत्ता दोघांनाही एकमेकांचा राग अन् किळस एकाच वेळी आली होती कदाचित!

"अच्छा, ठीक है." - सुऱ्या सरळ रागाने बोलला.

"बस, ठीक है...? इतनाही...? तुम्हें कुछ खबर है, मैं किस कंडिशन से गुजरी हूँ...? आय पिल खिला दी तूने मुझे वो भी बहोत बार? और तुमने तो मुझे बस भुला दिया सुऱ्या? एक कॉल भी नहीं किया? क्या यही प्यार है तेरा? वो तो मेरी दीदी ने मुझे बचा लिया! अगर वो नहीं होती, तो मैं क्या करती पता नहीं - शायद अपनी जान दे देती मैं."- पिया भावुक झाली होती.

"क्या है बार बार पिया ये आय पिल का? तुम्हें भी तो पता था ना, की हम गलत कर रहे थे! मैंने रेप तो नहीं किया था तुम्हारा, तुम भी तो साथ में थी ना?"

थोडा वेळ कुणीच काही बोललं नाही.

"पिया और ये तेरे आय -डी पे? और तू प्यार की बात करती हो?" - सुऱ्याने रागाने शांतता भंग केली.

"क्या? तुम उलटा मुझे 'ब्लेम' कर रहे हो? क्या है मेरे आय डी पे?" - पियाने आश्चर्याने विचारलं.

"तेरा अकाऊंट चेक किया मैने, ये कौन लडके हैं?, तुम तो ५-६ लडकों से फ्लर्ट करती हो, हह वा रे 'प्यार की देवता'?"

"कौन? अच्छा वो.. !" पिया थोडंसं थांबली अन् रागाने बोलू लागली -

"लेकिन तू पहले ये बता- तुमने मुझसे बिना पूछे मेरा अकाऊंट क्यूँ चेक किया? और रही वो बंदों की बात, तो सुनो- वो मेरे साथ पढते हैं- दोस्त हैं मेरे! भरोसा नहीं है मुझपे? और मैं उनसे फ्लर्ट नहीं करती- अगर मुझे उनसे चक्कर चलाना हो तो तुम्हें अपना पासवर्ड क्यूँ देती मैं? 'यू आर सिक.... हहह!'' - पिया रागाने वेडी झाली होती.

"वो मुझसे फ्लर्ट करते हैं तो मैं क्या करूँ? मैं तुम्हारे साथ क्या सोयी, मतलब... हहह...'' पिया रागाने बोलत होती. "और तुम? बस मुझसे चाट करते हो? पूछो अपने आप से! मैंने भी देखा है, तुम्हारे अकाऊंट में भी १०-११ लड़कियाँ हैं, किसी फेक आय डी से, पहले खुद को देखो, बाद मे बोलो मुझे। ॲटलीस्ट मैं किसी फेक आय डी से सेक्स तो नहीं करती, तुम्हारे जैसे!''

"अच्छा? वो तो ऑनलाईन टाइमपास था, और मैंने तुम्हें बोला भी था!''

'जिनके घर शीशें के होते हैं वो दूसरों पे पत्थर नहीं फेका करते'- याचं संदर्भासहित स्पष्टीकरण त्याला मिळालं होतं.

सुऱ्याकडे आता काही उत्तर नव्हतं!

"तो, मैंने भी तुम्हें बताया था, और पढो और, मैने किसीसे 'सेक्स' नहीं किया एक बात तुम बोलो - तुमने मुझे कॉल क्यूँ नहीं किया? जिंदा हूँ मैं या मर गयी? पता भी है तुम्हें मैं कितने स्ट्रेस में थी?''

"वो मुझे नहीं पता! और आगे से मुझे तुम्हें कॉल भी नहीं करना.'' - सुऱ्याने शेवटी मनातलं बोलून टाकलं. हलकं वाटत होतं त्याला.

"ओहहह... तो सुनो - आगे से मुझे फोन मत करो, मेरी दीदीने अगर मेरे डॅड को बताया, तो तुम्हारा कुछ भी हो सकता है, और उस वक्त मैं तब शायद अकेली फील कर रही थी और तुम्हारे क्लोज आयी. क्यूँ मैंने तुमसे प्यार किया. पागल थी मैं - मिस्टेक थी मेरी, मैं शायद 'लस्ट' को प्यार समझ बैठी थी. I am tired of you...''

"ओहहह, ये सही कहा तुमने! तो वो बस 'लस्ट' था? तुम्हें पता भी है हफ्ते से सोया नहीं हूँ मैं?'' - सुऱ्या रागाने बरळत होता.

"हां, मैं तो खुश थी! हहह -थक गयी हूँ मैं तुमसे''

"एक बात पता है तुम्हें?''

"क्या?''

"रंX हो तुम, लडको के साथ खेलने का शौक है तुम्हें'' - सुऱ्याचा राग डोक्यावरून वाहत होता.

"क्या? क्या बोला तुमने? अगर यही बात मैंने मेरे डॅड को बताई तो क्या होगा पता है ना तुम्हारा?''

काही वेळ दोघांच्या मध्ये एक विचित्र शांतता रुजली अन् का कुणास ठाऊक पिया मोठ्याने रडायला लागली. "तुम मुझे ऐसे कैसे बोल सकते हो, वो मेरे दोस्त हैं, और पहले भी बोला है मैंने की, - उनसे मैंने सेक्स तो नहीं किया! क्या कहा तुमने? रंX? Say that to your mom and sister, you bastard!!!"

भीती, शांतता अन् राग एकाच वेळी दोघांमध्ये आला होता. काय झालंय काय आज?

तसंही सेक्स चॅट करताना त्याने कितीतरी वेळा 'तो' शब्द वापरला होता अन् तिनेही तो शब्द स्वतःसाठी आनंदाने वापरला होता. पण आज वेळ वेगळी होती, परिस्थिती वेगळी होती. परिस्थितीनुसार एकाच शब्दाचे कदाचित वेगवेगळे अर्थ निघत असावेत!

"बस्स, आगे से मुझे तुम्हारी आवाज भी नहीं चाहिये, दफा हो जाओ मेरी दुनिया से, और आगे से फोन किया तो ठीक नहीं होगा, वार्निंग समझ लो इसे! और आगे से मुझे कॉल, मेल या मुझसे काँटॅक्ट किया, तो मुझसे बुरा कोई नहीं होगा! आज ही, अभी मैं मेरे सारे अकाऊंट्स डिलीट करती हूँ. मत भूल, की मेरे डॅड के दोस्त यहाँ के पोलीस कमिशनर हैं! घिन आती है मुझे तुमसे अब.. You really hurt me today, दीदी सही कहती थी - जो ऑनलाईन मिलते हैं वो सेक्स के लिये कितना फ्रस्ट्रेट होते हैं - उनपे कभी भरोसा नहीं करना चाहिये! आय हेट यू..." पिया रागाने ओरडली.

"अरे जा! तुम्हारे लिये तो वो ५-६ बंदे हैं ना - जाओ उनके साथ!"- सुऱ्यानेही तेवढ्याच रागाने उत्तर दिले.

"You are sick, गेट लॉस्ट"... ओरडून पियाने फोन ठेवला.

सुऱ्या आपल्याच अंतरंगात फिरू लागला!

त्याचं एक मन त्याच्याशी बोलू लागलं- का मी पियाला भेटलो? सेक्स? हो हो सेक्ससाठीच - प्रेमबिम काही नाही, भ्रम आहे फक्त! फक्त सेक्स - बाकी काही कारण नाही! अन् दुसरं कारण म्हणजे - ती एकटी, एकुलती एक होती, श्रीमंत घरातली होती - आयता पैसा मिळवायची हौस! जर प्रेम होतं, तर लगेच पहिल्या भेटीत तिच्याबरोबर सेक्स का केलास? तिच्या एकटेपणाचा, तिच्या डिप्रेशनचा तू फायदा घेतलायेस सुऱ्या! अन् तिला 'रंX' बोलतोस, आधी बोललेले वेगळे अन् आत्ता वेगळे! - मग तू कोण? तिच्याबरोबर असतानाही तू ऑनलाईन पोरी शोधतच होतास ना? मग तू कोण सुऱ्या? पुरुषाच्या चारित्र्यासाठी एखादा त्याहूनही हजारपट वाईट शब्द असेल, तर त्याच्या लायकीचा आहेस तू सुऱ्या, ऐक माझं - सोड, जाऊ दे तिला! यातच तुमच्या दोघांचं भलं आहे! - त्याचं एक मन त्याच्याशी

ओरडून बोलत होतं.

त्याच्या दुसऱ्या मनाने लगेचच त्याला बोलायला सुरुवात केली - तिचे उघडे, न्यूड फोटोज तुझ्याकडे आहेत, बघतोयेस काय - टाक ऑनलाईन, होऊ दे काय व्हायचंय ते. तिने तुला वापरले आहे, तू बदला घे, बदनाम कर तिला.

'नाही, नको - तू एवढाही नीच नाहीस सुऱ्या, डिलीट कर तिचे सगळे फोटो!'

त्याने सगळे फोटो एका पेन ड्राइव्हमध्ये ठेवले होते. जर चुकून हा पेनड्राइव्ह कुणाच्या हातात गेला तर... कधीतरी तू तिच्यावर खरं प्रेम केलं होतंस ना?

त्याच्या मनात धस्स झालं.

तो बाहेर आला अन् एका मोठ्या दगडाने तो पेनड्राइव्ह ठेचून टाकला. बास, सुऱ्याच्या ऑनलाईन प्रेमाचा तिथेच त्याच दगडाने ठेचून अंत झाला.

रागानं त्याच्या मनात एक पोकळी तयार झाली होती. जाऊ दे! जे झालं ते बरं झालं!

सुऱ्याला पियाला अशा वेळी वाईट शब्द वापरल्याबद्दल वाईट वाटू लागलं. रागाच्या भरात तो तिला नको ते बोलला होता. त्याचं मन त्याला खाऊ लागलं. माफी मागण्यासाठी त्यानं तिला पुन्हा कॉल केला. पण तिचा काही रिप्लाय आला नाही. तिनं त्याचा नंबर ब्लॉक केला होता. अन् त्याचा ई-मेल आय डी उडवून टाकला होता.

पुन्हा त्याला तिला बोलावेसे वाटले. तिचा नंबर बंद होता. तिने आय डी बंद केले होते.

'जाऊ दे यार, लाईफ आहे हे–' असं म्हणत त्यानं मनाला समजावलं. कुणाला काय सांगणार? कदाचित दोघंही चुकीचे होते. काही गोष्टी वेळीच थांबल्या तर बऱ्या असतात, पण पियासाठी वापरलेल्या वाईट शब्दांसाठी तो स्वतःला आयुष्यभर माफ करू शकणार नव्हता.

११

सेमिस्टर ८ : फायनल इयर, फायनल सेमिस्टर

जयानं खाणं-पिणं बंद केलं होतं. मागच्या ५-६ महिन्यांपासून त्याचं वजन १०-१२ किलोंनी कमी झालं होतं. त्यानं त्याच्या मोठ्या भावाला त्याच्या अन् हर्षलाबद्दल सगळं सांगितलं होतं. घरच्यांना काही कळायला मार्ग नव्हता, की जयाचं काय करावं? शेवटी त्याच्या मोठ्या भावानं त्याच्यासाठी हर्षलाच्या घरच्यांना भेटायचं ठरवलं होतं. हर्षलाचा भाऊ अन् तिची आई यांच्याशी बोलणं झाल्यावर त्यांनी एकमेकांना हर्षलाच्या घरी भेटायचं ठरवलं.

जयाचा भाऊ जयापेक्षा अगदी वेगळा होता; दारू तर सोडाच, पण तो साधी बडीशेप पण खात नव्हत. कसलं व्यसन नाही. जयावर त्याचा कमालीचा जीव होता.

ठरल्याप्रमाणे ते दोघंही घरची स्कॉर्पिओ घेऊन हर्षलाच्या शहरात आले. काही वेळ तिथे त्यांच्या एका मित्राच्या फ्लॅटवर जाऊन ते दोघे फ्रेश झाले. हर्षला आधीच २-३ दिवस घरी आली होती. संध्याकाळी ते हर्षलाच्या घरी भेटण्यासाठी जाणार होते, आत्ता दुपारचे ३ वाजले होते. जयाच्या वडिलांनी मुद्दामहूनच यायचे टाळले.

आजकाल जया अन् त्याचे वडील एकमेकांसमोरसुद्धा येत नसत. पण पोराच्या सुखासाठी त्यांनी त्यांच्या मोठ्या मुलाला हर्षलाच्या घरी पाठवलं होतं.

भेटायला काही वेळ होता, म्हणून थकलेला जयाचा भाऊ गादीवर पडताच झोपला होता. तो जास्त शिकलेला नसला, तरी घरची बागायत अन् गावातल्या राजकारणात तो सक्रिय होता.

जयाच्या भाऊ रणजित हा साधारण ३०-३१ वर्षांचा होता. त्याचं लग्न झालं होतं. गावात त्याला बराच मान-सन्मान होता. ६ फूट २ इंच उंची, भारदस्त शरीर!

जया त्याच्या झोपलेल्या भावाकडे बघत होता.

का काय माहीत, पण त्याचं मन भरून आलं. आपल्या घरचे आपल्यासाठी एवढं करतात, अन् आपण त्यांची काही काळजी करतो का? सगळं आपल्या मनाला वाटतं तसंच केलंय आयुष्यभर! काय करतोय आपण? काय होईल आज? या विचारानं त्याचं मन उदास झालं होतं.

संध्याकाळचे पाच वाजले आणि जयानं त्याच्या भावाला उठवलं. तिथून ते

दोघेही चहा पिऊन- फ्रेश होऊन, मित्राचा निरोप घेऊन निघाले. मुद्दामहूनच दोघांनीही ते कशासाठी आले आहेत, हे मित्राला सांगितलं नव्हतं.

जयाचं मन सुन्न झालं होतं.

रणजितनं पांढरा कुर्ता अन् जीन्स घातली होती. आपले केस आवरत तो जयाबरोबर निघाला. हर्षलाच्या घरासमोर पोहोचले. हर्षलनं बाहेरूनच त्यांना बघितलं.

त्याच्या डोळ्यांत आग भडकत होती. जयानं हर्षलला बघितलं. जयाचे डोळे आज शांत होते.

दोघांनीही घरात प्रवेश केला. हॉलमध्ये एकदम शांतता पसरली होती. सोफ्यावर हर्षलाची आई अन् हर्षला बसल्या होत्या.

हर्षला मान खाली घालून आपल्या पायांकडे बघत बसली होती. डाव्या पायाची बोटे उजव्या पायावर टेकलेली होती अन् उजव्या पायाचा अंगठा ती फरशीवर हळूच घासत होती.

हर्षला आधीच रडलेली होती. तिचे ओले झालेले गाल जयाच्या अन् रणजितच्या नजरेतून सुटले नव्हते.

जया आत गेला तसा तो हर्षलाच्या आईच्या पाया पडला. असं त्याला का करावंसं वाटलं, हे त्यालाच समजलं नाही. असं त्यानं आधी कधीच ठरवलं नव्हतं. त्याच्या मनात हर्षलाच्या आईबद्दल सन्मान होता, आदर होता!

'हां... बस बस' हर्षलाच्या आईनं त्याला हातही न लावता बसायला सांगितलं. रणजित अन् जया दोघंही दुसऱ्या सोफ्यावर बसले.

वातावरण बरंच तापलेलं होतं. कुणी काहीच बोलत नव्हतं.

दुसरीकडे खुर्चीवर हर्षल बसला होता. त्याचे हात त्याच्या गुडघ्यावर होते अन् त्याच्या डोळ्यांत राग भरलेला दिसत होता.

२-३ मिनिटं कुणीच काही बोललं नाही.

"तुमचे वडील नाही आले?" हर्षलाच्या आईनं शांतता भंग केली. त्यांनी रणजितकडे बघत विचारलं.

"नाही" - मान हलवत रणजितनं उत्तर दिलं.

"का?"

"ते त्यांना थोडं काम व्हतं, मणून नाय जमलं" -रणजितनं चाचपडत उत्तर दिलं.

"ओहह! बरं - बोला काय बोलायचंय ते, आता आलाय भेटायला एवढ्या दुरून तर बोला..! वेळ का वाया घालवायचा.. नाही का?" - थोडंसं हसत हर्षलाची आई कुजकेपणानं बोलली.

त्यांनी त्या दोघांना चहा सोडा, पण साधं पाणीही नाही विचारलं.

“कसंय ना? ह्या दोघांचं प्रेम आहे एकमेकांवर! बगा जरा ह्याच्याकडे- पोरगी पण सुकलीय किती? आपुण काय मदे करायचं? नाही का?” - रणजितनं अजून एकदा नीट बसत बोलायला सुरुवात केली.

“घरी बगा लय बागायत हाय आपली, अन् आमी दोघं, आय अन् वडील! बस्स! तसं हिने सांगितलंच असेल तुमाला? नाय का?” - रणजीत हर्षलाकडे बघत बोलला.

हर्षला अजूनही खालीच बघत होती. जयानं तिला एवढं घाबरलेलं कधीच बघितलं नव्हतं.

“अजून काय बोलू मी आता। - आपल्याला साळा कधी जमली न्हाय, हा अभ्यासात हुशार म्हणून शिकवलं ह्याला, पण नोकरीची गरज नाही आपल्याला, सातवी पासनं हॉस्टेलवरच राहतोय हा बगा!”-रणजितनं जयाच्या खांद्यावर हात ठेवला.

“अहो, असं कसं बोलताय तुम्ही.. अन् आपली जात वेगळी आहे - माहितेय ना. कसं शक्य आहे...? समाजात राहायचंय आपल्याला! तुमच्या पाहुण्यांत स्वीकारतील का हिला? अन् आमचे पाहुणे स्वीकारतील का ह्याला? काय बोलताय तुम्ही? तुम्ही मोठे- जरा समजवून सांगा याला काहीतरी!” -जयाकडे रागाने कटाक्ष टाकत हर्षलाची आई बोलली.

“हे बगा, हे दोघेही शिकलेले, आता ही दोघं गावात तर नाय ना राहणार? राहतील पुण्याला नायतर मुंबयला! अन् समाजाचं बोलाल तर, कोणत्या समाजाची गोष्ट करताय तुम्ही? ऐन वेळी येतं का कोण मदतीला? सगळे तमाशा बघायला पुढं. आता जातीचं काय घेऊन बसलात? मी काय म्हणतो - इंटरकास्ट काय होत नाहीत का आजकाल? - आता सगळे राजकारणी बघा, हे सिनेमावाले बघा - जवळ जवळ सगळे इंटरकास्ट! कसंय ह्या दोघांच्या सुखापुढे आपलं काय ना? उगाच आपण आत्ता नाय म्हणायचं अन् ह्यांनी एक दूजे के लिये सारकं काय केलं तर काय करणार?”

“तुम्ही काय लग्नाची मागणी घालायला आलात काय? ही शिकतायेत अजून!” -हर्षलाची आई राग आवरत बोलली.

“घाई नाय आपल्याला- अन् ह्याची मर्जी. ह्याला नोकरी करायची तर करंल; नायतर कंपनी काढंल कसलीतरी पुढं.”

“काय जोक वाटतोय का तुम्हाला? कंपनी काढणं म्हणजे? अहो, लोकांची आयुष्यं गेली कंपनी काढण्यात... मला वाटलं होतं - कदाचित तुम्ही तरी समजून घ्याल.”

“म्हंजी?”

“म्हणजे, माझं बोलून संपलं. हर्षला तू आत ये” - हर्षलाची आई रागानं बोलली अन् आत निघून गेली. मागोमाग हर्षला पण निघून गेली, जाताना ती भरलेल्या डोळ्यांनी जयाकडे बघत होती.

“चला बाहेर, या!” - हर्षल आवरलेला राग बाहेर काढत मोठ्याने ओरडला.

“आओ, ओरडताय काय?” रणजित संयम ठेवत बोलला.

“चल, बाहेर” - हर्षलनं रणजितला धक्का दिला.

‘HD - भाऊ आहे माझा तो, नीट बोलायचं, जो काय राडा आहे ना तो तुझ्यात अन् माझ्यात आहे!” जया मध्ये पडला.

“जयंता, चल तू” - रणजित त्याला ओढत बाहेर आला. “थांबणार नाही!”

“जया, लय झालं आत्ता, इथूनपुढे सगळं थांबवायचं! - कळलं?” - HD रागानं बोलला.

“आरं हर्षल, हर्षलच ना तू - ऐक माझं” -रणजित मध्ये पडला.

सण्ण ssss - क्षणातच HD नं रणजितच्या कानाखाली वाजवली.

जयाची दुनिया त्याच्याभोवती फिरू लागली.

हर्षला पळत खाली येऊ लागली. तिच्या आईनं तिला अडवलं, अन् मोठ्यानं ओरडली - “तुझ्यासाठी त्या अडाणी माणसाशी बोलले मी! अजून काय काय करू मी?”

‘तुझ्यासाठी मी त्या अडाणी माणसाशी बोलले मी’ हा आवाज जयाच्या कानात घुमू लागला, त्याला मेल्याहून मेल्यासारखे झालं.

रणजितनं दोन्ही हात हर्षलसमोर जोडले - “झालं-गेलं ते इसरा सगळं - कसंय हर्षल - रांगडा तर मी तुझ्यापेक्षा जास्त हाय, पण आज इथं मारामारीसाठी नाय आलो! पुन्हा इथून पुढं माझ्या तू समोर येऊ नकोस, नैतर आधी कुबड्या देइन अन् मग पाय तोडीन!” - रणजितचा राग अनावर झाला होता. -“आरं एवढा पण गर्व नसावा- त्या रावणाची सोन्याची लंका नाय राहिली ह्या गुर्मीमळं; तर तुज्या माज्या साध्या माणसांचं काय?”

“जया, जा गाडीत बस” - रणजितनं आपल्या लहान भावापुढे अश्रू लपवण्यासाठी आपला रेबॅनचा गॉगल घातला अन् जोरानं तो जयावर ओरडला.

रणजितच्या गालावर एक अश्रू वाहत आला. त्यानं तो दुसरीकडे तोंड करून पुसला. जयाच्या नजरेतून ते निसटलं नाही.

कदाचित HDने मारलेल्या वेदनेने नाही, पण असा अपमान त्याचा कुणी केला नव्हता. त्याचं मन त्याला खात होतं.

रणजितनं स्कॉर्पिओ चालू केली, अन् दोघंही सुसाट निघाले. एकही शब्द दोघांमध्ये निघत नव्हता. रणजितला जयापेक्षा जास्त राग आहे, हे जयाला माहीत

होतं, पण त्यानं तो राग गिळला होता.

जया डोक्याला हात लावून बसला होता. चार-पाच तासांनी रात्री १०-११ वाजता ते घरी पोहोचले.

घरी सगळे जमा झाले होते. रणजित सरळ आत गेला. त्याला आत्ता कुणाशी काही बोलायचं नव्हतं! झालेलं प्रकरण जयानं त्याच्या वडिलांना सांगितलं.

"हुशार हुशार म्हणता इज्जत काढली तू आमची? शिकायला पाठवलं का हे धंदे करायला पाठवलं? ऐक, ऐक तू - तू आत्ता काय खाल्लं काय अन् न्ह्याय काय, अन् तू मेला काय, जगला काय, मला काय फरक नाय पडत! डोळं वर करून बघायची हिम्मत नाय होत ह्या रणजितकडं कुणाची.... आन तू..... तुज्यामुळं मान खाली घालायची येळ आली -"

"कान उघडं ठिवून ऐक - माज्या जिवात जीव असपर्यंत तरी तुझं त्या पोरीशी आता लगीन होणार नाही. तुला पोरगीच पायजे ना - बगतु मी दुसरी !" - जयाचे वडील रागानं त्याच्यावर ओरडले.

जया खाली बसला होता. तो रडत होता. काय बोलावं, काय करावं - काहीही कळत नव्हतं त्याला.

"रणजित चल गाडी काढ, चल आताच त्याच्या घरी जाऊ, त्यांनी तुजी माफी आजच मागितली पायजे..." जयानं त्याच्या वडिलांना एवढं रागावलेलं कधी नव्हतं बघितलं.

"तात्या नकू. - त्यांनी माती खाल्ली म्हणून आपुन खायची गरज काय?, जर त्याला मारायचंच होतं तर तो काय भारी नवता मला! अन् चूक आपलीच हाय!"

रणजित घरात गेला, "काय झालं नाय - इसरून जा सगळे!"

जयानं दुसऱ्या दिवशी पहाटेच आपली बॅग उचलली अन् कुणाशीही न बोलता तो हॉस्टेलवर आला. सारखे त्याच्या डोळ्यांसमोर रणजितचे अश्रू, त्याचा अपमान दिसत होता. रात्री त्याला झोप लागत नव्हती. कुणाशीही तो काही बोलत नव्हता! २-३ दिवस तो रूमच्या बाहेर आला नाही. त्याच्या जेवणाची प्लेट सुऱ्याच रूमवर आणत असे.

दिवसभर तो रिकाम्या विचारात पडून राहिला. त्याचा मोबाईल वाजला.

"हॅलो, आय ॲम सॉरी - जयंत, मला माहीत नव्हतं हे सगळं होईल म्हणून, असं कसं दादा त्यांना मारू शकतो?" -हर्षला रडत बोलली.

"हं."

“मी माझ्या आईशी भांडले - बघ ना माझ्या सासरच्या लोकांना- साधं तिनं तुम्हाला पाणी पण नाही विचारलं! अन् काय काय बोलली ती तुम्हाला! - काय शिकून उपयोग तिचा... ह्हह! माझ्या घरचे स्वतःला सुशिक्षित समजतात अन् थोडे पण मॅनर्स दाखवत नाहीत... ह्हह!”

‘हं’ जया आपला एक हात आपल्या कपाळावरून फिरवत होता. “सासर? हाहाहा”

‘हसतोयेस काय? मी रडतेय इकडे - मुलगा बघायला सुरुवात केलीये त्यांनी! काय करू मी?’

“आय ॲम सॉरी हर्षे. त्यानं मला मारलं असतं ना, तर चाललं असतं, पण माझ्या भावाला...” अन् जयाचा आवाज कोरडा झाला. त्याचे डोळे भरून आले. त्याच्या डोळ्यांतून अश्रू वाहू लागले. थोड्या वेळानं त्यानं अश्रू पुसले.

“हर्षे ब्रेक-अप करू आपण!” - जयाला त्याचे अश्रू अन् हुंदका आवरता नाही आला.

“काय? हेच का तुझं प्रेम?”

“प्रेम.... प्रेम... खड्ड्यात गेलं प्रेम यार! प्रत्येक वेळी माझ्या भावाचा चेहरा माझ्या डोळ्यासमोरून फिरतोय. माझ्या भावाच्या इज्जतीपेक्षा या जगात दुसरं मोठं असं काहीच नाही...! ना तू! ना तुझं प्रेम..!” -जया ओरडून बोलला.

“मग मी काय करू सांग?” - हर्षला रडत बोलली.

“बस्स, हर्षे” - अन् जयानं तिचा फोन ठेवला.

हर्षल हॉस्टेलवर नव्हता. तो MPSCच्या इंटरव्ह्यूसाठी पुण्याला गेला होता.

दिवस अशाच निराशेत जात होते. हर्षला अन् जया दोघेही एकमेकांशी बोलत नव्हते. प्रेमाचा सगळा रंग उतरला होता, जयाचा रागही दिवसेंदिवस निवळत चालला होता.

१-२ महिन्यांनंतर :

सुऱ्या, अक्ष्या, समीर अन् जया GDवर गेले. अक्ष्याचा CATचा स्कोर आल्याने तो निवांत झाला होता. तरी त्यानं अल्कोहोल अन् सिगारेट अजून सुरू केली नव्हती.

“यार अक्ष्या, तुझी तर लाइफ झाली सेट, कसे का असेना साल्या तू आता IIMd त जाणार! ब्रॅंड लागणार तुझ्या नावावर IIMdचा!” -सुऱ्या हसत बोलला.

“दम, लागतो त्यासाठी, उगीच प्रॉब्लेम्ससमोरून पळून जाऊन काही नाही होत” -समीर सुऱ्याकडे बघत बोलला.

"पण खरं सांग अक्ष्या, सोनियाची आठवण येते का तुला?'' -सुऱ्या वोडका उघडत बोलला.

"खरं सांगू, येते यार.... ! पण लाइफ हेच आहे.''

"आज तरी पी लXX - म्हणजे तू प्रेम करतोस तर तिच्यावर अजून?'' - सुऱ्या.

"जर प्रेमाचा अर्थ - तिचं काही वाईट होऊ नये असा असेल तर हो, मला तिला IFS झालेलं बघायचंय!'' - अक्ष्या.

"प्रेम वगैरे सगळं फालतू आहे रे, सुरू होतं डोळ्यातून अन् संपत बेडवर'' सुऱ्यानं एक शॉट मारला. सुऱ्या सहसा नीटच घ्यायचा; त्यात त्याला काही पाणी, सोडा टाकलेले चालायचं नाही.

"तस नाही रे XXX, तुझ्यात दम नाही ते सांग ना?'' - समीर हसत बोलला.

"तुझ्या आहे ना, पडायला लागलाय बघ खाली - हाहाहा''- सुऱ्या जोरजोराने हसू लागला! "पोपट झाला रे.. हाहाहा''

"झाला ना पोपट, मग ऊड!'' - समीरनं उत्तर दिलं.

"हाहाहा'' - अक्ष्या हसू लागला.

"**झा**लं ना तुमचं? - बस्स कर यार आत्ता.'' -जया वैतागून बोलला.

"जया काय झालंय रे तुला, एवढा विस्कटलाय का? एकदम थंड झालायेस तू, बोलत नाहीस आजकाल हर्षलाशी.'' -अक्ष्या

"काही नाही यार'' - जयानं झालेला किस्सा कुणालाच सांगितला नव्हता. मनात त्यानं तो दाबून ठेवला होता. हर्षलानंही तिच्या कोणत्याच मैत्रिणीला सांगितले नव्हते.

"या सुऱ्याचा काय किस्सा आहे?'' - अक्ष्यानं मध्येच विचारलं.

"समीर नको, भोXXX! काही नको सांगू याला'' -सुऱ्या समीरकडे बघत रागानं बोलला.

"सांगेन, पण तू आधी उचल ग्लास, माहितेय आपल्या ग्रुपचा नियम आहे, की ड्रिंक्ससाठी कुणी कुणाला फोर्स करायचा नाही, पण आज मी करतोय! भावा रँक आलीये तुझी! आज होऊ दे!'' - समीर

अक्ष्यानंही ग्लास उचलला. जवळ-जवळ दोन वर्षांनी तो पीत होता.

चिंटूभाईनं आनंदानं अजून एक बाटली गिफ्ट म्हणून दिली. TVवर कजरारे, कजरारे - तेरे कारे कारे नैना '- गाणं लावलं अन् सुऱ्या उठून नाचू लागला. त्यानं समीरला, अक्ष्याला अन् जयाला उठवलं, कुणीच उठलं नाही. सुऱ्या एकटाच नाचू लागला. अल्कोहोलच्या नशेत धुंद झाला होता तो!

चिंटूभाईनं गाण्याचा आवाज वाढवला. मित्रांच्या सहवासात नाचण्याची सर कशालाच नाही. तो मजेत नाचत होता. बाकीचे त्याच्याकडे बघत होते. काही वेळाने पुन्हा तो खाली बसला.

"अरे समीर - पण तू या सुऱ्याचा किस्सा नाही सांगितलास."- अक्ष्या

"अरे, यानं एक पोरगी ऑनलाईन पटवली होती...' - समीरनं हसत सांगायला सुरुवात केली.

"समीर आईघाल्या, नको सांगूस!" -सुऱ्या समीरच्या मागे हातातील ग्लास सांभाळत पळाला.

"अन् तुम्ही सांगितलं नाही मला?"

"नाही! हाहाहा" - समीर टेबलाभोवती पळत होता अन् सुऱ्या त्याच्या मागून!

"अण्णाला माहितेय?"

"त्यालाही माहीत नाही."

"समीर गप्प बस!" सुऱ्या हातातील ग्लास सांभाळत बोलला.

"यार मैत्री म्हणता - तर मग सिक्रेट कसे काय ठेवता?" - अक्षाने सुऱ्याला पकडले.

मैत्री कितीही घट्ट असली तरी, सगळीच सिक्रेट्स कुणी कुणापुढे ओतत नाही. जया मनात एक मोठं सिक्रेट घेऊन जगत होता.

वातावरण अगदी आनंदात नाचत होतं. बऱ्याच वेळानं अक्ष्या, जया, सुऱ्या अन् समीर पीत बसले होते. अण्णा आला नव्हता, कारण तो पीतही नसे अन् त्याची MPSCची तयारी महत्त्वाची होती.

"अरे, समीर आम्ही IIMdत पण तू तर साल्या IAS होशील... विसरू नकोस म्हणजे झालं" - अक्ष्या बोलला, IIMdच्या ब्रँडने त्याला 'मी'पासून 'आम्ही'पर्यंत अगदी रमत नेले होते. इज्जत यशाबरोबरच येते.

"अक्ष्या, लXX - आज तुझी कॉलेजमध्ये अशी पोझिशन आहे, की तू कोणत्याही पोरीला प्रपोज कर; नाही म्हणणार नाही ती तुला" - सुऱ्या.

चौघंही मस्त अल्कोहोलमध्ये धुंद होत चालले होते; पण जयाच्या मनात एक वादळ उठलं होतं. बदल्याचं! HDच्या बदल्याचं, पण तो हॉस्टेलवर नसल्यानं त्याला काहीही करता येत नव्हतं.

"अरे याची राणी आहे ना!, जान देगी इसके लिये" -सुऱ्या हसत बोलला.

"तिचा पण स्कोर आलाय ना रे" -समीर मध्येच बोलला.

"हो रे मैत्रीण आहे फक्त ती, बस यार प्रेम म्हणजे काही खेळ नाही" - अक्ष्या नकारार्थी मान हलवत बोलला.

"अरे, प्रेम खेळच आहे." -सुऱ्याला आत्ता चढली होती.

"तुझ्यात दम नाही ते सांग ना!" - समीर.

"काय माझ्यात दम नाही?" असं म्हणत त्यानं चिंटूभाईनं दिलेली व्हिस्कीची बाटली तोंडाला लावली.

सुऱ्या आत्ता पूर्ण नशेत होता.

"अरे मग काय? याच्या आयटमनं सांगितलं, की ती प्रेग्नंट आहे, यानं घातलं शेपूट आत ; अन् ती प्रेग्नंट नव्हती पण!" -समीर हसत बोलला.

"समीर बस हां -बस झालं, आत्ता एक शब्द पुढे नाही बोलायचं, आपलं पण प्रेम होतं अन् आहे, आयुष्यभर राहील! माझा बाप नाही रे तुझ्या बापासारखा! तो नाही दुसऱ्या जातीची पोरगी स्वीकारणार!" -सुऱ्यानं आपल्या हातातील ग्लास जमिनीवर आपटून फोडला.

"झक मारा मग" -समीर हसत बोलला.

"हो, मारतोय, मारेल! माहितेय, माझी पल्सर ब्लॅक कलरची का आहे? कारण माझ्या बापाकडे 'ब्लॅक मनी' आहे... हाहाहा" - सुऱ्याची दारू आता बोलत होती. "अन् हा जया तर काय पागल झालाय त्या हर्षलासाठी, त्याला बोला ना काहीतरी सगळे लागले माझीच मारायला?"

"सुऱ्या - हर्षलावरून काही नाही बोलायचे!" - जया रागानं बोलला.

"तुला वाटतंय का, की माझ्या XXX दम नाही! भोसड्यात गेलास तू, झक मार! तुला काय वाटते तू 'डॉन' आहेस? झक मारा या डॉनची; एक पोरगी पटेना ह्याला...!"

बघताच जयाचा राग डोक्यात गेला, अन् तो सुऱ्याच्या अंगावर धावला - "सांगितलं ना तुला- हर्षलावरून काय बोलायचं नाही ते!"

"समीर, तू सुऱ्याला घेऊन जा हॉस्टेलवर, चढलीये ह्याला" -जया वैतागून बोलला.

"जया, तू पण गप्प बस. प्यायलायत तुम्ही दोघेही जास्त - कळत नाही तुम्ही काय करताय, दोघेही टल्ली, ह्या सुऱ्याला तर नीट मारायची सवय," - अक्ष्या वैतागून बोलला.

"बस का सुऱ्या? हीच का शोलेची दोस्ती?" -जया मध्येच बोलला.

"भोसड्यात गेला शोले अन् भोसड्यात गेली शोलेची दोस्ती! तुम्ही केलं ते प्रेम अन् आम्ही केलं ते लफडं?" -सुऱ्या चिडून बोलला.

आज 'फाईव्ह स्टार्स'ना काय झालं होतं काय माहीत! कदाचित सगळंच बदलत चाललं होतं.

समीरनं सुऱ्याला ओढत बाईककडे नेलं.

"समीर.. बाईक तू चालव रे घोसमडंल हे!" - अक्ष्या

“समीर, आपल्या प्रेमाला काही बोलायचं नाही! पिया जान आहे माझी! दिसतं तसं नसतं, म्हणूनच जग फसतं! अन् ज्याची जळते ना त्यालाच कळते.” समीरनं सुऱ्याच्या बाईकला किक मारली, सुऱ्या मागे बसला.

सुऱ्या मागे वळून ओरडत गेला, ‘You know my pulsar is black bcoz my father have too much black money... maharashtra police zindabad’

अन् समीर अन् सुऱ्या GD वरून निघून गेले.

“नाद पे यार, जळतीये त्याला!” अक्ष्या जयाला हसत बोलला. “पण आज काय झालंय तुम्हाला? सरळ अंगावर धावलास तू?- ते सोड - तुझा अन् हर्षलाचा काय सीन आहे?” - अक्ष्याला अंदाज आला होता, की हर्षला अन् जयामध्ये काहीतरी बिनसलं आहे.

“काही नाही रे, तोच तो HDचा किस्सा, तिची आई पण नाही म्हणतेय, खरं सांगू का? मला काहीच नाही माहीत कि काय होईल आमचं पुढे!”- जया निराशेनं बोलला.

जयाला त्याच्या भावाबद्दल काय झालं, हे अक्ष्याला काहीच सांगायचं नव्हतं!

“तिला तिच्या घरच्यांच्या विरुद्ध नाही जायचंय अन् तिच्या घरचे मान्य नाही होणार. अन् आत्ता तर माझ्या पण घरचे नाही म्हणतायेत तिला! डोक्याला शॉट लागलाय यार! जाम रडतेय हर्षला यार” -जया केसांवरून हात फिरवत बोलला.

“सोड रे, जर नशिबात असेल, तर होईल सगळं नीट, ते म्हणतात ना जे होतं ते चांगल्यासाठीच!” अक्ष्या मध्येच बोलला.

“ह्या नशिबाची तर ना... मानत नाही रे मी हे नशीब - बिशीब” -जया वैतागून बोलला.

तेवढ्यात अक्ष्याचे डोळे विस्फारले.... HDची पोस्ट निघाली होती अन् तो त्याच्या १०-१२ मित्रांना घेऊन पार्टी करण्यासाठी आला होता. आजच तो विद्यापीठात आला होता. PSI नावाचे पद त्याला मिळाले होते. जयानं मान वळवून बघितलं. सगळे १०-१२ पहिलवान! कदाचित HDची प्रतीक्षा संपली असावी. आज त्यालाही हलकं हलकं वाटत होतं, आज तो जयाला फटकवायाला रिकामा झाला होता. जयाच्या डोक्यात त्याच्या भावाला वाजवलेली चापट पुन्हा पुन्हा वाजत होती. रागाने तो लालबुंद झाला होता.

काय होईल पुढे कुणालाच माहीत नव्हतं... साऱ्या आसमंताची छाती धडकू लागली.

HD अन् त्याच्या मित्रानं दुसरीकडे दूरवर टेबल बघितलं अन् त्यांनी त्यांची ऑर्डर दिली. व्हिस्की, वोडका, रम आज वाहून जात होती. त्यांच्या टेबलवर बाटल्यांची ऑर्डर आली. त्यांतील पाच जणांची या वेळी पोस्ट निघाली होती. टेबलच्या खाली बाटल्यांचा ढीग लागायला सुरुवात झाली. तसंही जेव्हा MPSCचा निकाल लागायचा विद्यापीठात ढिगाने PSI व्हायचे!

अक्ष्याच्या मनात भीतीनं धस्स झालं होतं.

ज्या पद्धतीने HDनं जयाकडे बघितलं, त्यावरून काहीतरी आज होणार याची त्याला खात्री पटली होती.

जया अन् HDची नजर एकमेकांना भिडली. दोघांच्या नजरेत एकमेकांची खुन्नस झळकत होती.

जयानं बडबडायला सुरुवात केली - "चोरांना कशी काय नोकरी देते हे सरकार काय माहीत? अन् ते पण पोलीस इन्स्पेक्टरची? लोकांशी कसं वागायचं... काय बोलायचं... ह्याची अक्कल नाही, भोसडीचे साले" - जयाचा राग आत्ता बाहेर आला होता.

"XXX, गप्प बस ना, काय चाललंय तुझं, बस कर!" -अक्ष्या जयाकडे बघत भीतीनं बोलला.

"काहीही होऊ दे; पण माझं प्रेम हे माझंच असणार आहे, अन् ते मी मिळवणारच आहे! मी पण बघतोच की कोण काय माझं वाकडं करतोय ते?" - जया नेहमीप्रमाणे ओरडून बोलत होता.

वातावरणात आता 'कजरारे, कजरारे तेरे कारे कारे नैना' हे गाणंसुद्धा भयानक वाटू लागलं होतं. कुणीतरी कसलंतरी बाजूला भयानक संगीत वाजवत होतं, असा भास होत होता!

पण जया बिनधास्त बडबडत होता. अप्रत्यक्षपणे तो HDला शिव्या देत होता.

परिस्थितीचा अंदाज घेऊन चिंटूभाईनं अजून ड्रिंक्सची ऑर्डर घ्यायची नाही, असं वेटर्सना सांगितलं.

"अक्ष्या, धार मारून येतो मी" -जया तोल सावरत उभा राहिला.

जयाला नीट चालताही येत नव्हतं. तसाच तो उभा राहिला. अक्ष्यानं त्याचा हात हातात घेऊन त्याला लघवी करण्यासाठी नेलं. अक्ष्या त्याचा शर्ट पकडून उभा होता, जयाच्या बाबतीत हे नेहमीचंच असायचं - प्यायल्यावर त्याच्याबरोबर कुणीतरी त्याला पकडायला जात असे!

अक्ष्याच्या मनात अजूनही HDमुळे धडधड वाजत होतं.

"तुला माहितेय का अक्ष्या, माझा भाऊ साधी बडीशेप खात नाही; एकदम साधा - गळ्यात माळ घालतो यार, पण मी इथे साला दारू प्यायला लागलोय,

कुणामुळे, माहितेय?''

''सोड ना जया... गप्प बस.''

''आहेत काही छक्के साले चोर! PSI झालेत आत्ता.'' -जया HDकडे बघत बोलला.

तेवढ्यात HD उठला अन् त्याने जयाला सणकून वाजवून दिली. आधीच प्यायलेला असल्यानं जया खाली पडला.

''झक मारली ना जया, सांगत होतो गप्प बस.'' -अक्ष्या भीतीनं कापू लागला.

''काय रे लXX, जास्त उठायला लागला काय तुझा? भेनचोद माझ्या बहिणीकडे कुणी डोळे वर करून बघत नाही, तू तिच्यावर लाइन मारतोयस? घरी आलास माझ्या? काय हिजडा समजलायेस काय मला?' असं म्हणून त्यानं जयाच्या पाठीवर जोराची लाथ मारली.

''सर, जाऊ द्या ना- प्यायलाय तो - कशाला मारताय?'' - अक्ष्या मध्ये पडला.

तसं एक जणानं मागून येऊन अक्षयच्या पायावर जोरानं लाथ मारली. अक्ष्या जागीच पडला.

''आईघाल्या, तुझ्या बहिणीला विचार - राहू शकते का ती माझ्याशिवाय? तू हिरो समजतोस ना स्वतःला?'' असं म्हणत जया उठून HDच्या अंगावर आला. खाली पडल्यानं अन् मार लागल्यानं कदाचित त्याच्या शरीरातील अल्कोहोलचं प्रमाण कमी झालं होतं. अल्कोहोलची नशा वेळ समजूनच चढत असते.

HDच्या गालावर सण्ण असा आवाज आला. जयानं त्याला कानाखाली वाजवली अन् त्याचा गळा पकडून त्याला मागे सारत खाली पाडलं. HDच्या ओठांतून रक्त येऊ लागलं.

जयाच्या मनात रागानं काहूर माजवलं होतं. पण आपल्या भावाला मारल्याचा बदला घेतला, याचं समाधानही होतं.

HDनं जयाला खाली पाडलं, अन् तो त्याच्या वरती आला. जयानं HDचा गळा धरला होता. बघतो न बघतो तोच HDचे मित्र आले अन् जयाला लाथा मारू लागले. आज तो ओरडत नव्हता. जसं काही त्याच्या सगळ्या भावना मेल्या होत्या. ५-६ जण जयाला लाथांनी मिळेल तिथे मारत होते. पीठ मळतात, तसं ते त्याला मारत होते.

दोघे जण जयाचा हात HDच्या गळ्यावरून सोडवायचा प्रयत्न करत होते.

जया मार खात होता अन् हसतही होता. त्याचे दोन्ही हात HDच्या गळ्यावर होते. मध्येच तो हसत होता. 'एका बापाची औलाद असशील तर एकटा ये भोसडीच्या, तुला मी एकटाच पुरेसा आहे - माझ्या भावापुढे तू साधा झ्याट पण नाही रे.''

शिव्यांचा सुकाळ झाला होता. मध्ये चिंटूभाई अन् बाकीचे लोक आले अन् त्यांनी त्याला सोडवलं.

"HD, आईघाल्या - सोडणार नाही तुला." -जया रागानं ओरडत होता. HD आपला गळा पकडत खोकत उठला.

कदाचित भावाच्या अपमानाचा बदला घेण्यासाठी त्याच्या अंगात कुठल्यातरी शैताननं संचार केला होता.

चिंटूभाईनं HD अन् त्याच्या मित्रांना क्षणाचाही विलंब न लावता आपल्या जीपमध्ये बसवलं अन् त्याच्या ड्रायव्हरला त्यांना घेऊन कुठेतरी दुसरीकडे जायला सांगितलं.

अक्ष्यानं जयाला उठवलं. भांडणात जयाला किती लागलं आहे, हे कळलं नव्हतं. त्याच्या तोंडातून रक्त येत होतं. पोटाला अन् पाठीला बराच मार लागला होता.

जया उठला "कसंय अक्ष्या. - १० जण मारत होते; पण HDला सोडलं नाही मी." तोंडातील रक्त थुंकत त्यानं अक्ष्याकडून मोबाईल घेऊन हर्षलाला फोन केला.

कुणाला काही ऐकू येणार नाही अशा ठिकाणी थोडा दूरवर गेला. तो हर्षलाशी काय बोलला, हे त्याला अन् हर्षलालाच माहीत, पण तो तिच्याशी भांडत होता, हे अक्ष्याला दिसत होतं.

फोन ठेवल्यानंतर तो तिथंच जमिनीवर कोसळला. काय करावं, काय नाही हे त्याच्या मनाला उमजेना. तो सरळ मोठ्यानं रडू लागला. आजपर्यंतचं सगळं दुःख आता त्याला पेलवत नव्हतं, "हर्षला मला असं कसं बोलू शकते?"

"आरं, पण काय बोलली ती?" अक्ष्यानं त्याला विचारलं.

"काही नाही, सोड." -जयाच्या डोळ्यांत अजून राग होता.

"रडू नको रे, जया चल हॉस्टेलवर चल."

"हॉस्टेलवरच जायचंय आत्ता. आज एकतर तो आईघाला राहील नाहीतर मी." -अजून एकदा त्यानं तोंडातील येणारं रक्त थुंकलं.

"अरे, असं बोलून चालत नाही! करिअर पण करायचंय आपल्याला."

"भोसड्यात गेलं करिअर, PSI झालाय ना तो भोसडीचा, आज त्याला मी सोडत नाही, कुणाच्या XXX किती दम आहे हे बघूच आज." - जया फुटलेल्या ओठांवरचं रक्त पुसत बोलला.

"अरे, सोड! काय होणारेय ह्याने, उद्या बघू आपण." -अक्ष्या त्याला सावरत बोलला. त्याच्याही कोपरातून रक्त येत होतं.

"उद्या नाही, आजच... आत्ताच - बस झालं हे."

जयानं आपला फाटलेला शर्ट नीट केला, शर्टच्या खालच्या ३ गुंड्या तुटल्या होत्या. तशीच त्याने गाठ मारली.

"अक्ष्या, आईशप्पथ सांगतोय, हा शर्ट मी तेव्हाच बदलेन, जेव्हा HDला फटकवेन!"

"अरे, पण तो आता इन्स्पेक्टर आहे, आत घालेल तुला. तुझ्या घरच्यांचा तर काही विचार कर." -अक्ष्या अजून थरथरत होता.

"तू काही बोलू नकोस XXX, तुला यायचंय तर ये माझ्याबरोबर, नाहीतर झक मार इथे."

चिंटूभाईने आपली दुसरी गाडी स्वतः काढली, जया अन् अक्ष्या गाडीत बसले. [illegible] आज चिंटूभाईला [illegible] भीती वाटत होती. गाडीत कुणीच काही बोलत नव्हतं!

जया तावानं तरातरा चालत हॉस्टेलच्या गेटवर पोहोचला. अक्ष्या मागून त्याला थांबायला सांगत होता.

"जाऊ दे रे जया."

जया काही ऐकायला तयार नव्हता. आज खुद्द परमेश्वर जरी धरतीवर आले, तरी तो त्यांचं आजिबात काही ऐकणार नव्हता. कदाचित हर्षलाच्या एकेक शब्दानं त्याचं सारं अंग, साऱ्या नसा फुलवल्या होत्या. सरळ तडक तो हॉस्टेलवर आला.

"अरे, ऐक.... पण काय बोलली हर्षला?" - अक्ष्या मागून ओरडत होता.

आज हॉस्टेलवर कोजागरी पौर्णिमा होती. हॉस्टेलचं वातावरण एकदम मस्त होतं. हॉस्टेलसमोर मोठी दगडी चूल तयार केली होती. चुलीवर मोठी कढई अन् त्यात दूध! मोठ्या आवाजात म्युझिक वाजत होतं. नेहमीप्रमाणे फर्स्ट इयरचे नवीन बकरे नाचत होते, अन् बाकीचे सगळेच हातात दुधाचा ग्लास घेऊन आपल्या मर्जीप्रमाणे गाण्यावर झुलत होते.

जो भांग पिणारा ग्रुप होता, तो तर तांडव करत होता. कोणी कुणाला भांगेसाठी जबरदस्ती करत नसे. सगळं सालाबादप्रमाणे मजेत चालू होतं. चुलीतील आग बहुतेक जयाच्या मनातल्या आगीपुढे काहीच नव्हती.

जया तडक चुलीजवळ आला अन् त्यानं चुलीतील भलं मोठं जळकं लाकूड उचललं. अक्ष्या मागे तसाच उभा होता. तेवढ्यात सुऱ्याला कळलं, की जया हॉस्टेलवर आला आहे, अन् रक्तानं माखलेला आहे. तो पळतच खाली आला.

जया हातातील जळकं लाकूड घेऊन हॉस्टेलपासून साधारण ५० मीटरवर मुख्य रस्त्यावर आला. तो एकटाच, जोरजोरानं HDला शिव्या देत उभा होता.

सिनिअर्सनी फर्स्ट, सेकंड अन् थर्ड इयरला आपापल्या रूमवर जायला सांगितलं.

तेवढ्यात रितेश बाहेर आला. रितेश HDच्या गँगमधला होता, कुस्तीमध्ये

त्याची युनिव्हर्सिटी झाली होती. चार वर्षं त्याचं अन् जयाचं नेहमीच वाजत आलं होतं. चार वर्षं जयाला मारायचं त्याचं स्वप्न अपूर्ण राहिलं होतं.

HDनं त्याला कॉल करून जयाला अडवायला सांगितलं होतं. HDचा सपोर्ट म्हणजे तो लगेच एका पायावर तयार झाला.

"भोसडीच्या, हॉस्टेल काय तुझ्या बापाचं आहे काय?" रितेश मागून ओरडत जयाच्या अंगावर आला.

"रित्या....." सुऱ्यानं मागून एक मोठा दगड उचलला अन् रितेशच्या पाठीवर मारला.

दगडाच्या जखमेनं रितेश खाली पडला. सुऱ्या जाऊन त्याला तरून लाथा मारू लागला. क्षणातच हॉस्टेलचं रूपांतर गँगवॉरमध्ये झालं. संग्रामनं रूममधली आपली लोखंडी चेन काढली अन् तो धावत सुऱ्याच्या अंगावर आला. अक्ष्या मध्ये पडला अन् सर्रकन त्याच्या छातीवर ती साखळी आदळली, तसा अक्ष्या खाली पडला. जयानंही पळत जाऊन हातातील जळकं लाकूड संग्रामवर फेकलं. संग्रामच्या पाठीवर भाजलं गेलं अन् तो पडला तो पाठीवरच! त्यामुळे पुढचं भाजणं टळलं!

बघतो न बघतो तोच जवळजवळ ४००-५०० विद्यार्थी जमा झाले. त्यांतील बरेच रीफुजी - जे पास होऊनही मित्रांच्या रूमवर स्पर्धापरीक्षा करण्यासाठी राहत होते, त्यांतील काही जण मेन्स पास झाले होते ते- सगळे जण खाली आले. क्षणातच त्यांनी संग्राम, रितेश अन् त्यांचा ग्रुप अन् अक्ष्या, जया अन् सुऱ्याला दूर केले.

"काय समजतोय काय HD साला, हे भिकारी पाठवले मला मारायला, बेहनचोद! जया आहे मी जया– हर्षे बघायचंय ना तुला की खरा मर्द कोण आहे?" - जया बरळत होता.

आता अक्ष्याच्या लक्षात आलं, कदाचित हर्षला त्याला फोनवर बोलली असावी की - 'जर खरा मर्द असशील तर माझ्या भावाला हात तर लावून दाखव!'

राग माणसाला काहीही बोलायला लावतो. त्यात आधीच HDनं हर्षलाला फोन केला होता. रागाच्या भरात हर्षलानं त्याच्या पुरुषत्वाला आवाहन दिलं होतं. आत्ता जयानं त्याच्या भावाचा बदला घेतला होता, पण हर्षलाच्या शब्दांनी त्याला अजून वेडं केलं होतं.

एखाद्या स्त्रीच्या शब्दांत कदाचित जग बदलण्याची ताकद असावी. कदाचित शब्द हेच स्त्रीला परमेश्वरानं दिलेलं मोठं वरदान असावं.

सगळे सुपर सिनिअर्स मध्ये पडले. अण्णा अन् समीर मध्ये आले. जयानं खाली पडलेलं लाकूड उचललं. सगळे जयाला रूमवर जाण्यासाठी विनवणी करत होते; पण जया कुणाचं ऐकायला तयार नव्हता.

पोस्ट मिळाली तरी, HDचं ट्रेनिंग बाकी होतं. अन् अशा वेळी जर का

त्याच्यावर पोलीस केस झाली, तर कदाचित त्याची पोस्ट अडकणार होती, हे जयाला पक्कं माहीत होतं.

"सर, तुम्ही कुणी मध्ये पडू नका, हा HD अन् माझा मॅटर आहे" - जया शांततेने बोलला.

"अरे, पण जयंत, प्रश्न सगळ्या विद्यापीठाचा आहे, आपल्या युनिटीचा प्रश्न आहे. ऐक आमचं, आपल्यासारखी युनिटी आख्ख्या महाराष्ट्रात मिळणार नाही. माहितेय ना? मागच्या महिन्यात आपला एक सिनिअर दगावला, त्याची घरची परिस्थिती हलाखीची होती, तर आपण सगळ्यांनी एकमेकांकडून मिळेल तेवढे पैसे गोळा करून १.२ लाख रुपये जमवून त्याच्या घरी दिले होते. तू पण १ हजार दिलेच होतेस ना? आजच्या या दुनियेत कोण करतं का असं? तुझ्या अन् त्या HDच्या भांडणानं सगळ्या विद्यापीठाचं नाव का खराब करता?" -एक सुपर सिनिअर जयाला समजवायाचा प्रयत्न करत होता.

"नाही. ज्याला नाडायचंय त्यांनी पुढे या, त्या आईघाल्याने मारलं मला १०-१० जणांनी मिळून; त्या वेळी कुठं गेली होती तुमची युनिटी? भोसड्यात गेले सगळे." - जया कुणाचीही पर्वा न करता बडबडत होता. आजची रात्र काहीतरी भयानकच घेऊन आली होती.

"आज एक तर तो HD नाहीतर मी राहीन. बस्स, साला मजाक लावलाय माझा! काय चुतिया आहे काय मी? आज एक तर तो तरी जिवंत राहील, नाहीतर मी तरी..." - जयाचं अल्कोहोल बोलत होतं... की हर्षलाचं आव्हान बोलत होतं? की त्याच्या भावाचा बदला... की सगळंच?

सुपर सिनिअर्सना कळलं, की तो आता कुणाचंही ऐकणार नाही. जवळजवळ हॉस्टेलवर मुख्य असणाऱ्या २० जणांनी त्याला गिरखा घातला होता. सगळे त्याला समजावत होते.

जर जया असाच उभा राहिला, अन् HD जर आज विद्यापीठात आला, तर जया शांत बसणार नाही अन् मग पोलीस केस होण्याची शक्यता आहे. अन् विद्यापीठात पोलीस आले, तर तर सगळ्या स्पर्धा परीक्षा करणाऱ्या रीफुजींना कायदेशीर हॉस्टेल सोडून जावं लागणार होतं. प्रश्न आत्ता फक्त HD अन् जयाचा नव्हता, कित्येक वर्षं MPSCची वारी करणाऱ्या रिफ्युजींचा होता. त्यातील ९०% मुलांची घरची परिस्थिती हलाखीची होती! जिवाचं रान करून सगळे MPSCच्या जीवघेण्या स्पर्धेत, फुलणाऱ्या भविष्याची स्वप्नं बघू पाहत होते.

त्यातील एका सिनिअरला माहीत होतं, की जया अण्णाचा शब्द मानतो, त्याच्या शब्दांची त्याला इज्जत आहे. त्यांनी अण्णाला पुढे जाऊन त्याला समजवायला सांगितलं.

अण्णा पुढे जातो न जातो, तोच जया पुढे आला. "अण्णा प्लीज, आज नाही, आज अज्जिबात नाही, आज तुझं पण ऐकणार नाही मी."

फक्त गर्दी, गडबड, गोंधळ अन् बडबड! वातावरण भीतीनं अन् आवाजानं भरून गेलं होतं. अण्णा मागे सरकला.

कुणीतरी गर्दीतून ओरडला - "अरे कुणीतरी हर्षलाला फोन करून सांगा, ये इथे म्हणून."

पण त्यांनाही कळलं की, हे सगळं हर्षालामुळेच होत आहे! अन् एवढ्या रात्री मुलगी हॉस्टेलच्या बाहेर येणं कसं शक्य? अन् HD पण इथेच!

कुणालाच काय करावं, कळत नव्हतं.

शेवटी काही जण तिथेच उभे राहिले, काही जण परत रूमवर जायला निघाले. कुणीतरी गर्दीतून बोलला की - "हा फक्त याच्या मोठ्या भावाचं ऐकतो. त्याला बोलवा," पण जयाच्या मोठ्या भावाला बोलवायचं झालं, तर ४-५ तास तरी लागणार होते. त्यामुळे सगळे नाराज होऊन, जयाला समजावून परत आपापल्या रूमवर गेले.

जया काहीही न बोलता तसाच ते लाकूड घेऊन अन् शर्ट बांधून उभा होता.

त्याच्या मागे १० फूट सुऱ्या उभा होता.

जयानं सुऱ्याला बघितलं, अन् त्याच्या गळ्यात पडला! "सुऱ्या माफ कर रे मला! मी काय काय बोललो तुला मगाशी, अंगावर आलो तुझ्या मारायला तुला, यार वाट लागलीये माझी."

"बस्स का यार! तूच मला माफ कर... काय काय बोललो मी पण." असं बोलत सुऱ्याने जवळ जाऊन त्याला मिठी मारली.

"बस्स का यार.. ! हीच का आपली शोलेची दोस्ती?" - जया रडत सुऱ्याच्या गळ्यात पडला.

सुऱ्या अन् जयापासून १० फूट मागे अक्ष्या उभा होता, अन् तिथून २० फूट मागे बेंचवर अण्णा न् समीर डोक्याला हात लावून बसले होते.

चारही वर्षांच्या विद्यार्थ्यांची हिंमत नव्हती, की ते मध्ये पडतील. सगळे आपापल्या रूमवर आपला दरवाजा बंद करून बसले होते. साधं गॅलरीत पण कोणी नव्हतं. हळूहळू सगळे सिनियर्स तिथून निघाले!

होते ते फक्त 'फाईव्ह स्टार्स!'

एक तास सरला, दोन तास सरले, रास्ता सामसूम - रात्रीचे २ वाजले होते.

"जया चल रे, नाही येणार HD" - सुऱ्या मागून ओरडला.

जयानं त्याच्या भडकत्या डोळ्यांतून 'नाही' असं उत्तर दिलं.

पहाटे पाच वाजेपर्यंत फाईव्ह स्टार्स तिथेच रस्त्यावर होते. सगळं हॉस्टेल साखरझोपेत गाढ होतं अन् MPSC करणारे काही जण नुकतेच उठायला लागले होते.

आत्ता काय का माहीत जया जमिनीवर बसला, अन् रडू लागला. अण्णा पळत रस्त्याच्या बेंचवरून आला अन् तोही त्याच्या शेजारी बसला. समीर अन् अक्ष्या रस्त्याच्या शेजारी असणाऱ्या बेंचवर तसेच बसले होते. सुऱ्या जयाच्या बाजूला उभा होता. जया अण्णाच्या गळ्यात पडून रडू लागला.

“मी नाही यार, राहू शकत हर्षलाशिवाय.”

अण्णाला काय बोलावं काही कळत नव्हतं.

“या शहरानं, पुण्यानं रंगीन [illegible] यार.” अन् तो अजूनच रडू लागला, “मी हर्षीसाठी माझा जीव पण द्यायला तयार आहे, काही नाही यार, हा सुऱ्या खरंच म्हणत होता, शेवटी रक्त पळतंच रक्ताकडे!”

“अरे, पण झालं काय? एवढा का पेटलायेस आज?” -अण्णानं त्याला विचारलं.

“अरे, मी तिला GD वरून फोन केला, HD अन् त्याच्या मित्रानं मला मारल्यावर - तर मला बोलते, की तू विसर मला! सगळी माझीच चूक आहे असं वाटतंय तिला. मला बोलली, की स्वतःला जर एवढाच मर्द समजत असशील, तर HDला हात लावून दाखव. आजपर्यंत HDनं मला तिच्यामुळे काही केलं नाही, असं ती बोलत होती. मग मी काय बांगड्या भरल्या का हातात? इतक्या दिवसांचं प्रेम असं कसं विसरू शकेल ती?”

‘अण्णा, आईची शप्पथ - मी पण MPSC करणार! बस्स झालं, मस्करीचे दिवस गेले आता! पण एकदा त्या HDला मारल्याशिवाय मला चैन नाही पडणार.” - अन् पुन्हा जया मोठ्याने रडू लागला.

अण्णानं एक हात स्वतःच्या डोक्याला लावला अन् एक हात जयाच्या डोक्यावर ठेवून वर पांढऱ्या शुभ्र चंद्राकडे बघत राहिला.

आधीच कुणीतरी HDच्या सुपर सिनिअर्सनी HDला कॉल केला, अन् त्याचा फोनवरच ‘राऊंड’ घेतला - ‘तुझ्यामुळेच होतंय हे जे काय चाललंय ते,’ असं त्याला खडसावलं. त्याच्या वैयक्तिक जीवनाचा संबंध बाकीच्या विद्यार्थ्यांच्या भविष्याशी जोडायचा काहीही संबंध नव्हता. कदाचित HDला पण समजलं होतं, अन् पुढे त्यालाही सिस्टममध्येच राहून काम पण करायचं होतं. त्यामुळे HDने त्या रात्री हॉस्टेलला नाही जायचं, असा निर्णय घेतला होता.

“जया, चल रूमवर, नाही येणारेय HDआता” - अण्णा मागून ओरडून बोलला.

"तुम्ही जा" -जया ओरडून बोलला.

त्याचा राग अजूनही शांत झाला नव्हता. "चला यार ह्याचा येडझवेपणा असाच सुरू राहील." -सुऱ्या वैतागून बोलला. "ये बाबा, तुझी मस्ती जिरली ना, तर ये मग रूमवर!"

चौघंही रूमवर निघून गेले. जया तसाच उभा होता, एखाद्या दगडासारखा! हातात लाकूड घेऊन!

सकाळी ६ वाजता जया पळतच एका लॉबीतून दुसऱ्या लॉबीकडे आला.

सुऱ्याला झोप लागली नव्हती. आवाज ऐकून तो पळतच खाली आला. भीतानं सरळ तो HDच्या रूममध्ये गेला. रूम उघडीच होती. त्यानं जे बघितलं, त्याचा त्याच्या डोळ्यांवर विश्वासच बसला नाही. जया हातात तेच जळकं लाकूड घेऊन उभा होता अन् त्याच्या समोर HD अन् ५-६ सिनिअर्स ज्यांनी त्याला काल मारलं होतं ते गुडघ्यावर बसले होते. त्यांच्या माना खाली होत्या, त्यांनी त्यांचे हात मागून डोक्यावर ठेवले होते!

HD अन् शरणागती? कसं शक्य आहे? क्षणातच सुऱ्याला कळलं की, स्पर्धा परीक्षा कमिटीने - HDला जयाची माफी मागायला सांगितली असावी अन् हे प्रकरण जिथं आहे तिथंच संपवायला सांगितलं असावं.

जयाच्या डोळ्यांत अजून राग जळत होता - "का रे भोसडीच्या, मार ना आता, काल रात्री लय उडत होतास!" - जयानं रागानं HDची कॉलर पकडली, अन् त्याला उभा करून त्याच्या कानाखाली जाळ काढला - आत्ता त्याचा राग जरा शांत झाला होता. "अरे सुऱ्या, कसं मारू रे ह्यांना - असे हिजड्यासारखे खाली बसलेत. डॉन म्हणे - घंटा."

"जयंत, मिटवायचेय मला हे प्रकरण! बस्स झालं आता, बोल काय करू मी? सॉरी" - HD शांततेत बोलला.

"काय? ऐकायला नाही रे आलं मला, मोठ्यानं बोल." - जया रागानं बोलला.

"सॉरी" - HD आपला राग आवरत मोठ्यानं बोलला.

"जया, लवड्या - बस कर आता - काहीही झाले तरी सिनिअर्स आहेत ते आपले - मला लाज वाटायला लागलीये खरंच! चल घेतला ना बदला तू! - बस कर रे!"

"थांब, सुऱ्या - HD तुला माझी माफी मागायची गरज नाही, माफी माग ती माझ्या भावाची - थांब!" - त्यानं खिशातून आपला मोबाईल काढला अन् त्यानं आपल्या मोठ्या भावाला म्हणजेच रणजितला फोन केला. रणजितनं फोन उचलला.

"दादा, जयंत बोलतोय, तुझ्याशी बोलायचंय कुणालातरी" -जयाच्या डोळ्यांत

आता पाणी आलं होतं. गेल्या काही महिन्यांत त्यानं रणजितला फोन केला नव्हता. HDने रणजितला मारलेली 'चापट' त्याला नीट झोपू देत नव्हती. त्यानं त्याचा फोन लाऊडस्पीकरवर केला होता.

"HD बोल.." HDच्या तोंडासमोर त्याचा मोबाईल करत तो HDला बोलला.

"रणजित, हर्षल बोलातोय, जे काही झालं त्याबद्दल माफ कर मला." -हर्षल शांततेने बोलला.

रणजित ऐकत होता. त्याला काय बोलायचं काही कळत नव्हतं, कदाचित त्याच्याही मनाला थोडीशी शांतता मिळाली असावी.

"ओये, बोल रणजित साहेब, मला माफ करा," - HDवर ओरडत जया बोलला.

"रणजित साहेब, खरंच मला माफ करा." HD खाली मान घालत बोलला.

"जया, चल आता." - सुऱ्या ओरडला.

जयानं HDकडे बघितलं अन् तो गालातल्या गालात हसला.

"नाद नाय करायचा आपला, काय?" - जया रागानं HDला बोलत बाहेर गेला.

बऱ्याच दिवसांनी त्याचं मन शांत झालं होतं.

सकाळ एकदम फ्रेश, ताजीतवानी वाटत होती. रात्री नशेत असल्यानं मार त्याला जाणवला नव्हता, पण आत्ता त्याचं सारं अंग ठणकायला लागलं होतं.

तेवढ्यात त्याच्या मोबाईलची रिंग वाजली.

"केलास ना तमाशा माझा? केलंस ना मनासारखं? मारलंस ना माझ्या भावाला? यानं एक होणार आहोत का आपण जया? - काही कळतं की नाही तुला? बस्स संपलं सगळं आपल्यामधलं!" - हर्षला रागानं बोलली.

"पण तुला कळलं ना की खरा मर्द कोण आहे ते?" -जया लंगडत चालत बोलला.

"तुझ्याशी बोलणं पण ना व्यर्थ आहे - रागाच्या भरात निघालं तोंडातून माझ्या ते, तुला काय वाटतंय तुलाच राग येतो फक्त? तू मला फोन करतो अन् माझ्याच भावाला मारायची धमकी देतो - तर मी काय म्हणू? - रात्रभर झोपली नाही मी"– हर्षला रागानं बोलली अन् रडू लागली. "बस्स खूश ना आता?, हेच पाहिजे होतं ना तुला? बोलू नकोस तू माझ्याशी इथून पुढे!" - अन् तिने फोन ठेवला.

जया सुऱ्याच्या खांद्याचा आधार घेत चालत होता. सगळं निरर्थक वाटत होतं त्याला आता! हे भांडण, कॉलेजमधला 'डॉन' नावाचा टॅग - सगळं - सगळं रिकामं!

१-२ महिन्यांनंतर

जया मुलींच्या वसतिगृहाकडे चालू लागला. चालताना याच रस्त्यावर हर्षलाबरोबर केलेली मस्ती अन् मित्रांबरोबरचे कधीही न पुसणारे क्षण एखाद्या मूव्हीच्या flashback प्रमाणे डोळ्यांसमोरून सरकू लागले. सहजच त्याची नजर कॉलेजच्या इमारतीकडे गेली. या वर्षीच्या गॅदरिंगमध्ये त्याने बनवलेला 'लोगो' इमारतीवर चमकत होता. बघता बघता तो मुलींच्या वसतिगृहासमोर आला. एरवी त्याला बघितलं, की 'हर्षला' असा आवाज करून त्याला चिडवणारा 'मुलींचा आवाज' आज एकदम शांत होता. परीक्षा संपल्यानं, बहुतेक कुणी नसावं हॉस्टेलमध्ये; अन् ज्या असतील त्यांना आता ओरडणं म्हणजे 'जले पें नमक' असं वाटत असेल. मुलींच्या वसतिगृहाशेजारील असलेल्या 'बालोद्यानात' तो गेला. आज उद्यानातील फुललेली 'फुलं' त्याच्याकडे बघून हसत होती.

त्याची नजर समोर बसलेल्या त्याच्या 'परीकडे'- सुंदर हर्षलाकडे गेली. तिचे काळेभोर मोठे डोळे... सरळ नाके... लाल 'लाली' लावल्याने अजूनच लाल झालेले तिचे सुंदर ओठे... आज वारा तिच्या केसांशी त्याने खेळायचे 'खेळ' खेळत होता अन् तिची prefect 'फिगर'! 'हर्षला'ने त्याच्याकडे पहिले. पाहताच तिचे डोळे थोडेसे भरले. तो सरळ काहीही न बोलता तिच्या शेजारी जाऊन बसला. आज जवळ असूनही जीवघेणा दुरावा होता. एखाद्यावर जीव ओवाळून टाकावा, स्वतःपेक्षाही जास्त प्रेम करावं. जीवघेण्या क्लृप्त्या करून तिला आपलंसं करणं अन् तिचं आपल्या आयुष्यातून निघून जाणं कायमचं- हो कायमचं... यासारखं दुसरं दुःख कोणतं असेल तर फक्त नरकातच!

त्यानं केविलवाण्या अन् साशंक नजरेनं तिच्याकडे बघितलं. त्याच्या डोळ्यांतील कितीतरी वेदना त्याच्या मनाला सतावत होत्या! तिनं आपले वाऱ्यावर उडणारे कलर केलेले केस सावरत त्याच्याकडे बघितलं. नकळत त्याचा हात तिच्या गोऱ्या, नाजूक बोटांवर गेला अन् विजेचा झटका लागावा तसा तिनं तो हात झिडकारला.

वातावरण एकदम उदास झालं होतं. मेल्यानंतरही त्यांच्यातलं प्रेम कमी होणार नव्हतं. दोघांनी फक्त एकमेकांवर प्रेम केलं होतं. आयुष्य म्हणजे हेच का... आपली कहाणी इथंच संपणार का... आपण दोघं पुन्हा कुणा दुसऱ्याबरोबर प्रेम करू शकू?

वाराही उदासतेनं वाहत होता. दोघांनी घेतलेल्या शपथा खोट्या नव्हत्या, पण कदाचित कुणाचीच चूक नसतानाही काहीतरी चुकीचं घडत असावं! येणाऱ्या उद्याकडे दोघांनाही बघायचं नव्हतं.

काहीही झालं तरी आपण एकत्र राहू, तुझी सगळी दुःखं मला दे - पण जेव्हा दोघांकडेही सारखीच दुःखं असतील तर तेव्हा काय? दोघंही एकमेकांजवळ असूनही मैलाचा दुरावा होता.

हेच का आयुष्य आपलं... हीच का आपली लव्ह स्टोरी... असंच एकमेकांच्या आठवणीत आयुष्य घालवणार का आपण... दोघांच्या मनात विचारांनी थैमान घातलं होतं... दोघांत फक्त शांतता होती। "सगळं संपलंय जगांत आता" - हर्षलाच्या भरलेल्या डोळ्यांतून अश्रू पाझरू लागले.

"हं..." जया शून्यात बघत बोलला.

"माहितेय? आज मी एवढं का नटूनथटून आले इथं? तुझ्यासाठी... कारण यानंतर आयुष्यात आपण कधी भेटणार?, भेटू की नाही हे माहीत नाही! हे आपल्याबरोबरच व्हायचं होतं का?" -हर्षलानं गालावर ओघळणारे अश्रू पुसले. "बोल ना काहीतरी."

"काय बोलू? कदाचित आपल्या नशिबात हेच लिहिलं असेल." कधीही नशिबाला न मानणारा जया या नियतीच्या चक्रापुढे हरला होता.

"अन् मला माफ कर; रागाच्या भरात त्या दिवशी मी तसं बोलायला नको होतं." -हर्षलाला त्याचा हात हातात घ्यावा असं वाटत होतं, पण तिनं स्वतःला आवरलं होतं.

"सोड ना, जे झालं ते झालं! अन् तूच तर म्हणत होतीस ना, की २०-२१ वर्षांचं घरच्यांशी असलेलं नातं १-२ वर्षांसाठी नाही तोडता येत."

आज दोघांमध्ये कमालीचा दुरावा होता. काहीतरी हरवलं आहे, हे दोघांचीही मनं एकमेकांना सारखं सारखं सांगत होती.

"कमीत कमी, हात तरी हातात दे यार." -जयाचे ओले डोळे तिला बोलले.

"नाही रे, मग मला आवरणार नाही अन् मग माझं मलाच फसवल्यासारखं होईल."

"बरं!" पुन्हा एकदा जीवघेणी शांतता.

"ऐक ना, तू एखादी चांगली मुलगी बघून लग्न कर; अन् पिणं जरा बंद कर, प्लीज! मी माझं जुनं चॅटिंगचं अकाऊंट डिलीट करतेय! अन् घरी चाललीये मी आत्ता काही वेळानं!"

जया फक्त ऐकत होता, अन् अडवलेले अश्रू त्याच्या डोळ्यांतून वाहू लागले.

आत्ता हर्षलाला आवरलं नाही. तिनं त्याचा हात हातात घेतला.

“रडू नको रे शोन्या!” -रडतच ती बोलली.

“नाही गं, रडत नाही मी.” -जयानं वर बघितलं अन् आपले अश्रू आवरण्याचा निरागस प्रयत्न केला.

“मी नाही रे तुला विसरणार आयुष्यभर! मी ना लग्नच करणार नाहीये.” -हर्षला रागानं पण रडत बोलत होती.

“मी पण...!” -जयाला आता रडू आवरलं नाही.

“अन् तुझ्या मित्रांना भेटायला जाणारेस आज, माहितेय मला - जास्त पिऊ नको प्लीज!”

“बघू ”

“तू पण ना!”-तिनं जयाच्या खांद्यावर हलकेच मारलं.

आज त्यांना कुणाचीच भीती वाटत नव्हती. दोघांचेही डोळे अश्रूंनी वाहून जात होते. हर्षलानं तिचं डोकं जयाच्या खांद्यावर ठेवलं.

“ऐक ना, आपण दुसऱ्यांशी लग्न करू अन् 'डिव्होर्स' घेऊ लगेच, अन् पुन्हा एकमेकांशी लग्न करू, म्हणजे माझी आई पण मला काही बोलणार नाही, अन् तुझ्या अन् माझ्या घरातले पण काही!” -हर्षला हुंदके देत होती.

“मग हे नाही का होणार, की आपण कुणालातरी फसवलं आहे” -जयानं तिच्या डोक्यावर हात ठेवला. तिच्या रेशमी केसांचा स्पर्श बऱ्याच दिवसांनी त्याच्या बोटांना झाला.

“मग, काय करू मी? जाऊ दे, मी पॉलिटिक्स जॉईन करेन, अन् लग्नच नाही करणार.” -हर्षला रडत रडत बोलत होती.

“असं कसं यार? सोड, आज आपली शेवटची भेट आहे ना, मला एक 'किस' दे शेवटचा!” - जयाने नेहमीप्रमाणे मूड बदलण्याचा प्रयत्न केला अन् तिच्या गोऱ्या गालावरून हात फिरवला.

तिनं कोरड्या नजरेनं जयाकडे बघितलं. तिच्या डोळ्यांत आयुष्याचे कितीतरी अवघड प्रश्न होते, ज्याचं उत्तर फक्त नियतीला माहीत होतं.

क्षणातच तिचे ओठ त्याच्या ओठांवर टेकले. त्यांच्या चुंबनात एक कोरडेपणा होता, एक विरह होता, अन् मनात अंधार होता! इतक्या दिवसांनी त्यांनी पहिल्यांदाच विद्यापीठात 'किस' केलं होतं. आता दोघंही एकमेकांच्या गळ्यात पडून रडू लागले.

कितीतरी आठवणी दोघांच्यामध्ये फिरत होत्या! पुन्हा एकमेकांचे चेहरे, एकमेकांचे डोळे त्यांना बघता येणार नव्हते, पुन्हा कधीही एकमेकांना एकत्र हसता येणार नव्हतं ना एकटं रडता येणार होतं! या दुनियादारीत ते पुढे कुठं जातील, हे दोघांनाही माहीत नव्हतं, पण मरेपर्यंत दोघांच्या मनातून एकमेकांची छबी उतरणं अशक्य होतं!

दोघंही एकमेकांना 'तू मला विसरशील ना? विसरून जा मला' असे बोलत

सावरण्याचा प्रयत्न करत होते, अन् दोघंही एकमेकांना ‘हो’ म्हणत होते, पण हे आयुष्यभर शक्य होणार नाही, हे दोघांनाही माहीत होतं.

सूर्य मावळला होता. उद्याचा दिवस दोघांनाही नको होता. वेळ इथंच थांबावी असं दोघांनाही वाटत होतं. दोघांचीही मनं अक्षरशः जळत होती. काहीही असो, कितीदा भांडलो असो, पण भांडणात तरी प्रेमच होतं ना!

आयुष्यभर एकत्र राहायच्या आणाभाका कुठेतरी रुसून बसल्या होत्या. नशिबात, सुखात, दुःखात, रागात, प्रेमात, भांडणात एकत्र राहायचं, या वचनाचं वजन घरच्यांच्या प्रेमापुढे कमी पडलं होतं!

“चल, जातोय मी” - हर्षला रडत उठली.

“हं...”

“अन् मला प्रॉमिस कर, की तू आयुष्यात काहीतरी बनशील.” -तिचा हात अजूनही जयाच्या हातात होता.

“प्रॉमिस.” -जयानं त्याच्या डोळ्यांवरून हात फिरवून अश्रू पुसले.

“अन् तू रडू नकोस जास्त, खूश राहा, मी बघ.” -हर्षला आपले अश्रू पुसत बोलली. अन् तिनं आपल्या रडणाऱ्या ओठांना हसवण्यात वळवण्याचा निरागस प्रयत्न केला; पण तिचे ओठ तिला साथ देत नव्हते.

दोघंही रडतच उठले. आज अश्रू थांबायचे नावच घेत नव्हते.

जयानं तिला गर्ल्स हॉस्टेलपर्यंत पोहोचवलं. आता दोघांचे हात एकमेकांच्या हातात नव्हते. २-३ मिनिटांनी ते गर्ल्स हॉस्टेलच्या समोर पोहोचले.

“जाते मी.” - हर्षला रडतच होती.

जयानं मान हलवली.

बघता बघता हर्षला हॉस्टेलमध्ये गेली. तिनं शेवटचं जयाकडे बघितलं. जया आपले अश्रू अन् हुंदके दाबत उभा होता. दोघांनीही शेवटचं हात हलवून ‘बाय’ केलं...! -सगळा जीव हातात एकवटलेला आहे अन् तो निघून जात आहे, असं काही वाटत होतं तिला!

“जा तू...” -तिनं डोळ्यांनीच जयाला सांगितलं. जया हॉस्टेलकडे चालू लागला! हर्षला त्याच्याकडे खिडकीतून बघत होती. काही वेळानं जया तिला दिसेनासा झाला. जया तिच्या आयुष्यातून कायमचा निघून गेला होता.

जयानं मागे वळून बघितलं- हर्षला त्याला दिसेनाशी झाली. हर्षला त्याच्या आयुष्यातून कायमची निघून गेली होती.

मी हर्षला..

मी उदास, कोमजलेल्या चेहऱ्यानं त्याच्या हाताकडे बघितलं, H हे ब्लेडनं

कोरलेलं अक्षर माझ्या डोळ्यांसमोर तांडव माजवू लागलं.

मी माझी नजर झर्रकन फिरवली. जयानं आपल्यासाठी केलेला त्रास कसा काय सहन करू मी?

आपोआपच माझी बोटं एकमेकांवर रागाने, निराशेने, फिरू लागली. खरंच,का अवघड आहे एखाद्यावर एवढा जीव लावणं?

अन् पुन्हा माझं मन वेड्यासारखं माझ्याच मनात गिरकी मारू लागलं.

आज मला सगळं सगळं आठवत होतं......

आपल्या पाठीमागे वेड्याप्रमाणे कॉलेजच्या लॉबीतून फिरत प्रेमाची भीक मागणारा जया..... ! अन् मी आवरलेल्या माझ्या मनाला सांभाळताना केलेला यत्न...!

एक्झाम हॉलमध्ये सारखासारखा मला बघणारा जया...! अन् स्वतःच्या भावनांना बांध घालताना घेतलेले माझे कष्ट...!

हॉस्टेलच्या बाल्कनीतून बघताना त्याची निरागस ओलावलेली नजर...!

मैत्रिणीबरोबर त्याचा विषय काढून उगीचच हसताना- डोळ्याच्या कोपऱ्यातून त्याला माझं प्रेम मागताना उभा राहिलेलं बघितलेलं!

एकदातरी माझी नजर त्याच्या नजरेशी मिळावी, अन् माझं हृदय त्याच्या हृदयाशी मिळावं म्हणून आसुसलेला तो...!

दररोज माझी वाट बघताना बघितलेले त्याचे फक्त पाय...!

बाईकवर एकट्यानं त्यानं गर्ल्स हॉस्टेलसमोरून मला बघण्यासाठी मारलेल्या चकरा..! मी स्वतःही आपली स्कूटी घेऊन जयाच्या मखमली आठवणीत धुंद झालेली...!

ब्लेडनं माझं नाव कोरताना वेदनेनं ओरडणारा जया... माझा जया! माझा जीव..! अन् स्वतःही हातात पेन घेऊन कोरलेले त्याचं नाव अन् ते बघून हसलेल्या मैत्रिणी...!

मी I AM SORRY लिहून दिलेला रुमाल - अन् त्याच्या ओल्या डोळ्यांनी बघितलेलं मला...! त्या वेळी मलाही त्याच्या कुशीत जाऊन रडावंसं वाटलेलं! एवढं प्रेम कोण कसं करू शकतंय कुणावर?

अन् स्वतःही घरी सुट्टीत कितीतरी वेळा एकटी रडलेली मी! कधी एकदा कॉलेजमध्ये जातेय अन् त्याला बघतेय या विचारानं रडलेलं माझं मन...!

माझ्या मैत्रिणीला 'चुकूनही मी ह्याच्यावर प्रेम करणार नाही, ह्याच्यावरच काय पण कुणावरही नाही!' असं बोलणारी माझीच काही वर्षांपूर्वीची छबी डोळ्यांसमोर तरळू लागली. त्याच्या हातावरचं कोरलेलं H मीही चोरून बघितलेलं...! अन् थोडासा का होईना माझ्या मनात फुटलेला प्रेमाचा पाझर...!

माझ्यासाठी स्वतःशी झगडणारा, मित्रांशी झगडणारा, सर्वांशी झगडणारा

जया...! कसं विसरू मी त्याला आयुष्यभर?

अन् मीही तो मिळावा म्हणून देवासमोर लावलेले कितीतरी दिवे... माझ्या आईच्या त्या 'कुठल्यातरी' दिशेच्या विरोधात लावलेले दिवे...! नियतीच्या विरोधात कितीतरी वेळा हरलेली मी, रडलेली मी!

येणारा प्रत्येक दिवस मला तो आठवेल! खरंच मी एवढी वाईट मुलगी आहे? मी सगळ्यांना दुखवलं, माझ्या जयाला... माझ्या भावाला... माझ्या आईला! कदाचित माझं दुःख त्या तिघांच्या दुःखाहून मोठं असेल!

आता इथून पुढे मला एकदाही मी- मी स्वतः म्हणून आयुष्यभर जगता येणार नाही, मला मी - कुणीतरी दुसरी म्हणून नाटक करून माझ्या आईसाठी, माझ्या भावासाठी, या समाजासाठी मरेपर्यंत जगावं लागेल. काय चुकलं माझं अन् जयाचं? का समाज नाही समजावून घेत आम्हाला?

जयाला दुखवायचं नाही अन् त्याच्यावर प्रेमही करायचं नाही... ही माझी दुविधा या आख्ख्या जगात कोणी समजून घेईल का?

अन् आज अचानक माझ्या अवघ्या आयुष्यातून निसटलेला माझा जया... माझ्या कुशीत रडणारा जया... माझ्याबरोबर हसणारा जया...!

उदय होऊनही समाजासाठी अस्ताला जाणारं आमचं प्रेम.... कायमचं!

३-४ तासां नंतर

अक्ष्या, समीर अन् अण्णा 'गरम मसाला' मूव्ही बघायला गेले होते. कॉलेजच्या परीक्षा होऊन एका महिन्यापेक्षा जास्त वेळ झाला होता. सगळे जण परत कायमचे शेवटचं भेटायचे म्हणून आले होते, अन् रूममधलं सामानही कायमचं परत न्यायला आले होते. अण्णा अन् सुऱ्या त्याच विद्यापीठात राहणार होते, MPSC करण्यासाठी! अण्णाला त्याच कॉलेजमध्ये M.Tech.साठी नावाला- पण MPSC करण्यासाठी ॲडमिशन मिळणार होती. टॉपर्स लिस्टमध्ये असल्यानं त्याला आरामात सीट मिळणार होती. अन् सुऱ्या रीफुजी म्हणून!

निकाल आधीच हाती लागले होते. सहसा, शेवटच्या सेमिस्टरमध्ये कुणीच नापास होत नाही. शेवटच्या सेमिस्टरपर्यंत आलं म्हणजे इंजिनिअरिंग झालं, असंच असतं!

अक्ष्याच्या CATचा निकाल आधीच लागल्यानं त्याची IIMdची सीट पक्की होती अन् तो निवांत झाला होता. पुढील शिक्षणाच्या खर्चासाठी कितीतरी बँका शैक्षणिक कर्जासाठी त्याच्याकडे मागणं घालणार होत्या.

समीरनं पण मास्टर्स करण्यासाठी परीक्षा दिली होती, अन् सीट मिळवली होती. त्यालाही M.Sc.साठी महिना ५००० स्कॉलरशिप मिळणार होती.

आयुष्यभर जोपासलेल्या आठवणी काळजात खोलवर रुतून बसल्या होत्या,

कधीही न निघण्यासाठी!

रात्री ९.३०-१० वाजता मूव्ही संपवून तिघंही 'मेन गेट'च्या बाहेर उभे राहिले. काहीतरी मिळाल्याचं सुख अन् काहीतरी हरवणार आहे याचं दुःख एकत्रच मनात संमिश्र झालं होतं.

"काय लाइफ असतं यार समीर, कधीतरी वाटलं होतं का, की आपण अशा मित्रांना भेटू, जे आपले जिवलग मित्र होतील? जिवाला जीव देतील - उद्या सगळे आपापल्या जागी!" - अक्ष्या बोलता बोलता खाली बघत बडबडत चालला होता.

"हो ना यार - पण आपण मरणार थोडेच आहोत? भेटू या ना पुढे असेच!" समीर हसत बोलला अन् त्यानं अक्ष्याच्या खांद्यावर हात ठेवला.

"ओये! इमोशनल प्राणी; बस कर. आम्ही असणारेय इथंच अजून २ वर्षं तरी! येत जा अधून मधून." अण्णा हसत बोलला.

हलकेच चालत रात्रीची मस्त अंगाला लागणारी हवा झेलत ते तिघंही चालत होते.

"आयला! जया अन् सुऱ्या कुठे गायब झालेत? साला जया फोन पण उचलत नाही, शेवटचं भेटायचं म्हणून आलोय सगळे, तर यांची नाटकं अजून सुरू - दोघेपण गायब -" अण्णा थोड्याशा रागात बोलला.

"जया हर्षलाला भेटणार होता आज, आत्ता ते GD वर गेलेत बहुतेक!" - अक्ष्या. तिघेही जण शेवटचा हॉस्टेलचा रस्ता बघत होते.

"अरे, आज असं वाटतंय, की असंच शेवटचं या रस्त्यावर झोपावं- गादी आणून टाकावी इथे." - हॉस्टेलच्या बाहेरील डांबरी रस्त्याकडे बघत समीर बोलला. "एवढं प्रेम होईल या हॉस्टेलवर, असं रॅगिंगच्या वेळी नव्हतं वाटलं! रीफुजी झालो राव आत्ता आपण! पुढच्या आठवड्यात कायमचा मी दिल्लीला जाईन..." समीर थोड्याशा निराशेनं बोलला.

कुणीही काहीही बोलत नव्हतं. जिवलग मित्रांपासून दूर जायचं दुःख हे मित्रांनाच माहीत! यापुढील आयुष्यात इथून पुढे आपण कधी, कुठे, कसे भेटू, याची त्यांना काही माहिती नव्हती.

"आम्ही आहोत इथेच, अधूनमधून चक्कर मारत जा कॅम्पसमध्ये -" अण्णाचा सूर निराशेचा दिसत होता.

तिघेही हॉस्टेलवर पोहोचले. काही ज्युनिअर्स त्यांना भेटायला आले, CAT करणारे अक्ष्याला, UPSC करणारे समीरला अन् MPSC करणारे अण्णाला!

अक्ष्या अन् अण्णाच्या डोळ्यांसमोरून त्यांचे फर्स्ट /सेकंड इयर सर्रकन सरकत होतं. कधी काळी आपण पण असेच सिनिअर्सच्या रूमवर जाऊन गाइडन्ससाठी बसत असू! आज आपण ज्युनिअर्सच्या नजरेत इज्जत कमवली, याचं समाधान त्यांच्या चेहऱ्यावर झळकत होतं.

ज्युनिअर्सना भेटून तिघंही आपापल्या रूममध्ये बॅग्ज भरण्यासाठी गेले.

अक्ष्या आपल्या रूममध्ये आला, अन् आपलं नाव कपाटाच्या दरवाज्यावर पर्मनंट मार्करनं लिहिलं! अगोदरच्या सिनिअर्सच्या नावाशेजारी त्यानं आपलं नाव लिहिलं. हॉस्टेलची ती प्रथा होती, की प्रत्येक रूममध्ये राहणाऱ्या विद्यार्थ्यांनी आपापली नावं अन् बॅच नंबर लिहायचा! त्यांतले काही सिनिअर्स आज 'क्लास-वन' ऑफिसर्स झाले होते.

काही वेळानं ते तिघंही ठरल्याप्रमाणे खाली आले, शेवटचं GDवर जाण्यासाठी तयार झाले. रात्रीचे ११ वाजले होते. पिंटूभाईनं त्याची गाडी त्यांच्यासाठी पाठवली होती. तिघंही GD वर पोहोचले. नेहमीच्या जागी जया अन् सुऱ्या दोघंही पीत बसले होते.

"अरे, आले रे आपले मित्र! भारीये अक्ष्या तुझं यार! तू चालला साला IIMd मध्ये, अन् हा समीर दिल्लीला अन् हा अण्णा तर काय भावा MPSC मेन पास झालाय, आता फक्त इंटरव्ह्यू अन् उपजिल्हाधिकारी!... काय उपयोग म्हणा, एवढी घासून? पुढं जाऊन काय तर चाकरी करा... नमस्कार घाला वाकून बे sir no sir...' आधीच टल्ली झालेला सुऱ्या उभा राहून मोठ्यानं ओरडत बोलला.

"जया, आपण बसणारेय असेच उपटत." - सुऱ्याची निराशा त्याच्या आवाजातून कळत होती! - 'चार वर्षं उपटली आपण, एका पोरीच्या नादात चार वर्षं वाया घालवली यार...! आयला जरा सिरिअस अभ्यास केला असता, तर आता जरा निवांत बसलो असतो पीत! जाऊ द्या... पण मित्रांनो नाव विसरू नका - सुरेश - उपजिल्हाधिकारी, २ वर्षांत जर डेप्युटी कलेक्टरची पोस्ट नाही काढली ना, तर बापाचं नाव नाही काढणार -" सुऱ्याची दारू छातीवर हात मारून बोलत होती!

सुऱ्या हसत अक्ष्याच्या गळ्यात पडला. "- काय बघतोय बे अक्ष्या, जास्त चढू नकोस. M.B.A. करून पण चाकरीच करावी लागणार आहे, तुला आमची! हाहाहा... आम्ही रिकामे म्हणजे आम्ही तुच्छ काय बे?" सुऱ्याला नेमका कशाचा राग होता, हे कळायला मार्ग नव्हता. त्याने केलेल्या मस्तीचा? की आपले मित्र आपल्या पुढे गेले याचा? की पुन्हा जिवाभावाच्या मित्रांना भेटता येणार नाही याचा?

"अबे लXX, गप्प बस, हा प्यायला की कोण अंगात येतं याच्या काय माहीत?" अक्ष्या मध्येच सुऱ्यावर ओरडला!

"बस का भावा- आनंदी आहे मी तुझ्यासाठी." असं म्हणत सुऱ्या अक्ष्याच्या गळ्यात पडला अन् त्याच्या गालाचं एक चुंबन घेतलं!

"आमची तर वाट लागली भावा -" 'पिया पिया हो पिया पिया -पिया पिया हो पिया पिया'- हे गाणं म्हणत तो एकटाच नाचू लागला, अन् नाचता नाचता अचानक रडू लागला. आपले ओले डोळे पुसून पुन्हा त्यानं बोलायला सुरुवात केली.

सुऱ्या का रडत होता हे त्यालाही कळत नव्हतं!

"अबे, सोड ना काय तू पण! किती वेळा तेच तेच गाऱ्हाणं? गेली पिया आता!" अक्ष्या ओरडत बोलला.

"अन् जया, तुझा काय सीन? हर्षला? काही होप्स?"-अक्ष्या ग्लास उचलत बोलला.

"रक्त शेवटी रक्ताकडेच जातं मित्रा... ब्रेकअप...! आम्ही आता पुढे कधीही एकमेकांना भेटणार नाही! अन् भेटूनही उपयोग नाही होणार. 'मिया बीवी राजी लेकिन घरवाले नहीं राजी तो क्या करेगा काजी?" - जया आपले अश्रू लपवत आपण आनंदात आहोत हे दाखवण्याचा प्रयत्न करू लागला.

"शॉट आहात डोक्याला यार तुम्ही, दोघेपण!" - अक्ष्या वैतागून बोलला.

"जाऊ दे यार! तिची पण मजबुरी होती, अन् माझी पण! तिच्या घरचे मला मानायला तयार नाहीत, अन् माझ्या घरचे तिला! घरच्यांशी असलेली २०-२१ वर्षांची नाती या २-३ वर्षांसाठी नाही रे सोडता येत! मला हर्षलाबद्दल काही वाईट वाटत नाही, तिचा राग नाही, तिने मला फसवले नाही अन् मी तिला... ती मला आयुष्यभर विसरणार नाही अन् मीही तिला! आता काय ही दारूच आपली गर्लफ्रेंड" - त्याच्या डोळ्यांत पाणी आलं. पण तो रडत नव्हता.

"मग आता पुढे काय?" -समीरनं विषय बदलण्याच्या उद्देशानं जयाला विचारलं.

"पुढे? पुण्याला चाललोय... स्पर्धापरीक्षेचा क्लास लावेन, अन् २ वर्षांत पोस्ट काढायची, DySP - बस्स! अन् ते जर नाही झालो ना, तर गावचा सरपंच तरी १००% -" जया पीत पीत बोलला.

आज समीरला बिलकूल पिण्याचा मूड नव्हता.

"क्या जयंतभाई - क्या हाल है?" -चिंटूभाई जयाकडे बघत बोलला. चिंटूभाई त्याचा मूड बघून दुरूनच निघून गेले.

"बेहाल है, यार! क्या कहे?" तो चिंटूभाईकडे बघत गालातल्या गालात हसत बोलला!

जया, सुऱ्या अन् अक्ष्या फुल्ल टल्ली झाले होते. कुणी कुणाशी बोलत नव्हते, कारण सगळ्यांना माहीत होतं की जयाचं मन दुखावलं गेलं आहे!

"तुला काही नाही का वाटत यार? एवढं होऊनही?" -न राहवून अण्णाने त्याला विचारले.

"हाहाहा काय सांगू यार तुला अण्णा..." जया आधीच जास्त प्यायला होता. हर्षलाची आठवण त्याचं मन कापत होती. त्यानं ग्लास उचलला अन् एका दमात तो प्यायला. "यार आत्ता हा अंधारच मला जास्त आपलासा वाटू लागला आहे,"

असं म्हणत त्यानं हातातील ग्लास खाली फेकला.

त्याच्या हृदयाप्रमाणे त्या ग्लासचे तुकडे झाले. ग्लास आवाज करून फुटला होता, पण त्याचं हृदय आवाज न करता तुटलं होतं.

“हरलोय मी; अन् हेच हरणं मला आज जास्त चांगलं वाटायला लागलंय!” असं म्हणत त्यानं समोरची प्लेट खाली फेकली.

“गुलाबाच्या पाकळ्या सुकल्यात, माझ्या मनासारख्या” अन् अजून एक प्लेट खाली पडली. त्यानं अजून एक ग्लास उचलला अन् रिकामा केला. तो रिकाम्या ग्लासकडे बघत बोलला- “या रिकाम्या ग्लाससारखं आयुष्य झालंय यार!”

“[illegible]... [illegible] गेली आता, [illegible]। [illegible] शांत [illegible], आता [illegible] अन् फक्त करियर!”

जया उठला. “वो मोहब्बत थी, इसलिये उसे जाने दिया... अगर जिद होती, तो बाहोंमें होती” मोठ्याने शेरोशायरी करत त्याने अजून एक प्लेट रस्त्यावर फेकली!

प्रेमात त्याची पार वाट लागली होती. मनातील वेडेपणा त्याला वेडा करून सोडत होता.

“अबे, पागल झालायेस काय...? शायर बसा खाली. बस कर यार... ! काय मित्र मिळालेत यार! अबे ग्लास का फोडतोय येडझव्या!” -समीरनं त्याला आवरलं.

तेवढ्यात तिथे ३०-३५ वयाचे एक पुढारी ड्रेस घातलेले इसम आले.

“ए भोसडीच्या! शांत बस, काय तमाशा लावलाय?” -असं म्हणत ते त्यांच्या होंडा सिटीमधून खाली उतरले.

सहा फुटांपेक्षा जास्त उंची, पुढारी ड्रेस, मिशांना धार - एक गावगुंड जसा दिसतो तसे ते दिसत होते.

“ओ काका, जाऊ द्या ना! शिव्या काय देताय, कुणाला मारत तरी नाही हा? ह्याच्यावर काय बीतलीये ते ह्याचं ह्यालाच माहीत! अन् ह्या ढाब्याच्या मालकाला काही नाही पडले, तर तुम्ही का असं बोलताय?” -अक्ष्या त्यांना बोलला.

“ह्याचसाठी आईबाप पैसे देतात का रे तुम्हाला झकमाऱ्यांनो? मराय लागले आईबाप तुमच्यासाठी, तुम्हाला पैसे पाठवून पाठवून शिकायला अन् तुम्ही इथे हे धंदे करताय!” - तो इसम रागाने बोलला.

“साहब, जाने दो - बंदे अच्छे हैं, दोस्त हैं मेरे” -चिंटूभाई पुढे काही होण्याआधीच मध्ये पडला.

“ये तुम्हारा ही ढाबा है ना? ऐसे कैसे तुम इन मादरचोदों को आने देते हो” -तो इसम अन् त्याचा ड्रायव्हर आतमध्ये जयाच्या टेबलजवळ आले.

“बस खाली अन् मस्ती कमी कर मादरचोत!” -तो जयाच्या शर्टला ओढत

बोलला अन् त्याला खाली खुर्चीवर बसवलं.

"आईघाल्या - तुला काय करायचंय बे - वयाचा मान राखतोय म्हणून एवढी मस्ती कशाला? आमदार-खासदार असशील ना तर तुझ्या घरी! अन् तुझ्या घरचं टेन्शन घरी बायकोवर काढ, नाहीतर तमाशात नाचणाऱ्या बायकांवर! 'पितो' म्हणजे आम्ही तुझ्यासारखे गटारात पडतो का रे? आनंदाने पितोय आम्ही, तुला काय कळणार म्हणा! तुम्ही पिला की शिव्या द्या गल्लीतून फिरून, अन् तुझ्या बापाचे तर नाही पैसे उडवत आम्ही?" सुऱ्या असं म्हणत उभं राहून त्यांच्यावर ओरडला.

पापणी लवते न लवते, तोच त्यांनी आपल्या भरदार हाताने सुऱ्याला कानफडात लावली. आधीच टल्ली झालेला सुऱ्या खाली कोलमडला.

तसा समीर उठला... "बस झालं आत्ता... ओ मामा... जाऊ द्या...वयाचा मान करतोय हा! मारताय कशाला? जाऊ द्या ना काका..." -त्यांनी समीरला धक्का दिला.

पुन्हा जयाचं मन वेडं झालं, काय चुकतंय काय ह्या लोकांचं? साला थोडा वेळ पण मनासारखं जगू देत नाहीत. जयाच्या मनात वावटळ उडालं. इतका वेळ शांत बसलेला जया उठला, अन् त्यांच्या अंगावर धावून गेला. बाजूलाच त्याच्याच कॉलेजच्या काही ज्युनिअर्सच्या कबड्डी टीमची पार्टी होती, जयाही त्या टीममध्ये होता. आपल्या सिनिअर्सचा असा अपमान त्या ज्युनिअर्सना सहन नाही झाला, खास करून समीरचा अन् अण्णाचा.

जयाने चार वर्षांत चांगले मित्र जमवले होते. बघतो न बघतो तोच ३-४ दांडगे ज्युनिअर्स अन् जया तुटून पडले. तो इसम खाली पडला. हे बघताच त्या गाडीचा ड्रायव्हर पळून गेला.

"Do you know power of students? We are students -एक फोन केला ना ५०० -६०० पोरं येतील, तुझी दादागिरी अन् आमदारकी तुझ्या घरी ठेवायची, कळलं ना?" -सुऱ्या त्याला मारत ओरडत होता. अक्ष्या, समीर अन् अण्णा मध्ये पडून सोडवू लागले.

कसाबसा पोरांच्या हाताला हिसका देऊन, तो इसम पळून गेला.

जयानं शेजारी पडलेली सळई घेतली अन् तो त्याची गाडी फोडू लागला. "साले, घरचं फ्रस्ट्रेशन काढायला ह्यांना आम्ही स्टुडंटच भेटतो का? स्वतः बायका नाचवत असेल कला केंद्रात जाऊन! इथं लेक्चर द्यायला लागलेत!"

"जयेशभाई, आप लोग जाओ, अरे ये HDसर के दोस्त हैं, मुझे पता है. तुम्हें नहीं छोडेंगे! क्या कर क्या रहे हो यार? अब हॉस्टेल में जाओ, कृपा करो..." चिंटूभाई जयाच्या जवळ आला अन् बोलला.

HDचं नाव ऐकून, जया अजूनच पेटला, अन् तो गाडी फोडू लागला.

HDचं नाव ऐकताच, कबड्डी टीम अन् ज्युनिअर्स पार्टी सोडून लगेच हॉस्टेलवर

निघून गेले.

चिंटूभाईनं जयाला पकडलं, त्याला अन् सुऱ्याला आपल्या गाडीत बसवलं, अन् तो हॉस्टेलच्या दिशेने निघाला.

अक्ष्यानं पल्सर सुरू केली, अन् अण्णा अन् समीरला घेऊन तो विद्यापीठाच्या गेटच्या बाहेर पोहोचला!

जया अन् सुऱ्या तिथं चहाच्या टपरीवर चहा पीत बसले होते.

जया गेटच्या बाहेरच उभा होता. त्यानं अक्ष्याला हाक मारून बोलवलं.

“आयचा घो... अण्णा, समीर, अक्ष्या... तुम्ही मध्ये पडू नका, अक्ष्या चावी दे गाडीची.” -जया अक्ष्यावर ओरडला अन् अक्ष्याच्या हातातून पल्सरची चावी घेतली!

“सगळी लिंक आहे रे, HDनेच ही सेटिंग केलीये. HD मिसळलाय ह्यात बहुतेक... आज हर्षीला भेटलेले कुणीतरी सांगितलं आहे, साला स्वतः गेला विद्यापीठ सोडून... सगळा गेम आहे रे...! सोडणार नाही ह्यांना! साला एवढं झालं, तरी मस्ती नाही जिरली त्याची!” जयाचा राग डोक्यात गेला होता.

“अरे पण ते पळून गेले ना आता - शोभतं का तुम्हाला हे, सिनिअर्स आहोत आपण इथले आता! अन् तिथं जाऊन काय करणार तू? अन् जरी तो माणूस HDचा मित्र असला, तरी ह्याची काय गॅरंटी की ह्याच्याशी त्याचा काही संबंध आहे? चार वर्षं गेली जया तुझी याच किश्शात! बस्स कर.” -समीर जयावर ओरडला.

“मग त्याला हे शोभतं का? आम्ही पीत होतो ना? काय संबंध? अन् चिंटूभाईचं नुकसान तर नाही केलं ना - ३-४ स्टीलच्या प्लेटस् खाली फेकल्या - मारलं कुणाला नाही ना?” -जया समीरवर ओरडत बोलला.

HDचं नाव ऐकून तो अजूनच खवळला, त्याची विचार करण्याची सगळी क्षमता हरवली होती.

“अरे पण, किती प्यायलायस तू? उभं तरी राहता येतंय का नीट तुला?, चल हॉस्टेलवर!” -अण्णानं जयाचा हात पकडला अन् बोलला.

“मला त्याची गाडी फोडायचीये, चुरा करायचीय, सुऱ्या येतोयस का तू...?” -जया सुऱ्याकडे बघत बोलला. सुऱ्या लगेच जयाच्या मागे बसला.

अन् जयानं किक मारली.

“अबे लवड्यांनो ऐका ना, सोडा जाऊ द्या यार.” -अण्णा ओरडत होता.

“अण्णा, आज तुझं नाही ऐकणार.” -असं म्हणत जया सुऱ्याला घेऊन पुन्हा HDच्या दिशेनं भरधाव वेगानं, वेड्या रागाच्या भरात निघाला.

अक्ष्या, अण्णा अन् समीर तिघंही शून्यात बघत रूमवर आले. काय करावं, काही कळत नव्हतं. त्यांनी अडवायच्या आधीच ते निघून गेले होते. मनात विचित्र खळबळ माजली होती.

तिघांचीही छाती भीतीनं धडधडत होती.

१५ मिनिटांनी अक्ष्याचा मोबाईल वाजला.

गेटवरच्या चहाच्या टपरीवाल्यानं अक्ष्याला फोन केला होता. ती टपरी रात्रभर चालू राहायची.

"अक्षय ॲक्सिडेंट झालाय..." घाबरत घाबरत तो टपरीवाला अक्ष्याला बोलला. चहाच्या टपरीवाल्याकडे जवळ जवळ सगळ्यांचे नंबर्स असायचे.

"काय?.... ॲक्सिडंट...... कुणाचा?" अक्ष्याचे हात थरथर कापू लागले.

"ते माहीत नाही, आत्ता एक गाडीवाला सांगत होता, एका पल्सरचा ॲक्सिडेंट झालाय, त्यातील एक जण ओरडत होता की कुणीतरी विद्यापीठात सांगा. आत्ता १० -१५ मिनिटांखाली मी तुम्हाला गेटवर बघितलं होतं अन् जयंत पल्सर घेऊन गेलाय ना? मी मगाशी बघितलं होतं त्याला. -बाकी मला माहीत नाही."

"काळी पल्सर का?" -अक्ष्याचे पाय थरथरत होते, मन कापत होतं.

"ते माहीत नाही." -अन् त्यानं फोन ठेवला.

अक्ष्या जागीच खाली बसला.

"काय झालं?" समीरनं घाबरून विचारलं.

"ॲ..... क्सि... डें... ट..."

"चिंटूभाईला फोन कर झवाड्या... की जया पोहोचला का GDवर? आत्तापर्यंत ते पोहोचले असतील" -नेहमी स्थिर राहणारा अण्णा चलबिचल झाला.

"हो" अक्ष्यानं चिंटूभाईला कॉल केला!

"चिंटूभाई, जयंत है वहां?"

"नहीं तो, अरे यार अभी तो तुम लोगों को छोडके आया हूँ मैं!, मजाक लगा रखा है यार! क्या हुआ?"

अक्ष्याने फोन कट केला.

ॲक्सिडेण्ट - काळजात धस्स झालं अन् तिघंही हॉस्टेलच्या बाहेर रस्त्यावर पळत गेले! कधीकधी मेंदूनं पायांना 'पळ' असं सांगण्याची गरज लागत नाही.

रात्रीचा १ वाजला होता. जिवाच्या आकांतानं तिघंही सुसाट वेगानं GDकडे पळत सुटले. त्यांना काही नको होतं, फक्त जया किंवा सुऱ्याचा आवाज हवा होता - की त्यांचा आवाज नको होता? - जर जया अन् सुऱ्या GD वर पोहोचले नाहीत तर मग गेले कुठे?

'जया... सुऱ्या' असं वेड्यासारखं ओरडत तिघंही होती नव्हती तेवढी शक्ती एकवटून पळत होते. असं वाटत होतं, की सगळा जीव त्यांच्या पायात आला होता. मनात एकाच इच्छा होती, की ॲक्सिडेंट झालेले जया अन् सुऱ्या नसावेत.

शेवटी त्यांना सुऱ्याचा आवाज आला, "कुणीतरी थांबा रे..., आयो... दवाखान्यात न्या रे कुणीतरी... जया... जया... कुठ्येस तू?" -सुऱ्या गुरासारखं ओरडत होता.

GDवर पोहोचण्याआधीच जया अन् सुऱ्याचा अपघात झाला होता. रात्रीचं हॉस्टेलला उठायला काहीही वेळ नव्हता अन् तसाही जयाच्या किश्श्यात पडायचं म्हणजे कोण दाणे टाकून घोडे उडवून घेणार होते?

अण्णानं पिंटूभाईला फोन केला. २-३ मिनिटात पिंटूभाई गाडी घेऊन आले.

पल्सरचा पूर्ण भुगा झाला होता. सुऱ्याला अक्ष्या, अण्णा अन् समीरनं उचललं. सुऱ्याच्या एका पायातून रक्त वाहत होतं. रक्ताने तो माखला होता, जिवाच्या आकांतानं तो ओरडत होता. त्याच्या पायाचं काही मांस लटकत होतं, पायाचं हाड सरळ रक्तानं माखून बाहेर आलेलं त्याला दिसत होतं. तोंडाला बरंच खरचटलं होतं. त्यांनी सुऱ्याला मागच्या सीटवर झोपवलं. प्यायलेल्या दारूचा वास सगळ्या जीपमध्ये घुमत होता.

काही अंतरावर जया पडला होता. त्याच्या पोटाला थोडीच जखम झाली होती. जयाकडे बघून तिघांना बरं वाटलं. जया तरी नीट आहे! त्यांनी जयाला पुढे झोपवलं. जया काहीही बोलत नव्हता. कदाचित तो बेशुद्ध झाला होता. १०-१२ मिनिटांत समीर, अक्ष्या अन् अण्णा जवळच्या हॉस्पिटलमध्ये पोहोचले!

विद्यापीठाचा एक ठरलेला दवाखाना होता. आयडी कार्ड दाखवलं, तरी डॉक्टर ॲडमिट करून घेत असत! पैशाची गणितं नंतर बघितली जात.

डॉक्टरांनी लगेच दोघांनाही इमर्जन्सी वार्डमध्ये शिफ्ट केलं. सुऱ्याचा ओरडणारा आवाज सगळ्या हॉस्पिटलमध्ये घुमत होता.

"अक्ष्या, जया कसाय रे? मला काही नाही झालं. जया कुठाय? जयाकडे बघा." -जोरजोराने सुऱ्या रडत, ओरडत होता.

समीर, अण्णा अन् अक्ष्या बाहेर आले. जया दुसऱ्या वार्डमध्ये होता.

जयाच्या अंगावर एकही घाव नव्हता- डोक्याला कसलातरी मार लागला होता. जयाकडे बघून त्यांच्या जिवात जीव आला. सुऱ्याला लागलं आहे, पण जया तरी ठीक आहे.

"डॉक्टर, ठीक आहे ना हा?" -अक्ष्या घाबरत बोलला.

"किती पिता रे तुम्ही! कॉलेजला आम्हीपण होतो -पण हे काय?" डॉक्टर निराशेनं बोलले, "घरच्यांना सांगितलं का यांच्या?"

"नाही अजून, उद्या सांगेन!" - समीर

"या, आत या- सो कॉल्ड मित्र- मैत्री फक्त दारू पिण्यासाठी नसते रे! पुढं आयुष्य असतंय उभं! तुम्ही आजकालची पोरं - कॉलेज म्हणजेच आयुष्य असं वाटतं तुम्हाला."

"काय झालंय याला?" -समीर जयाकडे बघत बोलला.

"काही रिस्पॉन्स देत नाही, बहुतेक डोक्याला जोराचा आघात झालाय- जर १५-२० मिनिटांत यानं काही रिस्पॉन्स नाही दिला, तर याचं जगणं कठीण आहे. मी ॲम्ब्युलन्स बोलावली आहे; पुण्याला हलवावं लागेल, कठीण आहे!" - डॉक्टरनी निराशेनं मान हलवली.

'बोललो होतो ना नको जाऊस म्हणून, जया. काहीतरी बोल. भोसडीच्या..." अक्ष्या त्याच्यासमोर त्याला शिव्या देत होता, अन् जोरजोरानं रडत होता. जयाच्या शांततेपेक्षा जास्त भीती त्याला कशाचीही वाटत नव्हती...

"अन् तो सुऱ्या...? म्हणजे तो आत जो आहे तो?" -समीरनं रडत विचारलं.

"पाय मोडला आहे, तो होईल ठीक काही दिवसांनी." डॉक्टरनं उत्तर दिलं.

आतून दुसऱ्या वॉर्डमधून सुऱ्या वेदनेनं ओरडत होता... "जया... कुठ्येस तू?"

डॉक्टर त्याच्या तोंडावर टाके टाकून त्याचं तुटलेलं हृदय जोडायचा प्रयत्न करत होते.

१५ मिनिटांनी ॲम्ब्युलन्स आली, अन् जयाला घेऊन निघून गेली, समीर अन् अक्ष्या त्याच्याबरोबर गेले!

आण्णा सुऱ्याजवळ थांबला.

चार वर्षांत केलेली मस्ती डोळ्यांसमोरून जात होती... सगळं काही शून्य वाटत होतं! मन वेडं झालं होतं, कापत होतं, थरथरत होतं, बेचैनीने वेडं झालं होतं!

दुसऱ्या दिवशी

अण्णा सुऱ्याच्या बेडशेजारी बसला होता.

सुऱ्याने डोळे उघडले, त्याचे डोळे त्याला कुठेतरी जाऊन प्रायश्चित्त करायचंय हे सांगत होते. तो रात्रभर 'जया कुठेयेस तू... जया कुठेयेस तू.' असंच ओरडत होता. "अण्णा, जया कुठाय रे..? कसाय तो..? मला काही नाही झालं, त्याला बघा तुम्ही!" - कधी नाही ते सुऱ्याचे डोळे अश्रू न पाझरता ओरडून रडत होते. कदाचित आज तो रडला असता, तर त्याने आसमंत फाडला असता! तोंडावर पडलेल्या टाक्यांनी त्याचं सगळं तोंड माखलं होत. दोन्ही पाय प्लॅस्टरमध्ये टांगलेले होते. त्याला आज सगळं शून्य वाटत होतं, या पोरी, हॉट गर्लफ्रेंड असल्याचं स्वप्नं...! ही भांडणं... कॉलेजमध्ये डॉन नावाचा टॅग... फाईव्ह स्टार्स?

सकाळी सकाळी अक्ष्या अन् समीर रिकाम्या मनाने पुण्याच्या हॉस्पिटलच्या बाहेर आले. दोघांच्याही भावना जळून राख झाल्या होत्या!

जयाचा हसलेला चेहरा अन् 'हीच का शोलेची दोस्ती?' हा डायलॉग सारखा सारखा घोंघावत होता.

त्याच्या मैत्रीवर जर शंका घेतली असती, तर आभाळ फाटलं असतं. मैत्रीत एवढी मोठी वीज का आज पडली होती? आज पुन्हा त्याच कॉलेजमध्ये ॲडमिशन घ्यावी असं वाटत होतं, मस्ती करावी असं वाटत होतं! नवीन सुरुवात करावीशी वाटत होती. मिळून हसावंसं वाटत होतं, एकमेकांवर चिडावं असं वाटत होतं! मनातील भावना वाऱ्यावर उडवाव्यात असं वाटत होतं! मनाला 'बेधुंद' करावंसं वाटत होतं! काय चूक यार जयाची अन् सुऱ्याची? प्रेम केलं कुणावर तरी जिवापाड.

हेच का कॉलेज लाइफ? दारू, सिगारेट, पोरगी, ऑनलाईन टाइमपास, प्रेम? अन् हेच का प्रेम?

समोरच त्याच मेडिकल कॉलेजमधला ५-६ मित्रांचा एक ग्रुप कॅंटिनमध्ये सिगारेट पीत बसला होता. हसत खिदळत अन् मस्तीत त्यांच्या गप्पा रंगल्या होत्या!

त्या ग्रुपमधला एक जण बोलला- "अरे तो राहुल आहे ना, आपला सिनिअर, साला तो माझ्या प्रीतीवर लाइन मारतोय! सोडणार नाही मी त्याला, एकतर तो बरबाद होईल नाहीतर मी, पण त्याची आय घातल्याशिवाय मला चैन नाही पडणार!"

त्याच ग्रुपमधला एक 'जया' हसत बोलला - "फोडू या त्या मादरचोताला, खटक्याव ब्योट, जाग्यावर पलटी ! आपण पण काय घाबरतो का? बेहनचोद साला तो राहुल स्वतःला डॉन समजतो का?"

अक्ष्या अन् समीर त्यांच्याकडे ओल्या केविलवाण्या नजरेने बघत होते, त्यांना सांगायचं होतं की खरंच गरज आहे का ह्या सगळ्यांची?, पण डोळ्यांतील पाण्यानं त्यांना काही बोलू दिलं नाही.

तेवढ्यात अण्णाचा मोबाईल वाजला-

"समीर, अण्णा बोलतोय...." - "जया कसा आहे रे? काही रिस्पॉन्स? मी फोन केला आहे त्याच्या घरी, येतीलच तिथे सगळे काही वेळाने! सुऱ्या ठीक आहे इकडे!" - अण्णाच्या आवाजात धडधड जाणवत होती!

समीरच्या कोरड्या डोळ्यांत पाणी आलं, अन् तो अक्ष्याच्या गळ्यात पडला, अश्रू आवरत तो रडत रडत बोलला - "जयाने रिस्पॉन्स नाही दिला यार! जया गेला आपल्याला सोडून कायमचा... कायमचा... कायमचा."

❖